आनंदयात्रा

'दिलीपराज प्रकाशन प्रा. लि.'च्या नवीन पुस्तकांची यादी व माहिती हवी असल्यास आपला पत्ता, दूरध्वनी क्रमांक किंवा Email आमच्या diliprajprakashan@yahoo.in या Email address वर पाठवावा किंवा आमच्याशी दूरध्वनी क्रमांक फॅक्ससहित : ०२०-२४४८३९९५/२४४९५३१४ /२४४७१७२३ यावर संपर्क साधावा. आमच्या वेबसाईटला एकदा अवश्य भेट द्या.

Website: *www.diliprajprakashan.com*

आनंदयात्रा

(आत्मचरित्र)

ग. वा. बेहेरे

दिलीपराज प्रकाशन प्रा. लि.
२५१ क, शनिवार पेठ, पुणे - ४११ ०३०.

आनंदयात्रा / Anandyatra

प्रकाशक
राजीव दत्तात्रय बर्वे,
मॅनेजिंग डायरेक्टर,
दिलीपराज प्रकाशन प्रा. लि.,
२५१ क, शनिवार पेठ, पुणे - ४११ ०३०

प्रकाशन दिनांक : १५ सप्टेंबर २०१३

प्रकाशन क्रमांक : २०५७

ISBN : 978 - 93 - 82988 - 33 - 5

मुद्रक
Repro India Ltd, Mumbai.

टाइपसेटिंग
मधुराज प्रिंटर्स ॲण्ड पब्लिकेशन्स प्रा. लि.
स. नं. २९/८-९, पारी कंपनीजवळ,
धायरी, पुणे - ४११ ०४१

मुद्रितशोधन - मिलिंद बोरकर, पुणे

मुखपृष्ठ व सजावट - रेषविश्व ॲड, सागर नेने

एप्रिल१९४७, या महिन्यात केव्हा तरी एक तरुण मुलगी माझ्या घरी आपल्या पायाने चालत आली. आणि, तिने पहिल्याच भेटीत मला 'माझ्याशी लग्न करता का?' असे विचारले. ती जी माझ्या घरात आली, ती त्या दिवसापासून माझी गृहस्वामिनी म्हणून घरात नांदते आहे.

माझ्यासारख्या भरकटत जाऊ इच्छिणाऱ्या माणसाला निष्ठेने साथ देत आजपर्यंत तिने अनेक सुख-दु:खे झेलली आणि मान-अपमानही सहन केले. संसाराचे एक पाखे कुणी तरी घट्ट धरून ठेवले, म्हणजे कितीही वादळे आली किंवा धुंवाधार पाऊस पडला तरी संसार वाऱ्यावर उडून जात नाही.

हळूहळू सर्व गोष्टी भूतकाळात जमा होत गेल्या आहेत. एके काळचे वैभव, त्यानंतर आलेले दारिद्र्य आणि पुन्हा आलेली सुबत्ता व प्रतिष्ठा ह्या साऱ्या अवस्थेत एक गोष्ट स्थिर राहिली. ती म्हणजे, सौ. शशिकला गणपती बेहेरे. त्यामुळेच माझी सर्व मुले उत्तम तऱ्हेने मार्गाला लागली.

आणि घराचे घरपण शिल्लक राहिले.

म्हणून ह्या आत्मकथनावर तिचाच अधिकार जास्त आहे.

ही आत्मकथा तिला समर्पण!

आनंदयात्रा

आत्मचरित्राला प्रस्तावना हवीच कशाला, असे कुणालाही वाटेल; कारण चरित्र लिहूनही जे सांगून झालेले नाही, असे काय असणार? –पण माझी अडचण थोडी निराळी आहे. केवळ 'सोबत'-मधेच नव्हे, तर माझे अन्य ललित लेखनसुद्धा आत्मानुभावी आहे. त्यामुळे माझ्या जीवनातीलसर्व घटना, व्यक्ती, व्यसने आणि उणिवा या मी मुक्त मनाने माझ्या लेखनातून पूर्वीच नागड्या-उघड्या करून टाकलेल्या आहेत. हे सारे संकलित करून पाच-सहाशे पानी आत्मचरित्र लिहणे मला सहज शक्य होते. शिवाय लिहिण्याची– खूप लिहिण्याची– आणि थोडे पाल्हाळपूर्वक लिहिण्याची माझी आवड सर्वश्रुत आहे. या सर्व मीच पूर्वी लिहिलेल्या मजकुरातीलतपशीलएकत्र सूत्रात गुंफून माझे वजनदार आत्मचरित्र निर्माण झाले असते. पण माझे लेखनसुद्धा मला पुन्हा वाचवत नाही आणि पुनः पुन्हा तेच विषय लिहावयाचे जिवावर येते. म्हणून माझ्या जीवनाचे जे सूत्र आहे, त्या सूत्राशी संबंधित असे जमेलतेवढेच लिहावे व तेथेच थांबावे– असे मी मनाशी ठरविले आहे आणि त्याप्रमाणेच या आत्मचरित्राचे लेखन मी केले आहे. जीवनाकडे पाहण्याची माझी दृष्टी एक आनंदायात्रा अशीच आहे. या माझ्या जीवनविषयक दृष्टीवर मान्यवर प्रकाशक कै. ह. वि. मोटे हे खूश होते व तशाच लेखांचे माझे पुस्तक काढण्याची त्यांची मनीषा होती. जो आयुष्याचा प्रवास अटळ आहे तो– सुख

वा दु:ख काहीही पदरात आले, तरी हसतमुखाने पार करावा म्हणजे आपले आणि इतरांचेही आयुष्य सुखावह होते, असे मी मानीत आलो आहे. आयुष्य हे मला ओझे कधीच वाटलेले नाही. या जगाचा कंटाळा कधीच आलेला नाही. इंद्रियांची क्षमता जसजशी कमी होत जाते तसतसे सुखवादी माणसांचे आयुष्य दु:खी होताना मी पाहतो आहे. माझे भाग्य असे की, कालानुक्रमाने जसे घडावयाचे तसे सर्व माझ्या आयुष्यात घडत आले. वय वाढले, इंद्रियांची शक्ती क्षीण झाली, काही आजार कायमचे मित्र झाले; तरीही सुखाप्रमाणेच दु:खही भोगायचे असते, याचा मला अचानक शोध लागला.

या माझ्या आत्मचरित्र समजल्या जाणाऱ्या पुस्तकात मी पुष्कळ गोष्टी सांगितलेल्या नाहीत. सार्वजनिक आणि वैयक्तिक सुख-दु:खांची रेघ आपण मारलेली बरी, कारण त्या रेघेच्या अभावी आपण मोठ्या गोष्टी लहान करतो किंवा लहान गोष्टींना अकारण भव्यता देतो. 'यशस्वी माणसाची वाटचाल' हे काही माझ्या आयुष्याचे सूत्र नाही किंवा ही काही माझ्या दुर्दैवाची कहाणी नाही. जे-जे आयुष्यात आले, त्याची आवश्यक ती नोंद मी केली आहे. दोन ओळींच्या मधे असणारा अव्यक्त अर्थ शोधून काढण्याचे उत्तरदायित्व मी वाचकांवर सोपवितो. कोणत्याही अर्थाने हे पुस्तक क्रांतिकारक आहे, असा माझा दावा नाही. कारण जगावेगळे कोणतेही यश किंवा अपयश माझ्या पदरात पडलेले नाही.

लहान असेन, पण मी एक पत्रकार आहे. सामान्य असेन, पण मी एक ललित लेखक आहे. पण माझ्या पत्रकरितेचा किंवा लेखनाचा दर्जा ठरविण्यापेक्षा माणूस म्हणून मी कसा जगलो, मोहांना कसा वश झालो, अपयशातही उभारी कशी धरली आणि क्षुद्र यशाने डोक्यात हवा कशी जाऊ दिली नाही, एवढे सांगण्याचाच हा यत्न आहे. आपल्या आयुष्यात कुणी यावे आणि कुणी येऊ नये, हे ठरविण्याचे स्वातंत्र्य आपल्याला कोठे असते? पण असले, तरीही आपल्याला याच माणसांची निवड करावी लागते, हे सत्य मागे उरतेच. आज आपण अनुभवाने शहाणे झालो आणि म्हणून आपल्या आवडी-निवडी पक्क्या झाल्या असल्या तरी ज्या ज्या

काळात आपल्या आयुष्यात जी जी व्यक्ती आली आणि ज्या-ज्या घटना घडल्या, त्या आपण स्वेच्छेने स्वीकारल्या नव्हत्या काय? म्हणजे तोच काळ, त्याच इच्छा परत येणार असतील; तर अनुभवसुद्धा तेच येणार. म्हणून आयुष्यातीलकुरकुर निरर्थक आहे. आपल्याहून अधिक सुखी माणसाकडे पाहून दु:खी व्हायचे आणि आपल्याहून अधिक पराभूत झालेल्या माणसाकडे पाहून सुखी व्हायचे, या बेरीज-वजाबाकीलाच संसारयात्रा म्हणत असावेत.

मी आत्मचरित्र लिहावे, अशी तर अनेकांची इच्छा होती. अनेकांनी हा धोशा माझ्यामागे लावलेला होता. माझ्याकडून माझ्या मित्रांच्या ज्या अपेक्षा असतील, त्या बहुतांशी मी पुऱ्या केलेल्या असाव्यात. कुणाच्या आग्रहासाठी मी आत्मचरित्र लिहिलेले नाही; हा केवळ स्वानंद आहे. याच्या पूर्ततेसाठी जे-जे कोणी जबाबदार आहेत, त्या सर्वांचाच मी ऋणी आहे. पण त्याहीपेक्षा माझे आयुष्य सुखद करणाऱ्या माझ्या सहयात्रिकांच्या ऋणांचे स्मरण ठेवणे, हे मी अधिक मोलाचे मानतो.

ग. वा. बेहेरे

: ९ :

असे म्हणतात की, प्रत्येक जण एक चांगली साहित्यिक कृती निर्माण करू शकेल; ती म्हणजे त्याचे आत्मचरित्र. आत्मचरित्र लिहिण्यासाठी फार मोठ्या कर्तबगारीची किंवा उलाढालीच्या आयुष्याची गरज असते, असे नाही. कितीही सामान्य असलेल्या माणसाचे आयुष्यसुद्धा पुरेसे रंगतदार असू शकते. सुख-दु:ख, आशा-निराशा, लोभ-मत्सर यांचा प्रत्येकास आलेला अनुभव यांची सरळ व प्रामाणिकपणे सांगितलेली कहाणी रंजक होऊ शकते. पण स्वत:चे मूल्यमापन करणे, ही मुळात एक अत्यंत कठोर अग्निपरीक्षा आहे. एक तर स्वत:ला संपूर्णपणे पाहण्यासाठी या जगात कोणतेही साधन नाही. अगदी पाठीमागे आणि पुढे आरसे लावले तरीसुद्धा संपूर्ण देह दिसणे कठीणच आहे. मनाची गुंतागुंत तर आणखीनच विचित्र आहे. ती संपूर्णतया आपल्यापुढे आपण होऊन कधीच उघडी-नागडी होऊन येत नाही. पुनः पुन्हा टोचणी द्यावी तेव्हा अस्सलरूप काही अंशी बाहेर येते. तरीसुद्धा स्वत:ची अहंता सांभाळण्यासाठी समर्थकाची भूमिका माणसाला कधीही सोडता येत नाही. कितीही प्रामाणिकपणाने लिहिण्याचा प्रयत्न केला, तरी त्याला एक अपरिहार्य मर्यादा आहे.

शिवाय प्रामाणिकपणा हाही शब्द पुष्कळ वादग्रस्त आहे. आपण वेळोवेळी जे वेगवेगळे मुखवटे धारण करतो, त्यामुळे भोवतालच्या सर्वच परिवाराचे आपल्याबद्दल वेगवेगळे मत झालेले

असते. कधी आपण उदार झालेलो असतो, तर कधी कृपण. कधी क्षुद्रतेने आपल्यावर मात केलेली असते, तर कधी सावधगिरीने. बुद्धीला तर अनंत तऱ्हेने मर्यादा असतात. पण भावनाशीलतासुद्धा पुष्कळदा दिखाऊ असते. जिथे आपली नाटके आपल्यालाच समजत नाहीत, तिथे ती दुसऱ्याला कशी समजणार? त्यामुळेच प्रामाणिक म्हणून जे लिहिले जाते, ते पुष्कळदा भाबडेपणाचे असते; नाटकीपणाचे असते. कित्येकदा तर धडधडीत कपटाचे असते. मराठीतील आत्मचरित्रे या सर्व गुण-दोषांनी भरलेली आहेत. त्याच आत्मचरित्रांच्या तऱ्हेने मीही हे आत्मचरित्रात्मक लेखन करणार असलो, तर मग त्याचा उपयोग तरी काय? अखेरीस मीसुद्धा आयुष्यात वेळोवेळी भूमिका बदललेल्या आहेत. काही प्रौढतेमुळे बदलत गेल्या, काही मी प्रयत्नाने बदलल्या, तर काही परिस्थितीने मला बदलायला भाग पाडल्या. आता माझे हे आयुष्य नेमके मी कोणत्या सूत्रात पकडायचे, याची विचक्षणा करावयाची आणि ते आत्मचरित्राच्या बंदिस्त साच्यात कसे कोंबायचे– हा माझ्यापुढे प्रश्न आहे.

लहानपणी माझा शक्तीवर अफाट विश्वास होता. शक्तीने सारे प्रश्न सुटतात, अशी प्रेरणा मी कोणाकडून घेतली हे सांगता येणार नाही; परंतु बहुतांशी वडिलांच्याकडूनच. मग शिक्षकांकडून ही प्रेरणा वाढत गेली. आपल्या आणि देशाच्या भाग्यासंबंधीच्या कल्पना त्या काळात तरी अगदीच वेगळ्या होत्या. आज थकावटीमुळे असेल, शक्तीच्या दुरुपयोगामुळे असेल किंवा खरोखरीच चांगल्या वाटांचे हिशोब करण्याची माझी मानसिक दृढता वाढली असेल; पण त्यामुळे एके काळी जीवनाची देदीप्यमान वाटणारी बैठक आता विस्कटली आहे. ठामपणाने आणि निश्चयाने विधाने करताना मन चाचरते; परिणामी, पूर्वीइतके एकसंध मन:स्वास्थ्य आज नाही. पूर्वी कापरासारखा जळून जाणारा माणूस हा एक नेत्रसुखाचा विषय होता. आता तसे वाटत नाही. सहजगत्या आणि अकारण होणारा माणसाचा नाश, वंचना, फसवणूक या गोष्टी सारख्या अस्वस्थ करतात. याचाच अर्थ, कुठे तरी सुखाला कीड लागलेली आहे. धर्म, नीतिकल्पना, हौतात्म्य या साऱ्यांना धक्का बसलेला आहे. काल-परवापर्यंत सुरक्षित वाटणारा बंदिस्त व सुरक्षित मनाचा वाडा आता कोसळू लागला आहे.

म्हणूनच आत्मचरित्र ही एखाद्या पराभवाची कहाणी ठरण्याची शक्यता आहे. परिस्थितीशी झगडून जे काही आपण मिळविले, याचा व्यावहारिक आनंद अंतिम हिशोबाचे वेळी समाधान देऊ शकत नाही. शिवाय प्रामाणिकपणा या शब्दाचीही थोडी भीती वाटते. जसे आयुष्य घडले, तसे मी सांगू शकेन का?

त्याची आवश्यकता आहे का? लोकांच्या करमणुकीसाठी ना ते करायचे? सामाजिक दृष्ट्या ज्याला काडीचेही महत्त्व नाही, त्या गोष्टी सार्वजनिक करण्याची माझ्यावर जबाबदारी आहे काय? प्रामाणिकपणाच्या नावाखाली जे-जे मी प्रकट करीन, त्यामुळे भोवतालच्या आणि परिवारातील माझ्या मित्रमैत्रिणी, नातेवाईक यांना मी समाजातील हिंस्र लांडग्यांसमोर तर उभे करत नाही ना? लहानसहान सुख-दु:खात सहभागी होणाऱ्या या सर्व मंडळींना सार्वजनिक करण्याचा मला अधिकार आहे काय? माझ्या सत्यकथनामुळे त्यांच्या आयुष्यात अडचणी निर्माण झाल्या, तर त्या त्यांनी कोणत्या बळावर निवाराव्यात? प्रामाणिकपणाला उपद्रवशक्तीची भीती फार मोठी असते.

आपल्या भित्र्या समाजात प्रामाणिकपणा दाखवणेही कठीण आहे. स्वत:चा भेकडपणा व संबंधितांची विवंचना यामुळे सत्याला मर्यादा पडणारच. शिवाय सत्य सांगून समाजहित होईल, याची ग्वाही काय? आपल्या हातात लेखणी आहे म्हणून लहान-मोठे सूड उगवणे आणि मनाचे समाधान करून घेणे, हा मार्ग जितका निंदनीय; तितकाच आपली धिटाई आणि प्रामाणिकपणा दुसऱ्याच्या नाशाला कारणीभूत करणे, हेही तिरस्करणीय.

मग हे आत्मचरित्र लिहिण्यात अर्थ काय? जर हेही एक नाटकच असेल, तर मग त्याला शब्दरूप कशाला द्यायचे? पण कळत-नकळत दुसऱ्याला उपद्रव न देता आपल्या अंत:करणात दडून बसलेला आपला आत्मा शोधण्याचा प्रयत्न केला, तर आहे या मर्यादेतसुद्धा सत्यापर्यंत जाण्याचा रस्ता दिसू लागेल. मिळालेल्या भोगामुळे आलेली तृप्ती आणि अतृप्त राहिलेल्या इच्छा यांचीसुद्धा नोंद होईल; तेवढेच इथे करता येण्यासारखे आहे. घडले तसे सांगावे, अनुकूलकिंवा प्रतिकूलभाष्य करू नये– हाच मार्ग बरा.

काळाचा पडदा दूर करून आयुष्यात मागे डोकावणे, हे तसे सुखाचे आहे. विस्मृतीत गेलेली अनेक माणसे, घटना, स्थळे एकदम समोर येऊन उभी राहतात... ज्यांनी आपली सोबत केली व ज्यांना आपण समजावून घेऊ शकलो नव्हतो, त्यांनाही समजून घेण्याचा एक नवा उद्योग निर्माण होतो. तेव्हाच्या वर्तमानकाळात ज्यांची महत्तता कळलीच नाही, त्यांचे मोठेपण आता जाणवायला लागते. ज्यांना आपण आदर्श पुरुष मानले होते, त्यांचेही कुल्ले मातीचेच होते हे कळून विषण्णताही पदरी येते. आपल्याच आयुष्यात या इतक्या माणसांनी गर्दी का केली, हे समजून घेणे तसे कठीण आहे. यात नियतीचा भाग किती आणि प्रयत्नाचा भाग किती? प्रसंग घडत गेले, तेव्हा सारे अभिनिवेश जागे

होते. त्यामुळे त्या वेळेस केलेले प्रसंगाचे मूल्यमापन आज हास्यास्पद वाटते आहे. जसे आयुष्य जगलो, तसेच आयुष्य पुन्हा संधी मिळाली तरीही मी जगेन, असे म्हणण्याची एक फॅशन आहे. कदाचित नियतीच्या हातातील आपण सर्व खेळणी आहोत, म्हणून तसा अगतिक उद्‌गार निघत असावा किंवा कदाचित आपल्या आयुष्याबद्दल काही तक्रार नाही असे सांगून कृतार्थतेचा अहंकारही तृप्त करायचा असावा. पण खरी गोष्ट अशी आहे की, जर सर्व परिस्थिती तशीच राहणार असेल, तर अन्य प्रकारचे जीवन त्यातून निर्माणच कसे होणार? खऱ्या अर्थाने पाहिले, तर कोणाचेही आयुष्य कधीच स्वयंभू नसते. आपण जरी कितीही 'मी स्वत:च्या पायावर उभा आहे, मी कोणाचे देणे लागत नाही,' असे म्हणत असलो तरी त्यात बिलकुल तथ्य नाही. मुळातच आपण आई-बापांचे सर्व गुण-दोष, रंग-रूप, सवयी-लकबी घेऊन जन्माला येतो. आई-बापांच्या मानसिक आणि आर्थिक कल्लोळातूनच आपले सारे शैशव वेचले जाते. तेच शिक्षक, त्याच शाळा, तेच मित्र, तेच ग्रंथ– असे सगळे तेच असेल; तर पुन्हा तेच आयुष्य जगण्यावाचून आपल्याला दुसरे काय करता येईल? राग, लोभ, द्वेष हे सारे मनोविकार भोवतालच्या परिस्थितीतून पोसतात. एक तर जाणीवपूर्वक आपल्याला आपले आयुष्य पुन्हा भोगायला मिळणार नसते, म्हणून वरच्यासारखे उद्‌गार आपण काढतो.

माझ्यापुरते मी असेच म्हणू शकेन की, माझ्या लायकीच्या मानाने मी बरे आयुष्य जगलो. याचा अर्थ, याहून अधिक चांगले आयुष्य जगायला मला आवडले नसते असे नाही किंवा प्रयत्न करून मिळविता आले नसते, असेही नाही. महत्त्वाकांक्षेचा अभाव, आळस आणि कधी कधी दुबळेपणा यामुळे संधी मिळूनसुद्धा मी तिच्याकडे पाठ फिरवली. कदाचित आज मला जो भेकडपणा वाटतो, तो त्या वेळी शहाणपणाही ठरला असेल. त्यामुळे एक सुरक्षित जीवनक्रम माझ्या वाट्याला येऊ शकला. कदाचित आलेली सर्व संधी मी धिटाईने स्वीकारली असती तर... पण या जर-तरमध्ये काही अर्थ नाही. जीवनाच्या चौकटीबाहेरच्या गोष्टी हे सर्व स्वप्नरंजन होय. घडले तेच सत्य. त्याचा अन्वयार्थ म्हणजेच प्रत्येकाच्या जीवनाचे सार. अखेरीस त्या-त्या परिस्थितीत मी कसा वागलो, याचाच इतिहास म्हणजेच आत्मचरित्र. त्रुटी राहिल्या असल्या, तरी त्या तशाच स्वीकारल्या पाहिजेत किंवा खरोखरीच काही पुरुषार्थी निर्णय मी घेतला असेल, तर तो त्याच मापाने मोजला पाहिजे.

आपल्या आयुष्यात आलेल्या स्त्रियांच्या चविष्ट आणि रंगतदार हकिगती

सांगितल्या, तरच ते प्रामाणिक आत्मचरित्र– असा दुराग्रही आग्रह मी माझ्या मित्रांकडून ऐकला आहे. किंबहुना; माझ्याबद्दल ज्या काही वंदता आहेत, त्यांतले सत्य जाणून घेण्याच्या कुतूहलापोटी मला तसा आग्रह केला जातो. लैंगिक प्रेरणा ही जीवनातील फार प्राथमिक आणि मूलगामी प्रेरणा आहे. तरीही ती जीवन व्यापून टाकणारी प्रेरणा मी मानीत नाही. अहंता आणि क्षुधा या अन्यही प्रेरणा तितक्याच महत्त्वाच्या आहेत. म्हणून कितीही कुतूहल असेल, तरीसुद्धा माझ्या आयुष्यात आलेल्या सर्व स्त्रियांची नावनिशीवार नोंद करण्याची मला तितकीशी आवश्यकता वाटत नाही.

-*-०-*-

: २ :

जन्माला येणे जसं हातात नसतं, तसंच मरणही आपल्या हातात नसतं. ज्या एका शुक्रबीजापासून आपला जन्म झाला– एकाचे दोन, दोनाचे चार असे होत-होत आपली वाढ झाली– याचीही सर्जनाची आणि विस्ताराची शक्ती संपली की, मनुष्य आपोआपच अचेतन बनतो. आपल्याला मात्र वाटत असते की, रुग्णाला आजारातून बरे केले, दीर्घायुष्य दिले, जीवदान दिले; पण ते काही फारसे खरे नाही. विज्ञानाने खूप प्रगती केली आणि अगदी आपल्या देहातल्या प्रत्येक रेणू-रेणूची प्रक्रिया शोधून काढली आहे. क्रोमोझोम्सचा छडा लावला आहे. कोणत्या घटकद्रव्याने माणसांचे गुण-दोष ठरतात, त्वचेचा किंवा डोळ्यांचा रंग ठरतो, हे सारे माणसाला सापडलेले आहे. अनुवंशशास्त्र खूप पुढे गेले आहे. एका पिढीतून दुसऱ्या पिढीत जी एक गुणधर्माची अखंड यात्रा चालू आहे, त्या यात्रेचे अनेक टप्पे माणसाने शोधून काढले आहेत. माणूस जन्मतो तो अर्थातच आई-वडिलांच्या रक्ताचे गुणधर्म घेऊन. ते फारसे बदलताही येत नाहीत. पण योग्य शिक्षणाने, संस्काराने किंवा अन्य दडपणाने समाजाला उपयोगी असे गुणधर्म वाढवण्याचा माणसाचा प्रयत्न चालू असतो. या प्रयत्नांनाच संस्कृती म्हणतात.

आयुष्य भोगावे लागते. भोगणे याचा अर्थ उसाचा रस काढल्यावर त्याचे जसे चिपाड होते, तसे आयुष्याचे चिपाड करणे

नव्हे. आयुष्याचा रस असा बाहेर काढून अलग करता येत नाही. भोगणे याचा अर्थ भोगत राहणे, असा आहे. सुख-दुःख वा आघात-प्रत्याघात हे सारे स्वीकारत राहण्याची प्रक्रिया म्हणजेच माणसाची भोगयात्रा. ही जशी एक दीर्घकाळ चालणारी यात्रा आहे, तशीच ती एका मर्यादित कालखंडात स्वच्छपणे जाणवणारी यात्रा आहे. एखादा मनुष्य भोगवादी आहे, असं म्हणून लोक एखाद्याचा कुचेष्टापूर्वक उल्लेख करतात. भोगवादी शब्दाचा अर्थ रंगेल, बेजबादार, कैफी, आनंद लुटणारा असा समजला जातो. एखादा विरक्त मनुष्य सुख-दुःख नाकारण्याचा देखावा करतो, पावसात उभा राहून कोरडा राहिलो असेही म्हणत राहतो. तेही खरे नाहीच. तो नाकारत असतो ती सुखाची ऐहिक साधने; परंतु ह्या जगात सुख-दुःख भोगल्याशिवाय जगताच येत नाही. एखादा आपल्याला भोगवादी मानतो, एखादा विरक्त मानतो, एखादा उदासीन असतो, एखादा रंगेलअसतो; पण भोग भोगल्याशिवाय ह्या जगात माणसाची सुटका होत नाही. सुख-दुःख ह्या भावनाच मुळी भोगाशी निगडित आहेत. सुखच तेवढे भोगायचे असते आणि दुःख भोगायचे नसते, असे थोडेच आहे? चेहऱ्यावर हसू आणा किंवा चेहरा रडवा ठेवा– ते सारे काही कळत-नकळत भोगावेच लागते. आपण सहजगत्या म्हणतो– बिचाऱ्याच्या नशिबी काय भोग आले पाहा! म्हणजे त्याला जे दुःख भोगायला लागते, याचे स्वरूप आपण भोगमयच मानतो. मुळात जे-जे आयुष्यात येते, तोच भोग असतो. सुख-दुःख अशी जरी वेगवेगळी नावे दिली, तरी त्याला वेगळेपणा नसतो. कारण सुख आणि दुःख असे वेगवेगळे करताच येत नाही. आपण रूढार्थाने काही गोष्टींना दुःख असे म्हटलेले आहे, पण ही विभागणी फार वरवरची आणि भाबडी आहे. माणसाला जे-जे स्वीकारावे लागते, ते सारेच भोग असतात आणि म्हणून माणसाचे आयुष्य म्हणजे एक भोगयात्रा असते.

कोणतीही यात्रा कष्टाची असावी, असं का म्हणतात? तर, दुःख भोगणारी आपली इंद्रिये एरवी आपण वापरत नाही. वेगवेगळ्या प्रकारच्या साधना, उग्र तपश्चर्या, व्रतवैकल्ये, थंडी-वाऱ्यातीलएकान्त, अन्नाचा किंवा वासनेचा त्याग– ह्या साऱ्या गोष्टी दुःख भोगण्यासाठी तापसी करतात. निरिच्छता हीसुद्धा एक अनिवार इच्छा आहे. देहदंड हासुद्धा एक भोग आहे. जगाविरुद्ध वागणारे वा जगाकडून अपमान स्वीकारणारे जे बंडखोर असतात. तेही एक अनिवार्य परंतु उन्मत्त दुःख भोगत असतात. देशासाठी तुरुंगवास भोगणारे, फाशीच्या दोराचा स्वीकार करणारे यांचाही भोग एका उत्कट पातळीवर विसावलेला असतो.

म्हणून माणसाचा हा सारा व्यवहार ही एक भोगयात्रा आहे. चांगले-चुंगले

पदार्थ खाणे, व्यसनांच्या कैफात झिंगणे, सुंदर स्त्रियांच्या मिठीत विसावणे— म्हणजेच काही भोग नव्हेत. रानावनात, डोंगरकपारीत नवनव्या भूमींचा शोध लावताना ईर्षेने जगणे, हाही एक भोगच आहे. प्रयोगशाळेत गाडून घेऊन, अन्न- वस्त्र यांकडे दुर्लक्ष करून, काही एका अज्ञात गोष्टीचा शोध घेणे— हाही भोगच आहे. कुष्ठरोग्यांच्या समवेत निरोगी आयुष्य घालवणे, हाही बाबा आमट्यांचा भोगच आहे. सुख-दुःखाच्या गुंतागुंतीचे नाते आपल्याला समजलेले नाही, म्हणून हे सुख आणि दुःख अशी आपण ढोबळ वाटणी केली; परंतु ती फारच फसवी असते. भोगणे म्हणजे विलासात राहणे आणि विरक्ती म्हणजे भोगसाधने नाकारणे, अशा विचित्र वाटणीमुळे भोगवादी माणसाबद्दल आपल्या समाजात तुच्छता असते. ही तुच्छता कधी मत्सराने, कधी अज्ञानाने, तर कधी परंपरेने दाखवण्याची रीत आहे. भोगसाधने नाकारणारे विरागी असतात, ही गोष्ट साफ खोटी; तसेच विलासात राहणारे बेजबाबदार असतात, हेही तितकेसे खरे नाही. तशा अर्थाने भोगयात्रा कुणालाच चुकलेली नाही. सचेतन सृष्टीतील माणसाचे स्थान वेगळे आहे, ते माणूस भोगयात्रा करतो म्हणूनच. दगडावर थंड पाणी पडले, तरी दगड शहारत नाही; माणूस शहारतो, अंग चोरून घेतो. एवढेच नव्हे, पुन्हा जेव्हा कधी उन्हाचा ताप होतो, तेव्हा ह्या थंडाव्याची आठवण ठेवतो आणि तेव्हासुद्धा पुन्हा एकदा शहारतो. वेलीवरची फुले खुडली, तर वेली रडतात किंवा काय, हे आपल्याला माहीत नाही. पण मानवाच्या संसारावेलीवरील फूल खुडले, तर मात्र मनुष्य रडतो. त्या फुलाच्या आठवणी पुन:पुन्हा काढून दुःख भोगत राहतो. त्या आठवणींनी खरे तर तो मनात आनंदित होत असतो, कारण त्याला दुःख भोगायचे कसे, ते माहीत झालेले असते.

माझं आयुष्य म्हणूनच मी एक भोगयात्रा मानतो. जे-जे आयुष्यात आले, ते-ते मी भोगले. सुख आले, तेही भोगले— दुःख आले, तेही भोगले. त्यात कोठे कुचराई केली नाही. कुठेही रोखले नाही. भोवतालचे लोक काय म्हणतील, याची फारशी फिकीर केली नाही.

समाजाचा न्याय आणि तुमचा न्याय याच्यात एक चिरंतन झगडा चालू असतो. तुम्ही कधी कधी पराभूत होता. हा पराभव भोगयात्रिकांना टाळता येत नाही. तुम्ही जगावेगळे काही करायला जाता, ते जगावेगळे ठरतच नाही. म्हणजे फक्त पराभवाचे शल्य वर्मी लागते. खरा भोगवादी हे शल्यही पताकेप्रमाणे खांद्यावर मिरवतो. मी फसलो, मी हरलो, मी पराभूत झालो याचीही विजयपताका करण्याचं भाग्य कधी कधी लाभते. दुसऱ्याचं मतपरिवर्तन करण्यासाठी महात्माजींनी

केवढा अट्टहास केला, पण ते काही नथुराम गोडसेचे मतपरिवर्तन करू शकले नाहीत. त्यांचा एक प्रकारे तो पराभव आहे. पण या पराभवाची पताका वर्षानुवर्षे मागे राहणार आहे. सुभाषचंद्र बोस दिल्लीला कधीच पोहोचले नाहीत. त्यांचा पराभव त्यांच्या नावाशी एखाद्या सुवर्णपताकेप्रमाणे चिकटलेला आहे. दिल्ली ह्या शब्दाशी 'चलो दिल्ली' ही घोषणा कायमची चिकटलेली आहे. एक नव्हे– शेकडो संशोधक संशोधने अर्धवट टाकून मृत्युमुखी पडले. पण त्यांची हार हेच त्यांचे विजय आहेत. खऱ्या भोगयात्रिकांचे पराभव हेसुद्धा म्हणूनच पराक्रम असतात.

मी स्वत:ला भोगयात्री समजतो, तो मी जीवनात यशस्वी झालो म्हणून नव्हे किंवा मी काही अलौकिक पराक्रम केला म्हणूनही नव्हे. एक लहानसे आयुष्य मी जगलो. पण जे काही मी जगलो, ते माझ्या मस्तीत जगलो. आयुष्य एकपदरी नसते, ते समजून जगलो. त्या अर्थाने एका भोगयात्रेचा पथिक झालो. मी पैसे किती मिळवले, मालमत्ता किती केली, किती ग्रंथ लिहून पुरे केले, किती स्त्रियांच्या अंगाशी लगटलो याला त्या अर्थाने काहीही महत्त्व नाही.

-*-०-*-

: ३ :

आयुष्यात अमुक एक करायचे, असे ठरवून आपले आयुष्य घडवायचे– असे ज्यांना करता आलेले असेल, त्यांच्याबद्दल माझ्या मनात फार आदर आहे. मला काही असे करता आलेले नाही. एक गोष्ट निर्विवाद की, कुठल्या तरी बुद्धीच्या क्षेत्रात पडण्यावाचून मला गत्यंतरच नव्हते. आमच्या घरात ज्ञानदायक व बुद्धिजीवी वातावरण होते. वडील स्वत: उत्तम प्रकारचे लेखक होते. चांगल्या दर्जाच्या लेखकांची, संपादकांची किंवा संस्था चालविणाऱ्यांची आमच्या घरात जा-ये असे. आमच्याकडे बराच ग्रंथसंग्रह होता. वडिलांचे इंग्रजी वाचन अद्ययावत होते. काही काळ त्यांनी शिक्षकी पेशाही केला होता. त्यामुळे लहर आली की, आम्हाला ते इंग्रजी पुस्तकांतील चांगल्या-चांगल्या गोष्टी सांगत. अर्थात, त्यांचा हा काव्यशास्त्रविनोदाचा प्रत्यय रात्री फक्त साडेआठ ते साडेनऊ एवढ्या दरम्यानच अनुभवता येई. एरवी त्यांची कडक शिस्त व अभ्यास करण्याबद्दलचा तगादा ह्यामुळे घरातले वातावरण एखाद्या कैदखान्यासारखे असे. घरात त्या काळातली बहुतेक सर्व वृत्तपत्रे येत, किर्लोस्करी मासिके सोडून. परंतु किर्लोस्कर, समाजस्वास्थ्य इत्यादी मासिके आमच्या काकांकडे येत. काकांना नाटकाचा, गाण्याचा आणि सर्वच रंगीन जीवनाचा शौक होता. पुणे जिल्ह्यातच लहानशा गावी त्यांची बदली होई, कारण ते कॅनॉलवर पाटकरी होते. पुढे इन्स्पेक्टर झाले असावेत. त्यांना अवांतर प्राप्ती बरीच होत असली

पाहिजे. आणि या त्यांच्या वागण्यामुळेच माझ्या वडिलांना पुष्कळदा मनस्ताप होत असे. ते पुण्यात आले किंवा बारामती, माळशिरस, नीरा अशा त्यांच्या नोकरीच्या गावी आम्हाला घेऊन गेले, म्हणजे आम्ही सारी मुले फार खुशीत असू. त्यांना फक्त मुलीच झाल्या. एकूण अपत्ये १७. त्यामुळे ते माझे कौतुक करीत. त्यांनीच मला गंधर्वांचे नाटक प्रथम दाखवले. रानडे, मल्लिकार्जुन मन्सूर, जी. एन. जोशी, श्यामला माजगावकर, व्यास आदींच्या रेकॉर्डही मी त्यांच्याच घरी प्रथम ऐकल्या. आमच्या घरात वाचनाला बंदी नव्हती; उलट थोडेसे उत्तेजनच असे. लहानपणी आम्ही वाड्यात हस्तलिखित मासिक सुरू केले होते. अर्थात, वडिलांचा त्याला विरोध नव्हता. त्यांचे उत्तेजन आहे, असे आम्ही धरून चाललो होतो. गोपाळ हायस्कूलमधल्या माझ्या प्राथमिक शिक्षणाच्या अवस्थेत खूप अभ्यास करून शिकायचे, कोठे तरी सन्मानाची नोकरी मिळवायची आणि वाड्यातल्या इतर मध्यमवर्गीय कुटुंबाप्रमाणेच सुखवस्तू जीवन जगायचे– यापेक्षा कोणाचेच फारसे मोठे उद्दिष्ट नव्हते. गांधीजींच्या चळवळीत जाऊन आयुष्याची नासाडी करणे, हा सर्वांच्याच लेखी एक मोठा गुन्हा होता. मंडईत होणाऱ्या सभांना जाणे, हेही कुणाच्याच वडिलांना फारसे मंजूर नव्हते.

वडील मराठीतल्या त्या वेळच्या वृत्तपत्रांत आणि इंग्रजी टाइम्समध्ये लेख लिहीत असत. केतकर, कर्वे, देवधर आदी मंडळींचे आमच्याकडे जाणे-येणे असे. त्यामुळे नकळत आपोआपच संस्कार होत होते. वडिलांची इंग्रजी भाषेवरची हुकूमत आणि लेखनशैली हाही एक कौतुकाचा विषय होता. त्याच सुमारास त्यांनी लिहिलेल्या इरिगेशन मॅन्युअलसाठी त्यांना रावसाहेब ही पदवी व रोख रु. १५०० चे पारितोषिक मिळाले. आपोआपच त्यांचा दर्जा वाढला. ऐटबाज परीटघडीचे कपडे ते पूर्वीही वापरत. बूट, मोजे, धोतर, पिवळसर लाँग कोट, आरंभी-आरंभी जरीकाठी रुमाल आणि मग काळी टोपी असा त्यांचा वेश असे. ते टांग्यातून कचेरीला जात. बरोबर अकरा वाजता ते ऑफिसमध्ये पोहोचत आणि पाच वाजता सेंट्रल बिल्डिंग सोडत. भव्य व्यक्तिमत्त्व, भेदक डोळे आणि कडक शिस्त याचा दबदबा केवळ वाड्यात असे, असे नाही; ऑफिसमध्येही असे. एवढेच नव्हे, तर त्यांच्या मित्रपरिवारात व त्या काळातल्या पुण्यातल्या व्यापारी जगतातही असे. अनेकांचे घरमिळकतीचे, सोन्या-नाण्याचे, लग्नकार्य ठरवण्याचे व्यवहार त्यांच्याशिवाय पार पडत नसत. या सर्व गोष्टींचा परिणाम लहानपणी आम्हा सर्वच भावंडांवर झाला असेल. माझ्यावर तो विशेष झाला, कारण माझ्याकडून वडिलांच्या अपेक्षाही खूप असाव्यात. पुढे तसा मी विशीतच

असताना त्यांनी मृत्युपत्र केले. त्या वेळेसही त्यांच्या इच्छेनुसार मालमिळकतीची व्यवस्था त्यांनी माझ्यावर सोपविली होती. गोपाळ हायस्कूलमधून मी नूतन मराठीत गेलो आणि माझी जीवनाची दृष्टीच बदलली. शाळेतले शिक्षक आणि शाळेचे वातावरण यामुळे जीवनाचा पसारा मोठा आहे, याची जाणीव होत गेली. प्रथम म. शं. गोडबोले हे आमच्या शाळेचे हेडमास्तर होते आणि अखेरच्या वर्षा-दोन वर्षांत नानासाहेब नारळकर हे आमचे हेडमास्तर झाले. शाळेत तशा माझ्या अनंत आठवणी गुंतलेल्या आहेत, कारण तिथे फक्त क्रमिक पुस्तकांचेच शिक्षण मिळाले नाही, तर आयुष्याचे रस्ते निवडण्यासाठी तिथेच प्रथम डोळे उघडले गेले. पु. ग. सहस्रबुद्धे हे तर त्या वेळेस अगदी उमेदीत होते. वास्तविक, ते इंग्रजीचे शिक्षक; परंतु त्याव्यतिरिक्त अनेक गोष्टींत त्यांनी आमच्या मनात रस निर्माण केला. वेदविद्येपासून ते मॅकफेडनच्या आरोग्यरक्षणाच्या नवीन पद्धतीपर्यंत अनेक नवनव्या अद्भुत गोष्टी ते आमच्या उगवत्या मनावर घालत असत. त्यांनीच प्रथम सावरकरांचे अद्भुत जीवन व रामदासांचा राष्ट्रवाद यांच्याशी आमचा परिचय करून दिला. लोकहितवादी, विष्णुबुवा ब्रह्मचारी, आगरकर, फुले, ही नावे आम्ही त्यांच्या तोंडूनच प्रथम ऐकली. त्या काळात ते आजच्याइतके नीरस नव्हते. त्यांची शिकवण्याची पद्धतही रुक्ष नव्हती. ते आतून फुलून येत आणि आपल्या समोरच्या विद्यार्थ्यांना काय काय देऊ, काय काय नको– असे त्यांना होऊन जाई. ते नागपूरच्या हिंदू महासभेच्या अधिवेशनाला जाऊन आले. तेथे सावरकरांचे तीन भाषांतले ते अलौकिक भाषण ऐकून ते इतके भारावले होते की, ते सर्व भाषण त्यांनी जवळपास त्यांच्याच शैलीत आम्हाला मुखोद्गत म्हणून दाखवले. कॉनन डायलचा शेरलॉक होम्स हा रहस्यनायक त्यांनीच आम्हाला भेटवला. 'गार्डन ऑफ अल्ला' या चित्रपटातील मार्लिन डिट्रिच हिच्याशीही त्यांनीच आमची गाठभेट घालून दिली. त्यांच्या घराचे दार विद्यार्थ्यांसाठी नेहमी खुले असे. आमचे इतिहास-शिक्षक काळे हे तर सारा शिवाजीचा काळ आमच्यासमोर साक्षात उभा करीत. पूर्वीच्या शिक्षकांनी संस्कृतबद्दल जी अनास्था निर्माण केली होती, ती फणसे यांनी धुऊन काढली. खरे म्हणजे, तो सगळाच काळ अलिबाबाच्या गुहेसारखा होता. कोणावर आणि किती प्रेम करावे, हे कळणेसुद्धा कठीण होते. त्यातून नारळकरांनी स्वदेशीचे, शिस्तीचे आणि वाङ्मयप्रेमाचे रोपटे आमच्या आयुष्यात आणून लावले. विद्यार्थ्यांनी काहीही मागावे आणि त्यांनी ते पुरवावे, अशी चढाओढ त्या काळात लागली होती. त्यांनीच आम्हाला हस्तलिखित साप्ताहिक काढण्यासाठी नोटपेपर छापून दिले. लाकडी नोटीस

बोर्ड तयार करून दिला. केव्हा तरी तेव्हाच सरोजिनी नायडू यांच्या 'कॉरोमॉन्डलफिशर्स' या कवितेचा अनुवाद मी नू. म. वि. च्या नियतकालिकात केला होता. वडिलांनी जेव्हा ती कविता पाहिली, तेव्हा ते नुसते आश्चर्यचकित झाले नाहीत, तर माझ्यावर इतरांपेक्षा त्यांची माया थोडी वाढली. त्याच वेळेला 'सरे तुझे माते सारे राज्य आता' ही एक कविता मी केली. आमच्या घरी चालेल्या काव्यशास्त्रविनोदाच्या बैठकीत माझ्या कवितांचे वाचन ते करवून घेत असत. शाळेची लायब्ररी नारळकरांनी आमच्यासाठी खुली केली होती. एवढेच नव्हे, तर जी-जी पुस्तके आम्ही मागू, ती सारी पुस्तके ते आणवून देत. त्याच काळात माझ्या वयाला न शोभण्याइतका मी वाचू लागलो. नाथमाधव, भिडे, सानेगुरुजी, खांडेकर, ना. ह. आपटे, ना. वि. कुलकर्णी, वरेरकर आणि लायब्ररीत असणारी बहुतेक सारी पुस्तके मी तेव्हा वाचून संपवली. अर्थात, अद्‌भुत रसाचा पगडा तेव्हा अधिक होता. दातार, हडप यांच्या कादंबऱ्या मी अधिक आवडीने वाची. हडपांची एक चावट कादंबरी (बहुतांशी 'बहकलेली तरुणी') वाचताना मला वडिलांनी पकडले आणि त्यासाठी मला मार खावा लागला. तेव्हापासून मी काय वाचतो याच्याकडे वडील थोडे लक्ष पुरवू लागले. ना. सी. फडक्याचे वाङ्‌मय मी वाचलेले त्यांना आवडत नसे, म्हणून ते चोरून वाचावे लागे. अर्थात फडके ज्या समाजाचे चित्र व्यक्त करीत, तसला समाज त्या वेळेस महाराष्ट्रात अस्तित्वात नव्हता. टापटीप होती, पण सौंदर्य नव्हते. नीरसपणा आणि गबाळेपणा यांचे एक विचित्र मिश्रण सभोवताली पाहायला मिळे. स्त्री-पुरुष संबंधांबाबत तर विलक्षण गैरसमज होते. त्या काळातली सगळी प्रेमकविता ही एखाद्या अज्ञात प्रेयसीला उद्देशून लिहिलेली असे. कवितेत यशवंत, कथेत खांडेकर-फडके, कादंबऱ्यांत आपटे-नाथमाधव, राजकारणात सावरकर, समाजकार्यात कर्वे, देवधर अशी त्या काळची थोड्या सुधारक असणाऱ्या मध्यमवर्गीय समाजातील आदर्शाची कल्पना येती. क्रिकेटमध्ये देवधर आणि फार तर नायडू, रसिकतेत बालगंधर्व याही मर्यादा ठरलेल्या होत्या. तसे मला मर्यादित अर्थाने घरात स्वातंत्र्य होते, कारण स्वातंत्र्याचा दुरुपयोग करण्याची समाजात फारशी शक्यताच नव्हती. कॉलेजमध्ये गेल्यावर वडिलांनी मला एक रुपया पॉकेटमनी द्यायला प्रारंभ केला. अर्थात पॉकेटमनीवाचून माझे तेव्हा काही अडले नव्हते, कारण मॅट्रिकच्या वर्गात असतानाच अर्थप्राप्तीचे मार्ग मी शोधून काढले होते.

ह्या वेळेपावेतो आम्ही डेक्कन जिमखान्यावर स्थलांतर केले होते. डेक्कन

जिमखाना ह्या नवागत वसाहतीत वडिलांनी बंगला बांधला. त्यामुळे नवी कोरी सायकल घेऊन देणे क्रमप्राप्तच होते. ती सायकल मिळाल्यामुळे मित्रांबरोबर चौफेर हिंडण्याचे सामर्थ्य माझ्यात निर्माण झाले. भालाकार भोपटकर, काका गाडगीळ, शंकरराव देव, तात्यासाहेब केळकर, जमनादास मेहता, मुकुंदराव जयकर आदी कित्येक वक्त्यांची भाषणे ह्या काळात मी ऐकली. या सर्व कालखंडात लेखक ह्या प्राण्याबद्दल मला विलक्षण कुतूहलनिर्माण झाले. य. गो. जोशी ह्या बाह्यत: सनातनी वाटणाऱ्या माणसाने लेखनात काही अपूर्व क्रांती केली आहे, असे आम्हाला वाटे. फडक्यांचे वाङ्मय तर आम्ही आवडीने वाचत असू. त्या वेळेस ते म्हणजे एक दैवी पुरुष वाटत. लेखक व्हायचे तर एक तर फडक्यांसारखे किंवा तात्यासाहेब केळकरांसारखे. मात्र फडके हे आमच्या अगदी टप्प्यापलीकडे स्वप्ननायक होते. त्यांच्या इतके बेबंद आणि बंडखोर जीवन आमच्यापैकी कोणालाच जगणे शक्य नव्हते. त्या मानाने खांडेकर आम्हाला सोईचे वाटत. आम्हाला जरी फडक्यांच्या साहित्यसृष्टीतले जीवन जगायचे होते, तरी प्रत्यक्षात जीवन जगणार होतो ते खांडेकरांच्या शाब्दिक ध्येयवादी नायकांचे. त्यांच्या कृत्रिम आलंकारिक भाषेचा त्या वेळेस आम्ही सारे जण आश्रय करीत असू. स. प. कॉलेजमध्ये गेल्यानंतर परशुरामिअनमध्ये 'गोमंतकाचे अश्रू' या नावाची गोष्ट मी लिहिलेली होती. परागंदा झालेला एक क्रांतिकारक आश्रयासाठी गोव्यात जातो आणि तिथली एक भावीण त्याला आश्रय देते– असली काही तरी भाबडी ती गोष्ट होती. खांडेकर हे वस्तुस्थितीसाठी आणि फडके हे स्वप्नासाठी आम्ही स्वीकारले. खांडेकरांचा अंमल फार झपाट्याने ओसरला होता. दुसऱ्या महायुद्धानंतर तर ध्येयवेडेपणा, गरिबी, उसासे, विरह या साऱ्या गोष्टी टिंगलीच्या झाल्या. मध्ययुगीन जगातून आधुनिक जगात आलो, असे वाटले. १९३९, ४०, ४१ या तीन वर्षांत साऱ्याच तरुणांची मने हिटलर, मुसोलिनी यांच्या देदीप्यमान पराक्रमाने भारून गेली होती. बलदंड इंग्रजांचा पराभव होतो आहे, हाच एक सुप्त आनंद प्रत्येकाला वाटत होता. ह्या महायुद्धाचा जगावर विलक्षण परिणाम होणार आहे याची सुतरामसुद्धा कल्पना त्या वेळेस आम्हाला नव्हती. स्टॅलिनची आणि हिटलरची हातमिळवणी झाल्यामुळे कम्युनिस्टांच्या बुद्धिवादाचा बुरखा पार फाटला. लष्करात जाण्याची संधी घ्या, ही सावरकरांची घोषणा– पराक्रमाला एक नवी संधी म्हणून पुष्कळांना आकर्षक वाटली. मलासुद्धा वाटली. तरीपण दूरान्वयाने का होईना, त्यातून इंग्रजांना साह्य होणार, यामुळे मन तयार होत नव्हते. वडिलांच्या सावरकरभक्तीमुळे अखेर मी लष्करात नाव नोंदवले

आणि निवडलाही गेलो. पण त्याच्या आधीच्या कालखंडात गांधींच्या निसरड्या धोरणामुळे व मुस्लिम अनुनयामुळे द्वेषाची एक विलक्षण लाट महाराष्ट्रात आली होती. इंग्रजांना त्या अडचणीच्या काळात खिंडीत पकडायचे नाही, ही त्यांची भूमिका विरोधकांना तर मान्य नव्हतीच; पण गांधीजींच्या कित्येक अनुयायांनाही मान्य नव्हती. गांधीजींचे बरेचसे राजकारण आकलनाच्या पलीकडे होते. या देशातील सारी बुद्धिमत्ता गांधीजींना शरण गेलेली पाहून तरुणवर्ग अगदी अस्वस्थ होत होता. संघाचे कार्य त्या काळात आक्रमक गतीने चालू होते. विरोधकांना चेचून काढण्यात त्या वेळेस संघवाल्यांना काहीही कमीपणा वाटत नव्हता. सावरकर त्या वेळेस संघाचे दैवत होते. कम्युनिस्टांच्या कित्येक सभा त्या वेळेस संघवाल्यांनी उधळल्या, अशी माझी स्मृती सांगते. मीही त्यात थोडा-फार हातभार लावला असावा. सावरकरांबद्दल अभद्र लिहिल्याबद्दल संघस्वयंसेवकांनी अत्र्यांना मारहाण केली, ती मी प्रत्यक्षच पाहिली आहे. गुरुजींबद्दल बापूसाहेब माटे वाईट बोलले, तेव्हा इंदूरला त्यांच्यावरही हात टाकला गेला. त्या वेळेस वरून आदेश येण्याची वाट पाहत बसण्याची प्रथा नसावी. त्यामुळे जेथल्या तेथे स्थानिक कार्यकर्तेच बऱ्या-वाइटाचा हिशेब करीत. कम्युनिस्टांना ठोकून काढणे, हा मुळी तेव्हा एक सामुदायिक आनंदाचा विषय होता. कम्युनिस्ट पक्ष खऱ्या अर्थाने ४२ च्या चळवळीमुळे मोडकळीला आला, कारण राष्ट्रीय उत्थानात कम्युनिस्टांनी राष्ट्रविघातक भूमिका घेतली होती. ४२ च्या चळवळीत संघाने किंवा हिंदुत्वनिष्ठांनीही भाग घेतला नाही, ही त्यांची मोठीच गंभीर चूक झाली आणि संघाला त्याबद्दल मोठेच प्रायश्चित्त भोगावे लागले. बिहार आंदोलनात जयप्रकाशजींच्या बरोबर संघ उतरला. ह्या घटनेचा फायदा संघाला आणि राष्ट्रवाद्यांना किती मिळाला, हे आता कळते आहे. राष्ट्रीय उत्थानात समाजसेवी संघटनांनी सहभागी होणे आवश्यक असते. एक तर तरुणवर्गाला आकर्षित करण्याचे तशा चळवळीत सामर्थ्य असते, शिवाय अशा चळवळीत संघटनेचे क्षेत्र वाढते. अनेक गैरसमज दूर होतात. मुख्य म्हणजे, कोणताही संघटना अखेरीस समाजाचाच एक भाग असते.

महाराष्ट्राची पुढच्या राजकारणाची पाळेमुळे १९३९ ते ४२ ह्या कालखंडात दडलेली आहेत. सावरकरांचे आक्रमक हिंदुत्व, महात्माजींचा मुस्लिम अनुनय, मानवेंद्र रॉय यांचा ब्रिटिशांशी सहकार, समाजवाद्यांची दोलायमान मन:स्थिती, बहुजन समाजातील नेतृत्वाचा उदय, महाराष्ट्रात काँग्रेसचे स्थापन झालेले सरकार या व अशा अनेक गोष्टी महाराष्ट्राचे भवितव्य घडवीत होत्या. वास्तविक,

हिंदुत्वाचे पुरस्कर्ते म्हणून सावरकर हिंदू समाजाच्या जवळचे असायला हवेत; पण हिंदू समाजाने त्यांना आपले नेते म्हणून कधीच स्वीकारले नाही, कारण हिंदूंच्या तथाकथित ज्येष्ठ पुढाऱ्यांना सावरकरांनी हिंदू धर्मावर केलेले हल्ले परवडण्यासारखे नव्हते. त्यांचा आक्रमक राष्ट्रवाद तेवढा त्यांनी स्वीकारला, कारण त्यांना तो सोईचा वाटला; पण सावरकरांचा सुधारणावाद मात्र त्यांनी नाकारला. गांधीजी हिंदू समाजाचे मन ओळखणारे चतुर संघटक होते. त्यांनाही हिंदू धर्म सुधारायला हवा होता. पण हिंदूंची समाजव्यवस्था शाबूत ठेवून ते कार्य त्यांनी केले. तेवढ्याच सुधारणा त्यांनी सौम्य मार्गाने आचरणात आणल्या. मालवीयांसारखे रूढीप्रिय हिंदू पुढारीसुद्धा त्यांनी दुखावले नाहीत. त्यामुळे हिंदूंना गांधीजी आपले पुढारी वाटावेत, हे योग्यच होते. त्यांचा अतिरेकी मुस्लिम अनुनय हा संतत्वात मोडणारा होता, राजकारणात नव्हे; तिकडे दुर्लक्ष केले म्हणजे झाले, अशी स्वच्छ भूमिका हिंदू समाजाने घेतली. गांधीजी एखादी भूमिका अखेरपर्यंत ताणत, पण अखेरीस शहाणपणाने आपली भूमिका बदलून टाकीत. फाजील बुद्धिवाद व अवाजवी तर्क, हे फक्त समाजसुधारकाला परवडतात नि समाजाला बरोबर घेऊ इच्छिणाऱ्या राजकारण्याला ते परवडत नाहीत. लोकमान्य टिळकांकडून गांधींनी हा धडा घेतला आणि तो आचरणात आणला. टिळकांपेक्षा ते पुरोगामी वाटतात, कारण काळच तेवढा पुढे सरकला होता. एरवी टिळक आणि गांधी यांच्या राजकारणाचा मूलस्रोत एकच आहे. टिळकांचे व्यवहारी राजकारण लक्षात न घेता केवळ टिळकांचा वारस चालवण्याचा ज्यांनी यत्न केला, ते राजकारणात नेस्तनाबूत झाले. मिळेल ते पदरात पाडून घ्या, जमेलतितके लढा, पण जिवंत राहा व पुन्हा पुढची लढाई करा; कारण अखेरीस लढाई महत्त्वाची नाही, जिंकणे महत्त्वाचे आहे– हेच टिळकांचे राजकीय सूत्र गांधींनी आचरणात आणले. टिळकांच्या बहिष्काराला गांधीजींनी सत्याग्रहाचे स्वरूप दिले. टिळकांची स्वदेशाची चळवळ गांधीजींनी खादीत परिवर्तित केली. टिळकांच्या मनुष्यसंग्रहाचे रहस्य गांधींनी पूर्णावस्थेला नेले. साधेपणा, चारित्र्य, देहदंड याच रहस्यांचा गांधीनींही अवलंब केला. तेल्या-तांबोळ्यांचे पुढारी म्हणून टिळक लोकमान्य झाले आणि हरिजनांचे हितकर्ते म्हणून गांधीजी महात्मा झाले.

गांधी आणि टिळक यांच्या राजकारणातीलसूत्र न गवसल्यामुळेच महाराष्ट्राची पीछेहाट झाली. आमच्या गुरुजनांना हे कळले नाही. गांधीजींच्या फक्त उणिवांकडे त्यांनी आमचे लक्ष वेधले. त्यामुळे गांधीजींना समजून घेण्याची क्षमताच आम्ही घालवून बसलो. गांधी म्हणजे सूत, टकळी, चरखा, पंचा, शेळी, प्रार्थना–

असले काहीसे भाबडे समीकरण आम्ही मनात ठसवले. परंतु लोकमानसशास्त्र जसे टिळकांना अवगत होते, तसेच किंवा त्याहून अधिक गांधीजींनाही अवगत होते. कोणत्या वेळेला एखादी क्रांतिकारक घोषणा करावी, हे दोघांचेही तंत्र सारखेच होते. 'इंग्रजी न्यायालयापेक्षा आणखी एक उच्च न्यायालय आहे, तेथे मी निर्दोषी ठरेन' किंवा 'स्वराज्य हा माझा जन्मसिद्ध हक्क आहे, तो मी मिळवीनच'– ह्या घोषणेतील ओजस्वी हौतात्म्याचे निमंत्रण आणि 'क्विट इंडिया! तुम्ही येथून चालते व्हा– तुम्हाला येथे राहण्याचा अधिकार नाही... एक वेळ आम्ही मरू... पण स्वातंत्र्य मिळविल्याशिवाय राहणार नाही!' ह्या गांधीजींच्या ऐतिहासिक घोषणेमध्ये एक विलक्षण साम्य आहे. दि. ९ ऑगस्ट १९४२ रोजी गांधीजींबद्दलच्या अनेक गैरसमजांना तडा गेला आणि त्याच भांबावलेल्या अवस्थेत नकळतच मी ४२ च्या पहिल्याच झालेल्या गोळीबारात सामील झालो, पंगू झालो आणि माझ्या आयुष्याची दिशा बदलून गेली.

-*-०-*-

: ४ :

माझा जन्म गणपती चौकातील आंबेकरांच्या वाड्यात झाला आणि '३५१, शुक्रवार पेठ' या वाड्यात माझे बालपण गेले. या वाड्यात सहा कुटुंबे. सर्वांची मिळून एकूण ४० अपत्ये. त्यांत वयाने थोड्या मोठ्या, काही बरोबरीच्या, काही खूपच लहान अशा पंधरा-वीस मुली. तेव्हा आमचे सर्वांचेच रंग-रूप अनाकर्षक होते. सारी कुटुंबे बहुतांशी मध्यमवर्गीय– तीही कोकणस्थ, नाकी-डोळी उजळ. परंतु गरिबीची एक अवकळा असणारी, मध्यमवर्गीय कारकुनी पेशाची ही मंडळी फार मोठ्या अपेक्षा करू शकत नव्हती. या संपूर्ण वाड्यातून अखेरीस एक नोकरी करणारा डॉक्टर झाला आणि एक अयशस्वी वकीलझाला. सगळ्या कुटुंबांतल्या मुलांची सर्वसाधारणत: बी. ए., बी. एस्सी. पर्यंत शिक्षणे झाली आणि बहुतांशी सर्व मंडळी सुखवस्तू व्यवसायात पडली. फार उंच आकांक्षा नाहीत, फार निराशाही पदरी आल्या नाहीत. बंदिस्त कोशामधील जीवन आम्ही सारे जगत होतो. पण अन्नाला काही कमी नव्हती. ह्या काळात चांगली वाटतील अशी वस्त्रेही आमच्या सर्वांच्या अंगावर नव्हती. झुळझुळीत कपडे फक्त सणासुदीला किंवा लग्नकार्यात वापरायचे असत. एरवी ते वापरणे ही उधळपट्टी आहे, असाच तेव्हा रिवाज होता. जेवण हा त्या काळातला फार मोठा सुखाचा विषय होता. आमच्या वाड्यापासून जवळच मंडई असल्यामुळे रोज सकाळी जाऊन ताजी भाजी आणण्याचा उद्योग

बहुतेक गृहप्रमुख करीत. सर्वच जण बाकीचा अर्थव्यवहार खात्यावर करीत व एक तारखेला नियमितपणे देणी-घेणी उरकून टाकीत. सर्व कुटुंबांचे संबंध अगदी सलोख्याचे होते. आजच्या जमान्यात शेजाऱ्याशी भांडण ही अपरिहार्य घटना असते. पण त्या काळात भांडणाची कारणेही कमी होती. कारण त्या वेळेस चोवीस तास पाणी मिळत असल्यामुळे पाण्यासाठी भांडणे नव्हती. आमच्या बहुतेक सर्वच बिऱ्हाडकरूंजवळ पाच-सहा खोल्यांची मोठी जागा असल्याने जागेचीही चणचण नव्हती. पुण्यात त्या वेळेस जागाही भरपूर रिकाम्या असल्याने, सरकारी नोकरीत असणाऱ्या भाडेकरूंना घरमालकही सांभाळून ठेवीत असत. परस्परांना एकमेकांचे संरक्षणही अपार होते. घरनोकरही भरपूर आणि स्वस्त मिळत असत. त्यामुळे नोकर-मालक अशाही झगड्यांना कधी अर्थ आला नाही. हे नोकर तेव्हा वर्षानुवर्षे एकाच ठिकाणी कामे करीत व घरातलेच होत. सर्व कुटुंबप्रमुखांची मासिक प्राप्ती साधारणत: शंभर रुपयांच्या आसपास होती. पण या रकमेत घरसंसार टुकीने करून, बायकोच्या अंगावर सोन्याचे दागिने घालून, हुंडा देऊन मुलींची लग्ने करण्याइतपत सर्वांची ऐपत होती. माझ्या एका बहिणीच्या लग्नावेळी लग्न ठरविण्याची बैठक चार तास चालल्यानंतर ५०० रुपये हुंडा दिल्याचे मला आठवते आहे. कार्यात कार्ये उरकून घेतली जात असत आणि त्या वेळेस पुण्यात कार्यालये नसल्यामुळे धर्मशाळेत जानोसे पडत. लग्नकार्य पाच-सात दिवस तरी चाले आणि लांब-लांबची नात्याची मंडळीसुद्धा लग्नाला आवर्जून येत. सकाळी देवदेवक ठेवण्याच्या वेळेस नातेवाईकमंडळींचे आहेर होत आणि ते बहुधा रोखीत असत. भिक्षावळीच्या वा वरातीच्या मोठ्या मिरवणुका निघत आणि त्यात कुटुंबातील सर्व मंडळी भाग घेताना लाजत नसत. टांगा हे सोईचे, सायकलहे फॅशनचे, व्हिक्टोरिया किंवा बग्गी हे खानदानीपणाचे आणि मोटार हे श्रीमंतीचे लक्षण मानले जाई. नचपेक्षा चार-दोन मैलांची वाटचाल करून सेंट्रल बिल्डिंगमध्ये चालत जाणे किंवा बाजारहाट करणे, ही अगदी मामुली गोष्ट होती. प्रत्येक कुटुंबाचे परंपरेने गुरुजी, आचारी व पाणके असत आणि लग्नाची वार्ता कळताच ही मंडळी आपण होऊन यजमानाच्या घरी येत. लग्नकार्यात स्वागत समारंभ वगैरे नसल्यामुळे जेवणावळीच मोठ्या होत आणि पंक्तीही चांगल्या प्रत्येकी तास-दीड तास चालत असत. लग्नासाठी शेजारी-पाजारी उसनेपासने देतच व व्यापारीही उधार देत. मध्यमवर्गीयांबाबत समाजात विश्वास होता. सरकारी नोकर हा तर सर्वांत सुरक्षित माणूस. पुण्यात मध्यमवर्गाला एक खास प्रतिष्ठा होती. शिक्षक, प्राध्यापक हे तर आदराचे विषय होते. पुष्कळ

लेखकांच्या लेखनातून मध्यमवर्गीयांच्या कळकट आणि लाचार जीवनाबद्दलजे लिहिले जाते, ते निदान १९४० पर्यंत तरी पुण्यात सत्य नव्हते. पुण्यातील साऱ्या राजकीय आणि सामाजिक चळवळी तोपर्यंत तरी मध्यमवर्गीयांच्या हातांत होत्या. पुण्यात जे संस्थांचे जाळे विणले गेलेले आहे, तेही बहुतांशी मध्यमवर्गीयांच्या चवल्या-पावल्यांतूनच उभे राहिले आहे. ब्राह्मण-ब्राह्मणेतर चळवळ नुकती कुठे आकाराला येत होती. तिचे साद-पडसाद अधून-मधून उमटत. तरीपण तिला तोपर्यंत तरी पुण्यात किळसवाणे स्वरूप आलेले नव्हते.

आम्ही तर शिवाजी रोडवर, म्हणजे पुण्याच्या पूर्व भागाच्या अगदी सीमा-रेषेवर राहत होतो. जेध्यांचे घर आमच्यापासून हाकेच्या अंतरावर होते. 'केसरी'शिवाय मध्यमवर्गीयांच्या हातात दुसरे वृत्तपत्र नसे. आमच्या वाड्यात एक कुटुंब सोडले, तर बाकी सारी मंडळी ही टिळक सांप्रदायाची होती. साऱ्या कुटुंबांत सोवळे-ओवळे होते. व्रतवैकल्येही होत असत. परंतु ब्राह्मणेतर नोकरांना अपमानाने वागवल्याचे मी कधी पाहिले नाही. त्यांना शिळेपाके वाढल्याचेही माझ्या निदर्शनास आले नाही. सणासुदीला बायकांच्या पंक्तीच्या वेळेस त्यांना चांगलेचुंगले वाढून दिले जाई. अर्थात त्या काळातीलनोकरमंडळी भरवशाची, कामसू आणि परस्परांचा मान ठेवून घेणारी असत.

काही म्हटले तरी त्या समाजात सुरक्षितता होती, यात शंकाच नाही. बहुतेक सारी मंडळी सरकारी नोकर असल्यामुळे राजकारणात प्रत्यक्ष भाग कुणी घेतलेला आठवत नाही. आमच्या वाड्यातीलगोखल्यांच्या बहिणीचा मुलगा मधू लिमये शिक्षण अर्धवट सोडून सानेगुरुजींच्या आश्रमात गेला व पुढे राजकारणात गेला, तेव्हा सर्व जण हळहळले होते. त्यातून सारीच मंडळी 'केसरी'ला मानणारी. त्यानंतर सावरकरांना मानणारी. म्हणून तर हे त्याचे वागणे फारसे कोणाला रुचलेले नव्हते. गंधर्वांचे नाटक ही त्या काळातीलरसिकतेची परमावधी. प्रभात, सोहराब मोदी आणि मग न्यू थिएटर्सचे चित्रपट म्हणजे तर चैनबाजीची मर्यादाच झाली.

फिरायला जाण्याची जागा नवा पूल. बाहेर खाण्याची फारशी प्रथा नव्हतीच. जास्तीत जास्त चैन म्हणून बालमखिरे (कोवळ्या काकड्या), शुक्रवारची काबुली किंवा भाजलेल्या शेंगा हे सामुदायिक खाणे; शिवाय कोरडी भेळ. अर्थात, त्या वेळेस फक्त चुरमुरे, डाळ, शेव आणि दाणे एवढेच प्रकार असत. कॉलेजमध्ये गेल्यानंतर इराण्याचा चहा म्हणजे पुरोगामित्वाची अगदी परमावधीच झाली. किंचित गोडसर आणि एखादी बेचव मनुका असणारा बनपाव व चहा ही त्या

काळात खाण्याची अखेरची मर्यादा होती. मांसाहार सोडाच, परंतु अंडी खाणे हे बहकलेपणाचे लक्षण होते. आमचे वडील त्यातल्या त्यात सुधारक. म्हणून आमच्या घरात पाव प्रथमच आला. पण तो वरच्या माडीत मुलांना जमवून वडील खाऊ घालू शकत असत. खालच्या मजल्यावर बायकांचे राज्य असे. तिथे असले अनाचार खपवून घेतले जात नसत. आमचे वडीलपूजा-अर्चा, प्रार्थना, संध्या वगैरे काहीच करत नसत. म्हणून वाड्यातील कुटुंबांनी त्यांना धर्मभ्रष्ट ठरवले होते. पण श्राद्धपक्ष, सत्यनारायण, बोडणं हे प्रकार मात्र अधून-मधून आमच्या घरी होत. आम्हा लहान मुलांना बहुतांशी या धर्मकृत्यांत राबवले जाई. वडीलदेवदर्शनाला कधी जात नसत, परंतु आठ-पंधरा दिवसांनी केव्हा तरी आज जिथे सारसबाग आहे, तिथल्या एका अरुंद रस्त्यावरून ते आम्हाला पर्वतीला नेत. पण असले कौटुंबिक प्रेमळ प्रसंग फार क्वचित. मुलांना धाक लावणे, ही त्या काळात बापाच्या प्रेमळपणाची खूण असे. जो पुरुष आपल्या घरात कर्दनकाळ नाही, त्याची तेव्हा चेष्टाही होत असे. बायकांना जरी नाही, तरी आपल्या मुलांना ठोकून काढणे, हा बहुतेक बापांचा आवडता उद्योग असे. स्वत:ला शिक्षणतज्ज्ञ मानून मुलांचा अभ्यास घेणे, हे पुरुषांचे काम असे. बापाच्या धाकापायी सारी मुले ते घरात असेपर्यंत खाली माना घालून वावरत असत.

माझे प्राथमिक शिक्षण गोपाळ हायस्कूलमध्ये झाले. कारण एक तर ती शाळा जवळ होती आणि बहुतांशी तेथे फीही कमी असावी. आमच्या वाड्यातील कोणीही न्यू इंग्लिश स्कूलमध्ये का गेले नाही, हे मला समजत नाही. भावे स्कूलचा तर प्रश्नच नव्हता. नूतन मराठी त्या काळातली सर्वोत्तम शाळा. अर्थात शाळेत प्रवेश मिळण्याचा आजच्यासारखा सोहळा त्या काळात नव्हता. बाप जर त्या शाळेत शिकला असेल, तर प्रश्नच नाही. पण ज्या शाळेत पहिला मुलगा जाईल, त्याच शाळेत बाकीची सर्व मुलेही जात. आजच्यासारखे पालकदिन वगैरे काही नव्हते, परंतु शिक्षकांचा आणि पालकांचा संपर्क असे. मुलगा पास झाला नाही, तर ती शिक्षकाची चूक मानली जात असे व शिक्षकांना जाब विचारण्यासाठी पालक शाळाचालकांकडे तावतावाने जात.

त्या काळात आमच्या घरी वाराने जेवणारी मुले नेहमी असत. अर्थात, ही सर्व ब्राह्मणांची मुले असत. वारांनी जेवायला आलेल्या मुलांना सर्वांच्या आधी जेवण मिळे. त्यांना कोणतेही काम सांगता कामा नये, अशी आमच्या वडिलांची आज्ञा असे. ही दूरदूरवरून आलेली– विशेषत: कोकणातली– गरीब मुले त्या

काळात अशा तऱ्हेने शिकून पुढे खूप मोठी झाली. त्या काळातले दारिद्र्यही किळसवाणे वाटत नव्हते व त्याची आजच्यासारखी मचमचही होत नव्हती. सर्वच मंडळी उदार असतील, असे मी म्हणत नाही; पण आपल्या समृद्धीतला– लहानसा का होईना– वाटा सामाजिक चळवळींना दिला पाहिजे, याची जेव्हा जाण होती. आमच्या घरी आण्णासाहेब कर्वे येत, केतकर येत; एवढेच नव्हे, तर दीनबंधूच्या संपादकांपैकी कोणी तरी येत. सामाजिक संस्थांच्या त्या काळातल्या वर्गण्याही चार-आठ आण्यापर्यंत असत आणि ह्या एखाद्या व्रताप्रमाणेच सुशिक्षित लोक संस्थाचालकांकडे पोहोचवीत. पंधरा-वीस संस्थांना तरी आमच्या घरातून अशा तऱ्हेने वर्गणी मिळे. हरिजन किंवा दलित अशा तऱ्हेचा शब्द कोणी वापरत नसे. त्यांना घरात येऊ दिले जात नसे, ही गोष्ट खरी; पण शाळेत शिकणाऱ्या महार मुलाला मदत करावी, ही वृत्ती अगदी सनातनी समजल्या जाणाऱ्या कुटुंबातसुद्धा असे. आंबेडकरांना जसे त्यांच्या ब्राह्मण शिक्षकाने अनंत प्रकारे साह्य केले, तसे अन्य मुलांना त्या काळात लोकांनी दिले; पण ते सामाजिक जाणिवेमुळे दिले असे काही वाटत नाही. ते बहुतांशी शिक्षणाच्या प्रेमामुळे होत असावे. शिवाशिव मानणारी व ब्राह्मण्याचा दंभ असणारी माणसेसुद्धा या प्रक्रियेत सामील झालेली मी पाहिली आहेत.

पुण्यातील एकंदर सांस्कृतिक जीवनसुद्धा तसेच थंड होते. टिळकयुगाचा अस्त केव्हाच झाला होता आणि नेतृत्व केसरीवाड्यातून केव्हाच निसटले होते. केळकरांचे नेमस्त राजकारण त्या काळातही पुण्यात फारसे रुचलेले नव्हते. म्हणून सावरकरांची सुटका होताच सारे टिळकभक्त सावरकरांच्या प्रेमात पडले. सत्ता गेल्यामुळे व कारकुनी पेशात नवनव्या स्पर्धा निर्माण झाल्यामुळे ब्राह्मणवर्गात नैराश्य प्राप्त व्हायला या सुमारास आरंभ झाला होता. त्यामुळे ब्राह्मण दुराग्रही बनत चालले होते. महाराष्ट्रात खऱ्या अर्थाने तोपर्यंत गांधींची काँग्रेस रुजलेली नव्हती आणि गांधींचे बाह्यावतारी भोंगळ राजकारण पुण्याला अजिबात मानवले नव्हते. महाराष्ट्रातील बहुजन समाज ब्राह्मणी नेतृत्वाच्या आकसाने काँग्रेसकडे ओढला गेला आणि त्यामुळे ब्राह्मण-ब्राह्मणेतर यांच्यात खूप अंतराय निर्माण झाला. वास्तविक, या देशातील सर्वच पक्षांचे प्रवर्तक ब्राह्मण होते. रघुनाथ खाडिलकर, एस. एम. जोशी, नानासाहेब गोरे, तात्यासाहेब केळकर, सावरकर, कॉम्रेड डांगे, फडके ही भिन्न-भिन्न पक्षांतीलबुद्धिमान माणसे बहुजनांच्या रेट्यापुढे सामान्य बुद्धीच्या माणसांनी हतप्रभ करून टाकली होती. काँग्रेसमधल्या जुन्या बुद्रुक ब्राह्मणांनाही नव्या नेतृत्वाने निस्तेज करून टाकले होते. गुप्ते, शंकरराव

देव, देवगिरीकर यांसारखी अखिल भारतीय काँग्रेस कमिटीची सदस्य असणारी मंडळीसुद्धा या रेट्यात संपून गेली. काकासाहेब गाडगीळ हा एकच शहाण ब्राह्मण की, ज्याला लोकशाहीतून बहुजन समाजाकडे सत्ता झिरपत चालली आहे, याचे भान होते. पण त्या काळात तरी काका गाडगीळ यांना पुण्याच्या बौद्धिक जगात अजिबात मान नव्हता.

पुण्यातील विद्यार्थ्यांत त्या वेळी दोन मुख्य गट असत. संघात जाणारे किंवा सेवादलात जाणारे. काही कम्युनिस्टांचेही गट आपल्या भडक वक्तव्यामुळे व आचाराने तेव्हा लोकप्रिय होते. त्यांचीही मोहिनी काही तरुणांवर पडे व फडके, भुस्कुटे, गाडगीळ आदींच्या स्टडी सर्कल्समध्ये ते जात असत. एस. के. लिमये यांचा लालनिशाण गटही तेव्हा बराच लोकप्रिय होता. स्त्री-पुरुष संबंधांसंबधी त्यांची मुक्त मते, धर्मावरचे कठोर हल्ले, आयुष्य सोडून देऊन सर्वार्थाने पत्करलेली फकिरी वृत्ती यामुळे मीसुद्धा काही काळ त्या गटाकडे प्रभावित झालो होतो.

तरीपण कुटुंबातून, शाळेतून किंवा भोवतालच्या वातावरणातून माझ्यावर प्रथम सावरकरांचा आणि नंतर संघाचाच प्रभाव पडला होता. मार्क्सवाद, समाजवाद, फॅसिझम यासंबंधीच्या छोट्या-छोट्या पुस्तिका य. गो. जोश्यांनी छापल्या होत्या, त्या मी प्रयत्नपूर्वक विकत घेतल्या. त्याचा माझ्या आयुष्यात मला पुष्कळ उपयोग झाला. आधारित साहित्य मी पुष्कळ वाचले, परंतु मूळ ग्रंथ– म्हणजे मार्क्स, एन्जल्स किंवा लेनिन यांचे ग्रंथ मी त्या काळात तरी वाचले नव्हते. त्यामुळे त्या काळातील कम्युनिस्ट जी काही विधाने करत, त्यांवरच विश्वासून राहावे लागे. त्यांच्या आचार-विचारांमुळेच त्यांच्या राजकीय विचारांपासून मी दूर फेकलो गेलो. सावरकरांचे हौतात्म्य, त्यांचे वक्तृत्व व गूढ आयुष्य यांचा तरुणवयात प्रभाव होणे अगदी साहजिक होते. गांधीजींनी मुसलमानांचे फार लाड केले व त्यांच्या शरणागत राजकारणामुळेच हिंदुस्थानाचे दोन तुकडे झाले, या तेव्हा मनात ठसलेल्या विचारापासून मी आयुष्यात पुढे फारसा कधीही मुक्त होऊ शकलो नाही. गांधीजींच्या बाह्य वर्तनावर टीका करण्याची ह्या काळात प्रथा होती. पण त्यांची जनसंमोहिनी, अर्थकारण किंवा अंतिम सत्याचा आग्रह यावर त्या कालखंडात गंभीरपणे टीका झालीच नाही.

गांधीजींनी १९२० पासून १९३७ पर्यंत अव्याहतपणे एकछत्री अंमलकेला आणि सर्व प्रांतांतीलबुद्धिमान माणसे वेगवेगळ्या कारणाने आपल्या कच्छपी लावली. लहान माणसालाही देशकारणात रस घेता येतो, हे त्यांनी प्रत्यक्षात आणल्यामुळे काँग्रेस अधिकाधिक लोकप्रिय होत गेली. ज्याप्रमाणे एखाद्या संन्याशाला

काही आचारधर्म स्वीकारावा लागतो; तसाच कपडे, आहार व दिनक्रमातीलकाही आचारधर्म त्यांनी राजकारणात घुसवला. त्यामुळे एक शिस्तबद्ध सेना त्यांनी तयार केली. ही सेना फॅसिस्ट मुखवटा धारण करत नसली तरी ती सेनाच होती आणि त्या सेनेचे सेनापतित्व महात्माजींनी स्वीकारले होते. त्यांचा निर्णय सर्वच बाबतींत अखेरचा असे. सावरकर राजकारणात उतरले ते उतारवयात व तेही गांधींचे नेतृत्व सिद्ध झाल्यावर. हिटलर, मुसोलिनी आदी त्या काळातील सत्ताधीशांनी राष्ट्रवादाचे एक आकर्षक तत्त्वज्ञान यशस्वी करून दाखवले होते. ते आकर्षण त्या काळात विलक्षण होते व हिटरलच्या सुप्त आकर्षणातून अजूनही आपण सुटलेलो नाही. हिटलरबद्दलचे आकर्षण अजूनही किती खोलवर रुजलेले आहे, हे हिटलरवर आजही लिहिल्या जाण्याऱ्या पुस्तकांच्या खपावरून अजमावता येते. हिंदू समाज संघटित करण्यासाठी हिंदुत्वाचे आकर्षण उपयोगी पडेल, असे वाटल्यावरून मुख्यत्वे करून सावरकरांनी हिंदुसभेचा स्वीकार केला. राष्ट्रवादाचा स्वीकार केलेल्या हिंदू समाजाची शिस्तबद्ध सेना म्हणूनच संघाचा जन्म झाला आणि त्यामुळेच संघाचा विस्तारही होत गेला. गांधींची अतिरेकी अहिंसा व त्याला आलेली हिंदुस्थानच्या फाळणीची फळे हेच खरे तर संघवाढीचे कारण होते. पण गांधीजींनी बांधलेली मजबूत काँग्रेस संघटना मोडण्याच्या कामात सावरकरांचे संघटनाचातुर्य कमी पडले, यात शंकाच नाही. गांधींना मिळालेली दीर्घकालीन अनियंत्रित सत्ता, सावरकरांचे वय, सावरकरांच्या पाखंडवादामुळे हिंदू समाजाने नाकारलेले त्यांचे नेतृत्व, दुसऱ्या महायुद्धामुळे आलेले निर्बंध आणि त्या सर्वांपेक्षाही काँग्रेसच्या हाती आलेली राजसत्ता यामुळे सावरकरांचे तत्त्वज्ञान या देशात खोलवर रुजू शकले नाही. सावरकरांचा दुबळा वाटणारा अर्थविचार हेही त्यांच्या अपयशाचे एक कारण आहे. वास्तविक, हिंदुत्वाचे खरे उपासक गांधी. त्यांनी संतत्व आणि राजकारण यांचे एकत्रीकरण केले. प्रार्थना, गीतापठण आदी सर्व कर्मकांडे आचरूनही मुसलमानांना आणि बहुजन समाजाला तेच जवळचे वाटले, हे महदाश्चर्य आहे.

या सर्व कालखंडात माझ्यावरचा सावरकरांचा प्रभाव कमी झाला नाही. माझे वडीलतर सावरकरभक्त होतेच. महात्मा गांधी या देशातून नाहीसे व्हायला हवेत, अशी त्यांची प्रामाणिक धारणा होती. त्या काळात गांधींचा खून करावा, असे वाटणारी मंडळी किती असतील याची मोजदाद करणे अशक्य आहे. एखाद्या व्यक्तीचा नाश करून त्याचे तत्त्वज्ञान नष्ट होते, हा मुळात भाबडा समज आहे. पण गांधीजींचा पराभव करणे अशक्य असल्यामुळे नैराश्यग्रस्त

झालेल्या बुद्धिवादी समाजाला तोच पर्याय आकर्षक वाटत होता. त्या काळातले आमचे बहुतेक सर्व शिक्षक याच मताचे असत. परंतु या देशातील व्यक्तिगत हौतात्म्याचा काळ संपलेला आहे, हे मात्र त्या वेळेस कुणाला समजू शकले नाही. माझ्या हातून असले हिंसात्मक काही घडले नाही, याबद्दल खरोखरीच परमेश्वर असलाच तर त्याचे मी आभार मानले पाहिजेत.

आणीबाणी आल्यानंतर जेव्हा लोकशाहीचे सर्व मार्ग संपुष्टात आले, तेव्हा इंदिरा गांधींचा खून करण्याची कल्पना पुष्कळांच्या डोक्यात आली असलीच पाहिजे. आपल्या या व्यक्तिपूजक देशात व्यक्ती जर नष्ट करता आली; तर तिची सारी संघटना कोसळते, असा अनुभव आहे. त्या काळातील अगदी गांधीवादी, समाजवादी अशा माझ्या मित्रांच्या डोक्यातसुद्धा इंदिरा गांधींना नष्ट करण्यावाचून पर्याय दिसत नव्हता. इंदिरा गांधींनी निवडणुका घेतल्याच नसत्या तर काय, असे जर-तरचे प्रश्न विचारून उत्तरे सापडत नाहीत ही गोष्ट खरी; पण त्या कालखंडात हिंसात्मक राजकारणाचा विझलेला विचार कित्येकांच्या मनात येऊन गेला, ही गोष्ट नाकारण्यात मुळीच अर्थ नाही. इंदिरा गांधींना निवडणुका घेण्याची दुर्बुद्धी झाली व या देशात एक रक्तहीन राज्यक्रांती झाली. यामुळे हिंसात्मक राजकारणाला कायमची मूठमाती मिळेल, अशी आशा वाटते. महात्मा गांधी वा जयप्रकाशजी यांच्या तत्त्वज्ञानाचा पुनर्विचार करण्याची संधी आम्हाला मिळाली, हेही काही कमी झाले नाही. एकतंत्री सत्तेने प्रथम आकर्षक निर्णय घेता येतात आणि पोलीस व लष्कर यांच्या बळावर ते अमलातही आणता येतात. लोकशाहीचा वेग कदाचित कमी असेल, लोकशाहीत भ्रष्टाचारही वाढत असेल, मतभेद व चारित्र्यहनन यांचाही अवलंब केला जात असेल, जाती व धर्म यांचेही प्राबल्य वाढत असेल; परंतु या देशात जर काही चिरस्थायी सुधारणा करायला हव्या असतील, तर आज तरी लोकशाही माध्यमाशिवाय अन्य पर्याय नाही, हे आणीबाणीनंतरच्या काळामुळे आम्हाला मान्य करावे लागले.

इंदिराजींचा पराभव ही खऱ्या अर्थाने एक नव्या मूल्याची जाणीव करून देणारी घटना होती. सावरकरांचे अनेक बाबतींतले मोठेपण आजही मान्य करूनसुद्धा सावरकरवादाच्या मर्यादाही उघड झाल्या आहेत. दंडुक्याने माणूस वाकतो पण बदलत नाही, हा एक मोलाचा धडा शिकल्याने कदाचित या देशातील लोकशाही सुदृढ होण्याची शक्यता आहे. महात्मा गांधी परकीय सत्तेविरुद्ध लढले. त्यांच्यापेक्षाही जयप्रकाशजींचे कार्य काही बाबतींत उजवे आहे, कारण त्यांना स्वजनांशीच लढावे लागले. आपण जो विचारांचा मजबूत किल्ला बांधून

सुखाने राहू पाहतो; तो किल्ला हादरताना आपल्याला दु:ख होते, अस्वस्थताही वाटते. आपल्या तर्कपद्धतीत काही चुका होत्या, हे मान्य करताना जड जाते. पण मोकळेपणाने हे कबूलकरणे भाग आहे की, आपण समजत होतो तेवढे काही आपले तर्कशुद्ध लिहिणे, वागणे नव्हते. अनुभवाने शहाणे व्हायचे एकदा ठरविले की, चुकांच्या कबुल्या अपरिहार्य होतात. पु. ग. सहस्रबुद्धे किंवा बापूसाहेब माटे यांच्यासारखे शिक्षक आम्हाला लाभले, हे आमचे भाग्य होय. त्यांच्या शिकवण्यातीलकाही त्रुटी काळाने लक्षात आणून दिल्या; तरीही त्यांचा प्रामाणिकपणा, तळमळ, समाजहिताची जाण आणि त्यासाठी पत्करावी लागणारी दुरुस्ती हे सारे त्यांचेच देणे आहे.

माझ्या कॉलेजमधला कालखंड खूप लांबला. मध्यंतरी राजकारणाची भलतीच हवा डोक्यात येऊन गेली, म्हणून शिक्षण निरर्थक वाटले. हुशार विद्यार्थी असूनही शिक्षणाकडे दुर्लक्ष झाले. त्या काळात वाचन मात्र खूप केले. आपण लिहू शकू, असा विश्वास वाटला. किंबहुना, लेखन हा आपल्या आयुष्याचा पेशा होईल, अशी स्वप्नेही पडू लागली. शाळेत आणि कॉलेजातील नियतकालिकांत मी कविता आणि गोष्टी लिहिल्या. माझे कवित्व बेताचे असल्यामुळे बापूसाहेब माटे यांनी सौम्य शब्दांत त्यापासून परावृत्त होण्याचा सल्ला दिला. चांगल्या ललित गद्यालासुद्धा काव्यशक्ती लागतेच, असे जरी ते म्हणाले तरी कवित्व हा माझ्या कुवतीचा विषय नाही, असेच त्यांना वाटत असले पाहिजे. शिवाय काव्याबद्दल त्यांच्या मनात अप्रीती होती. काव्य हा वाङ्मयप्रकार कालबाह्य झाला आहे, असा त्यांनी 'रसवंतीची जन्मकथा' नावाच्या प्रबंधात सिद्धान्तच मांडला आहे. या त्यांच्या सिद्धान्ताचा मराठीतील कोणत्याही समीक्षकाने गंभीरपणे प्रतिवाद केलेला नाही. माझ्यापुरता मी कवित्वातून सुटलो, हा फायदाच झाला. कारण नाही म्हटले, तरी एका काल्पनिक विश्वात रमण्याचा मोह त्यामुळे आपोआप टळाला. जीवनाकडे अधिक व्यवहार्य आणि डोळसपणे पाहण्याची वृत्ती आली. मी बेहिशेबी वागण्याचा कित्येकदा देखावा केला आणि लोकांना फसवले, तरीही माझ्या बेहिशेबी वागण्यातसुद्धा हिशेब होते. त्यामुळेच मी फारसा वाहवत गेलो नाही. मला १९४२ च्या चळवळीत गोळी लागली, हा एकच बेहोषीचा उपद्व्याप माझ्या आयुष्यात घडला. त्याने माझे सारे आयुष्य बदलले. तो प्रसंग मला टाळता आला असता, कारण एकंदरच तो प्रकार तारुण्यातीलप्रमाथी उन्मादाचा भाग होता– जाणीवपूर्वक केलेला देशभक्तीचा

प्रयत्न नव्हता. दुराव्याने का होईना, काँग्रेसच्या चळवळीशी माझा संबंध आला आणि काँग्रेसशी हाडवैर करणाऱ्या माझ्या वडिलांच्या मनात माझ्याविषयी दुरावा उत्पन्न झाला.

मागे सांगता-सांगताच काही गोष्टी राहून गेल्या. स्त्रीबद्दलचे कुतूहल माझ्या मनात केव्हा निर्माण झाले असावे? वयाच्या पंधरा-सोळा वर्षांपर्यंत स्त्री-पुरुष संबंध म्हणजे नेमके काय, याचे मला खरोखरीच फारसे ज्ञान नव्हते. स्त्री-पुरुषांनी फारसे हिंडण्या-फिरण्याचे, आमोद-प्रमोदाचे स्वातंत्र्य घेणे, हा त्या काळात उघड-उघड चंगीभंगीपणा होता. फडक्यांच्या वाङ्‌मयाच्या प्रेमात माझ्या वेळची तरुण पिढी होती, पण त्यांच्या प्रेमाच्या वाङ्‌मयातसुद्धा शारीरिक शृंगार फारसा नव्हता. त्यामुळे त्या कल्पित नायिकेशी स्वप्नरंजन करणे, एवढेच काय ते त्या काळातील तरुणांच्या हातात होते. प्रेमविवाहाचे प्रमाण तर अगदी नगण्य होते आणि ते प्रेमविवाहही चार-चार पाच-पाच वर्षे प्रेमाचा पाठलाग केल्यानंतर होत असत. एखाद दुसरी अपवादात्मक मुलगी एखाद्या पुरुषाबरोबर जरा आजूबाजूला जाऊन गप्पा मारत बसली, तर तो अनेकांच्या मत्सराचा विषय होत असे. शारीरिक प्रेम हे बंगाली चित्रपटांमुळे व खांडेकरांच्या वाङ्‌मयामुळे घृणास्पद मानले जात असे. त्यामुळे स्त्री ही एक दुरून पाहण्याची वस्तू आहे, असे सर्व जण गृहीत धरून चालत असत. कॉलेजमधील निवांत कोपरे किंवा लताकुंज येथे बहुतांशी दोन-तीन पुरुष आणि दोन-तीन स्त्रिया यांनी घोळका करून गप्पा मारणे, ही त्यातल्या त्यात पराक्रमाची बाब होती.

मला सर्व अनुकूलता होती. रूप, व्यक्तिमत्त्व, घरंदाजपणा, प्राध्यापकांचा विश्वास, चहापाण्याचा खर्च करण्याची ऐपत– हे सारे काही होते व माझे लहानपणीच लग्न ठरल्याचा गवगवा झालेला असल्यामुळे त्या काळातील मुलींना मी थोडा सुरक्षितही वाटे. कॉलेजात चुणचुणीत समजल्या जाणाऱ्या सात-आठ मुलींशी तरी माझी मैत्री होती. त्या काळात हे असे चार हातांच्या अंतरावरून प्रेम करण्याची परंपरा असण्याचे कारण एक तर बहुसंख्य मुली रूपाने बेताच्या असत. कारण रूपसंपन्न मुलींची लग्ने फार लवकर होऊन जात. पुणे हे गाव त्या काळात इतके लहान होते की, कोणत्याही एका मुलीशी एक-दोनदा बोलताना दिसले की त्याचा बभ्रा केवळ कॉलेजमध्येच होत असे, असे नाही; तर ती वार्ता पुण्यातील समाजहितदक्ष मंडळी तिच्या घरी नेऊन पोहोचवत असत. शिवाय बहुसंख्य मुली ब्राह्मण समाजातल्या, त्याही कॉलेजमधील वर्गातल्या मुलांपेक्षा बहुतांशी वर्षा-दोन वर्षांने मोठ्या आणि लग्न जमत नाही

म्हणून कॉलेजात आलेल्या असत. ज्या काही मुलींच्या घरात थोडे मोकळे वातावरण होते किंवा ज्यांचे पालक परगावी असल्यामुळे ज्या वसतिगृहात राहत, त्यांच्यापैकीच कोणाची तरी मैत्रीण म्हणून निवड करावी लागे. प्रेमाची परिणती विवाहातच होणार, असे गृहीत धरले जात असे. त्यामुळे प्रेमासाठी प्रेम, असला कलेसाठी कला या न्यायाचा खेळ तेव्हा करता येत नसे. मुली परिचिताची निवड फार काळजीपूर्वक करीत. आठच्या आत होस्टेलचे दरवाजे बंद होत किंवा आठच्या आत मुलींना घरी परतावे लागे. त्या काळात माझ्या मैत्रिणींशी मी काय संभाषण केले असेल, त्याचे प्रयत्न करूनही आज मला स्मरण होत नाही, इतके ते फालतू असावे. तीन-चार वर्षांच्या परिचयानंतर मैत्रिणीला हॉटेलमध्ये किंवा सिनेमाला घेऊन जाण्याचा पराक्रम करण्याची संधी मिळे. माझ्यासारखेच इतर विद्यार्थीही त्या वेळेस पुरेसे बावळट होते, असे मला वाटते.

असेच एका मुलीशी बोलत असताना बापूसाहेब माट्यांनी मला पकडले होते. ते रागावतील, असे मला वाटले. उलट, त्यांनी एकंदर महाराष्ट्रीय आणि विशेषत: ब्राह्मणांची तरुण मुले असे बुजल्यासारखे का करतात, असा मला प्रश्न केला. मुलीसुद्धा वयात आलेल्या आहेत, त्यांनासुद्धा तरुण मुलांशी बोलावेसे वाटते; हे तुमच्या लक्षात कसे येत नाही, हे एका तरुण विद्यार्थ्याला सांगताना ते अजिबात संकोचले नाहीत. सभ्यता पाहून मोकळेपणाने वागणे ही काळाची गरज आहे, हे सांगण्याचा सुधारकीपणा बापूसाहेबांनी १९३८-३९ मध्ये दाखवावा, याचे मला आज आश्चर्य वाटते. अर्थात बापूसाहेबांचा तो विश्वास स्त्री-पुरुष संबंधांच्या ज्ञानावरच आधारित होता, हे पुढे काळाने सिद्ध केले.

स्त्रीचा स्नेह केवळ शरीरसुखासाठी मिळवायचा नसतो, हा विचार उदात्त तर खराच; पण स्त्रीमुक्ती चळवळीतला आधारभूत विचार आहे. त्यामुळे माझ्या आयुष्यात नंतर अनेक स्त्रिया आल्या, तरी प्रत्येक ठिकाणी वासनेचे गढूळ पाणी वाहिलेच, असे नाही. आज तर स्त्री-पुरुषसंबंधाला एक फार शारीरिक रूप सर्वत्र येत आहे. मला वाटते– स्त्रीचे काय किंवा पुरुषाचे काय, दोघांचेही स्वातंत्र्य शरीराच्या अवाजवी आकर्षणामुळेच धोक्यात आलेले आहे. आज स्त्री-पुरुषसंबंध अपरिहार्य होत चालले आहेत. अशा वेळेला खऱ्या अर्थाने मैत्रीची आवश्यकता निर्माण झाली आहे. स्त्री-पुरुष अशिक्षित असोत, कुरूप असोत किंवा दरिद्री असोत; पण त्यांची एकमेकांना शरीरापेक्षा अधिक गरज असते. दुसऱ्याकडून होणारे कौतुक, समजावणी, आधार याची गरज वाटेनाशी झाली; तर केवळ

शरीराचे प्रेम माणसाला दीर्घकाळ सोबत देऊ शकत नाही. शरीराच्या आकर्षणाला व वैविध्याला आपोआप मर्यादा पडतात. यात संयम किंवा नीती याचा मी अंतर्भाव करीत नाही, कारण हा नैतिक मूल्यांचा प्रश्न नाही. प्रश्न आहे एकमेकांच्या सोईचा, जबाबदारीचा आणि सुरक्षिततेचा. परस्परांचे आकर्षण कोणाला टाळता येत नाही. या आकर्षणाचे स्वरूप कसे रंजक होईल व ते अधिक काळ कसे टिकवता येईल, हाच विचार महत्त्वाचा असतो. शरीराची तृप्ती हा स्वर्गीय आनंद आहे. ती एक आवश्यक व गरजेची गोष्ट आहे. पण त्या शरीराबरोबर जर मानसिक तृप्ती मिळाली नाही, तर हव्या त्या आनंदाची उंची आपण गाठू शकत नाही; उलट कधी कधी तर विकृतीचाही जन्म होतो आणि ते अनावर आकर्षण वखवखलेल्या डोळ्यांनी समाजाकडे पाहू लागते. स्त्री-पुरुषसंबंध हे एक सुंदर स्वप्न माणसाजवळ असते आणि या स्वप्नाची पूर्तता होण्याचा अवधी वाढण्यावरच स्वप्नाचे सौख्य अवलंबून असते.

'देवदास' किंवा तत्सम बंगाली चित्रपटांनी आत्मिक प्रेमाचा जो अतिरेक केला, त्याची प्रतिक्रियाच 'प्रभात'च्या 'माणूस' चित्रपटात दाखवली गेली. प्रेमाची चेष्टा करणाऱ्या शांतारामबापूंनी उतारवयात जयश्री, संध्या अशा स्त्रियांची सोबत केवळ शरीरधर्मासाठी स्वीकारली, असे म्हणणे मूर्खपणाचे ठरेल. मराठी माणूस थोडा तुसडा असतो. गोड आणि आर्जवी शब्द त्याला वर्ज्य आहेत. स्त्री-पुरुषसंबंधांत पुरुषार्थाला जेवढे महत्व आहे, तेवढेच आर्जवाला व मार्दवाला असते. रतिसुख ही अशी गोष्ट आहे की, ती दुसऱ्याच्या संपूर्ण सहकारातच मिळते, केवळ त्यागाच्या कल्पनेमुळे नव्हे. पण दुसरा सुखी झाल्याशिवाय त्या सुखाची उत्पत्तीच होऊ शकत नाही. ह्या तेवढ्या क्षणापुरती तरी ती स्त्री तुमची मैत्रीणच झाली पाहिजे. याचाच अर्थ, मैत्रीचा विश्वास निर्माण होण्यासाठी पुरेसा अवधी मिळायला हवा. माझ्या अनेक वर्षांच्या अनुभावानंतर मी असे म्हणू शकतो की, प्रत्येकाने केवळ आपापले सुख पाहण्याचा विचारच रतिसुखाशी विसंगत आहे. सुसंस्कृत समाजात सुखांचा दर्जाही उंचावलेला असतो आणि जातीही बदललेल्या असतात. सुसंस्कृतपणा शिक्षणावर, श्रीमंतीवर किंवा प्रतिष्ठेवर अवलंबून नाही. सुख मिळवण्याचे अधिकाधिक चांगले मार्ग म्हणजेच संस्कृती.

कित्येकांशी चर्चा करताना एक गोष्ट लक्षात आली की, पुरुषांच्या दृष्टीने समागमाचा आनंद म्हणजे उत्सर्ग– असाच मानला जातो. त्यामुळे पुरुषांचे स्वतंत्रपणाने समाधान होऊ शकते; स्त्रीचे नाही. स्त्रीमुळे उत्सर्गाचा आनंद कमी-जास्त होत असेल, एवढेच. निसर्गाने स्त्री आणि पुरुष एकत्र आणण्यामागे जी

योजना केली आहे, तिच्यातील एकत्वाचा आनंद उभयपक्षी प्राप्त झाल्याशिवाय रतिसुख या कल्पनेला अर्थ नाही. पुरुषांना तर अनेक वर्षे संसार करूनही ही कल्पना समजलेली नसते आणि चार-दोन मुले होऊनसुद्धा केवळ सवयीने तृप्तीशिवाय जे काही घडते, त्यालाच स्त्री सुख मानू लागते. पुरुषाचा धसमुसळेपणा व त्याला तृप्त झाल्यावर मिळणारा आनंद म्हणजेच रतिसुख होय, अशी एकदा कल्पना डोक्यात पक्की झाली की, मग तशाच काहीशा परावलंबी सुखावर स्त्री गुजराण करू लागते. स्त्रीचे मन आणि शरीर ही केवळ साधने होऊन जातात. अलीकडचे सुशिक्षित विवाह असफल होण्यामागचे हे एक महत्त्वाचे कारण आहे. सारे काही व्यवस्थित असूनही आपण दुःखी का व्हावे, हेसुद्धा स्त्रीला सांगता येत नाही.

गेल्या पिढीत दुबळेपणाने असेल, अज्ञानामुळे असेल– परंतु मिळेलत्या रतिसुखावर संतुष्ट होऊन स्त्री संसार रेटून नेत असे. स्त्री-पुरुषसंबंधांतला उत्साह ओसरला तरीसुद्धा संसारावरील तिचा विश्वास ढळत नसे. स्त्री-पुरुषसंबंधांत एवढे हपापण्यासारखे काय आहे, असा प्रश्न पुष्कळांना पडत असेल. अर्थात प्रत्येक कालखंडात असतात, त्याप्रमाणे त्या काळातही काही शहाणी जोडपी असतीलच. अनुरूपता नसतानाही व गरिबीमुळे अनेक सुखे नाकारली गेली असतानाही परस्परांवर गाढ प्रेम निर्माण करणारी रतिसुखासारखी अद्भुत शक्ती ज्यांना सापडली, ते धन्य होत. कामशास्त्रांच्या अनेक नानाविध ग्रंथांमुळे एकमेकांच्या सुखाचा विचार प्रकर्षाने लक्षात येऊ लागला आहे. पण पुरुषाची मनोवृत्ती जर बदलली नाही, तर मात्र स्त्री-पुरुषसंबंध नीरस आणि अनाकर्षक होत जातील. आपल्या संसाराच्या आणि घराच्या अनावर ओढीचे रहस्य सुखदायी शय्येत व तृप्तीच्या ढेकरेत आहे. सुखी, संयत आयुष्याचा ओनामा भोगतृप्तीनंतर सुरू होतो. परस्परांवरील विलक्षण आकर्षणावाचून निर्माण झालेल्या संततीपेक्षा तृप्त समागमातून निर्माण झालेली संतती मानसिक व शारीरिक दृष्ट्या सुदृढ बनते. संतती ही काही आता केवळ ईश्वरनिर्मित देणगी नाही; ती एक शरीरप्रक्रिया आहे, ती स्वेच्छेतूनच निर्माण होते. ती इच्छा जेवढी बलवत्तर व जोडीदाराच्या आनंदाशी निगडित, तेवढी संततीही निष्कलंक. मातृत्वाचा जन्म हा सुखद इच्छेतून झाला, तरच वात्सल्यही तेवढेच उदात्त होऊ शकते. गृहजीवनात तृप्त समागमाला हे असे सर्वंकष स्वरूप असते.

-*-०-*-

: ५ :

माझ्या आयुष्यात काही स्त्रिया आल्या. त्यांची नावनिशी देण्यात काही अर्थ नाही. पण एकदा रूढार्थाने व प्रकटपणे समाजाची बंधने मोडून तुम्ही स्त्रीसंबंध केलात की, तुमच्या आयुष्यात तुम्हाला बदनामी चिकटते. ही बदनामी पुष्कळशी मत्सरातून निर्माण होते. अशीही एक गैरसमजूत आहे की, पुरुष तेवढा स्वैराचारी असतो. पण या विधानातील मूर्खपणा, त्यातील अर्थ शोधल्याबरोबर चट्कन लक्षात येतो. अगदी समाज बंदिस्त होता, तेव्हासुद्धा स्वैराचार नव्हता, असे नाही. फक्त तो फार चोरटेपणाने चालत असे, एवढाच त्याचा अर्थ. पैसे टाकून बाजारी स्त्रीकडून सुख मिळवण्याचा मार्ग आपण सोडून देऊ. पूर्वीच्या समाजातसुद्धा विवाहबाह्य संबंध होतेच. त्याचा गाजावाजा करण्याची तेव्हा हिंमत नव्हती. आणि म्हणून, खऱ्याखुऱ्या अर्थाने ते फक्त शरीरसंबंधच असत. अनुनय, अनुराग, अनुरंजन या गोष्टींना त्या काळात संधी नव्हती. शिवाय स्त्रीलाही सर्वार्थाने बांधून ठेवलेले म्हणून परपुरुषाचे आकर्षण ही फार मोठी जोखीम वाटत असे. त्या काळातील पुष्कळसा व्यभिचार हा मानसिक पातळीवरसुद्धा होता. विधवा स्त्रीला कुरूप करण्यामागेसुद्धा तिचे आकर्षण कोणाला वाटू नये, हाच हेतू होता. पण तरीही अधून-मधून का होईना, त्या अनाकर्षक स्त्रीचेसुद्धा आकर्षण निर्माण होई आणि प्रसंगी सर्वस्वनाश दिसत असूनही व्यभिचाराचा जन्म होई.

एक स्त्री आणि एक पुरुष हा आदर्श मुख्यत्वेकरून इंग्रजांनी आपल्या देशात रुजवला. एक श्रीरामचंद्र सोडले, तर या देशात एकपत्नीव्रत कोणीच अस्तित्वात आणलेले नव्हते. एक स्त्री आणि एक पुरुष हीसुद्धा समाजाची एक सोय आहे व स्त्री-पुरुष यांच्या समान संख्येचा विचार करता, ती एक आवश्यकताही आहे. परस्परांच्या आवडीनुसार व परस्परांचे पुरेसे ज्ञान झाल्यावर स्त्री-पुरुष विवाहबद्ध झाले, तरच ही पद्धत यशस्वी होण्याची शक्यता आहे. अजून तरी आपल्या देशात स्त्रीला निवडीचे स्वातंत्र्य नाही. पुष्कळदा घराणी, जाती, श्रीमंती, गौरवर्ण, सौंदर्य या सर्व गोष्टींवर येथीलविवाह अवलंबून आहेत. लग्न होते वेळी पुष्कळसे विवाह समान तत्त्वावर घडत नाहीत. मग मागे-पुढे स्त्री-पुरुष यांची पात्रता व गरजा बदलत जातात. कुणाला तरी आपल्यावर अन्याय झाला आहे, याची जाणीव निर्माण होते. अनेक दडपणांमुळे लग्नबंधने शाबूत राहतात, परंतु निष्ठेचे बंधन लुळे पडत जाते. समाज पुष्कळसा सुस्थिर दिसतो म्हणून समाजाची नीतिमत्ता श्रेष्ठ असतेच, असे नाही. शारीरिक व्यभिचारापेक्षाही मानसिक व्यभिचार हा अधिक हीन प्रकारचा आहे. पूर्वीच्या काळात बालगंधर्वांच्या स्त्रीरूपावर आणि विभ्रमावर खूष होणारा पुरुष काय किंवा आजच्या उघड्या-नागड्या नट्यांच्या काल्पनिक समागमावर संतुष्ट होणारा आजचा तरुण काय– हा मानसिक व्यभिचारच आहे. प्रत्यक्षात मिळणारी स्त्री किंवा पुरुष हे कोणत्याही पर्यायांच्या जवळसुद्धा जाऊ शकणार नाहीत. पूर्वी पुरुषप्रधान समाजरचनेत स्त्री बिचारी आपल्या मनातले विचार उघड करू शकत नव्हती. केवळ आर्थिक स्वातंत्र्यामुळेच नव्हे, तर स्त्रीसौंदर्याचा लिलाव उघड-उघडपणे मांडणे प्रतिष्ठित झाल्यामुळे स्त्रीसुद्धा खऱ्या अर्थाने एकाच पुरुषावर प्रेम करायला पात्र उरलेली नाही. तिला निवड करण्याचे स्वातंत्र्य जसजसे मिळत जाईल तसतसे या समाजातील स्थिर वाटणारे सांसारिक जीवन अतिशय धोक्यात येईल.

आपल्या समाजातील सुस्थिर स्त्री-पुरुषसंबंधांबद्दलचा माझा विश्वास पुष्कळ कारणांमुळे ढासळला आहे. मी मूळचा एक भित्रा, सावध, अबोल असा तरुण होतो. माझे आयुष्य असे काही भरकटत जाईल, असे मला कधीही वाटले नव्हते. आज माझी जी काही बरी-वाईट प्रतिमा अस्तित्वात आहे, ह्यावरून असा गैरसमज निर्माण होण्याची शक्यता आहे की, मी एक स्त्री-शिकारी आहे. पण अजूनही स्त्रियांच्यात वावरताना व अपरिचित स्त्रीशी ओळख होताना माझी धांदल उडते. नव्या स्त्रियांच्या ओळखी वाढवणे, त्यांच्या घरी वेळी-अवेळी जाणे, त्यांचा पाठलाग करणे, त्यांना भुलवणे, त्यांना भेटवस्तू देऊन फुलविणे–

यातले मला काही जमू शकले नाही. एक-दोन अपवाद वगळले, तर अमुक एक स्त्री आपल्याला मिळालीच पाहिजे, असेसुद्धा मला कधी वाटले नाही. एक तर फार सुंदर स्त्री ही अशा प्रेमजीवनात सुखद गोष्ट नसते, याचा मला अनुभव झाला आहे. अशा सुंदर स्त्रियांच्या मागे पुष्कळ खुशामतखोर लोक असतात. त्यांनी तिचा उद्दामपणा पुष्कळसा जोपासलेला असतो. तिच्या सौंदर्याचा अहंकार तिला प्रत्यक्ष रतिसुखाच्या वेळेलासुद्धा विसरता येत नाही. खरी गोष्ट अशी आहे की, काही पुरुषांना स्वाधीन होणारी स्त्री आवडते, त्यातलाच मीही एक असावा. आपल्या सौंदर्याने पुरुषांना खेळणारी मला भुरळ घालू शकत नाही आणि शरीरसौंदर्यामुळे स्त्रियांची मने समर्पणाला कधीच सिद्ध नसतात. त्या पुरुषाला भोगतात; पुरुषाला भोगू देत नाहीत. त्यांच्याबरोबरच्या स्नेहबंधनाची जास्त वाच्यता होते, कारण त्यांच्यावर समाजाचा पहारा अधिक असतो. शिवाय वरती मी लिहिलेच आहे त्यानुसार, रतिसुखात– विशेषत: विवाहबाह्य रतिसुखात– मनाची गुंतवणूक फारच प्रभावी असते. त्याशिवाय एखाद्या विवाहित पुरुषाच्या आयुष्यात आपले सुस्थिर आयुष्य एखाद्या स्त्रीने का म्हणून गुंतवावे? या स्त्रीला भारून टाकणारा एखादा तरी अलौकिक गुण त्या पुरुषात असला किंवा एखाद्या स्त्रीचे मार्दव, कौतुकशक्ती, धीराचा शब्द मोलाचा वाटला; तरच हे एकत्र येणे शक्य आहे. केवळ गंमत म्हणून विवाहित स्त्री वा पुरुष अन्य स्त्री-पुरुषावर प्रेम करीत नाहीत. ही गुंतवणूक महाग पडणारी असते. कित्येकदा तो धोक्याचा प्रवास ठरतो. सुस्थिर अशा जीवनक्रमापेक्षाही अस्थिर जीवनक्रमाकडे वाटचाल करताना स्त्रीच्या मनाला खूपच यातना होतात आणि पुरुषसुद्धा दहादा विचार करतो.

हे व्यभिचार तसे महागडे असतात. आयुष्य उद्ध्वस्त करून टाकणारे धोके तर त्यात असतातच; पण आपली सामाजिक प्रतिमा एवढी धोक्यात जाऊन पडते की, दीर्घकाळपर्यंत एकट्याने प्रवास करावा लागतो. शरीरसुखाच्या आकर्षणाने जेव्हा सुस्थिर आयुष्य फेकून द्यायचे असते, तेव्हा प्रभावी मानसिक आकर्षण निर्माण व्हायला हवे असते. चोरटा शरीरसंबंध त्या मानाने सुलभ असतो आणि त्याची किंमतही त्या मानाने फारशी मोजावी लागत नाही. सुसंस्कृतपणामुळे माणसांचे हे चोरटे शरीरसंबंध स्थिर प्रेमात हळूहळू रूपांतर पावतात. नवरा आवडला नसला तरी घरात आणि मुलांत स्त्रीचे मन गुंतलेले असते. बायको आवडलेली नसली तरीसुद्धा आपल्या सवयी ज्या घरादाराला माहीत असतात, ते घर सोडणे पुरुषाच्या जीवावर येते. उघडे विवाहबाह्यसंबंध

त्यामुळेच फारशा प्रमाणावर घडताना दिसत नाहीत. ज्यांनी परस्त्रीचा स्पर्शसुद्धा घेतला नाही, असे मराठीतले अनेक नामवंत लेखक व्यभिचाराच्या गोष्टी लिहीत आहेत; तो त्यांच्या मनोमैथुनाचा भाग आहे. अशा संबंधांत केवढ्या मानसिक वादळांना तोंड द्यावे लागते, याची त्या बिचाऱ्यांना कल्पना नाही. परस्त्रीबद्दल वाटणारे विकृत आकर्षक अशा कल्पितांना जन्म देते. स्त्री-पुरुषसंबंध जसा शरीराचा खेळ आहे, तसाच मनाचा खेळ आहे. अशा संबंधांत गुंतलेल्या स्त्री-पुरुषाची मनोवृत्ती पूर्णपणे बदलून जाते. एरवी भित्री असणारी माणसे अशा वेळी शूर होतात.

अशा संबंधांत आणखी एक गोष्ट महत्त्वाची आहे. ती म्हणजे, माणसाची बंड करण्याची स्वाभाविक मनोवृत्ती. माणसाला वैचित्र्य हवे असते. कोणताही पुरुष किंवा स्त्री सर्व वैचित्र्याचा हव्यास पुरा करू शकतच नाही. एक काय किंवा अनेक काय– एकमेकांनी एकमेकांना भोगले म्हणजे साऱ्या हव्यासाची तृप्ती होते, असे नाही. शेवटी कुठे तरी मनाला रोखावेच लागते; समाधान मानावे लागते. एक गोष्ट निर्विवाद सत्य आहे की, येणाऱ्या-जाणाऱ्या स्त्री-पुरुषांच्याकडे लोभटपणे नजरा फिरवणाऱ्या तथाकथित चारित्र्यसंपन्न आणि सुप्रतिष्ठित माणसापेक्षा व्यभिचारी माणसाचे चारित्र्य अधिक शुद्ध असण्याची शक्यता असते. एक तर आपल्याला आवडलेली स्त्री आपण मिळवली, ही त्याची अहंता तृप्त झालेली असते. विवाहबाह्य संबंधांतीलइमान हे पुष्कळदा विवाहित स्त्री-पुरुषांच्या इमानापेक्षा उच्च प्रतीचे असते, कारण दोघांनीही एकमेकांसाठी खूप काही सोसलेले असते. शिवाय इमान हे एकच बंधन दोघांच्या एकत्र येण्याला कारण असते. काही काळ तरी बाहेरची सर्व शारीरिक आकर्षणे क्षुद्र झालेली असतात. दोघांनी समाजाचा रोष ओढवून घेतलेला असतो. त्यामुळे खऱ्याखुऱ्या अर्थाने त्यांना फक्त एकमेकांचाच आधार असतो. कुणालाही काही गृहीत धरता येत नाही. त्यामुळे दुसऱ्याच्या मनाचा विचार अधिक साक्षेपाने जागृत ठेवावा लागतो. कायदा, समाज, पूर्वीची सांसारिक बंधने– या साऱ्यांची विलक्षण दडपणे दोघांच्याही मनावर असतात. विवाहित स्त्री-पुरुषापेक्षा अशा संबंधांतील जोडीदाराला सुखी करण्यासाठी जास्तीत जास्त धडपड केली जाते, आणि समाजाविरुद्ध केलेले बंड हे असले संबंध टिकवून धरण्याच्या पुष्कळदा कामी येते. बंडखोरीचा आनंद तर त्यात असतोच; पण इतरांपेक्षा मी निराळा आहे, ही अहंताही त्यात तृप्त होत असते. सामाजिक प्रखर विरोधाला प्रतिकार करण्यासाठी असेल-नसेलती सर्व शक्ती वापरावी लागते.

या भांडणाचा कैफही मोठा विलक्षण असतो. मी तो स्वत: अनुभवला आहे. मी एवढेच सांगेन की; पुढे आयुष्यात जो काही परखडपणा, निश्चयीपणा आणि मस्तवालपणा माझ्या लेखणीत आणि वृत्तीत आला, त्या सर्वांचे मूळ– माझ्या आणि आनंदीबाईंच्या सहजीवनकाळात– मला ज्या अनेक व्यक्तीशी झगडावे लागले– त्यातच आहे. तेव्हाच समाजातला दुबळेपणा, ढोंगीपणा माझ्या लक्षात आला. माझ्या व बाईंच्या संबंधांपेक्षा मी उघडपणे ते सर्व काही करीत होतो, याचा लोकांना राग येत होता. प्रत्येक सुखाची किंमत द्यावीच लागते; व्यभिचाराची तर ती फार द्यावी लागते. पण ती किंमत देऊन उघडपणाने आणि ताठ मानेने चाललेल्या माणसाचे समाज फारसे काहीही करू शकत नाही, हे माझ्या लक्षात आले. कारण पुष्कळांना माझ्यासारखे आयुष्य जगायची इच्छा होती, पण शक्यता नव्हती; आणि धाडस तर नव्हतेच नव्हते. कुणाला तरी भारून टाकण्याइतके आकर्षण किंवा कुठला तरी गुण अंगी असल्याशिवाय कोण कोणावर लुब्ध होणार? आता प्रत्येकाला वाटत असते की– आपण रूपसंपन्न आहोत, हा भाग सोडून देऊ. कारण तसे नसते, तर समाजातल्या नगण्य कुमारिकांना राजेश खन्ना मिळण्याचे स्वप्न पाहण्याचे सामर्थ्यच झाले नसते किंवा तरुणांना हेमामालिनी मिळवल्याचे स्वप्नही पडले नसते.

-*-०-*-

: ६ :

माझं लग्न १९४५ मध्ये झालं. मी आनंदीबाईंच्या बरोबर १९५४ मध्ये उघडपणे एकत्र राहू लागलो. आम्ही १९६२ च्या जानेवारी-फेब्रुवारीपासून वेगळे झालो आणि मी एकटाच राहू लागलो. मग १९६३ च्या मध्यामध्ये मी परत माझ्या पत्नीशी संसार करू लागलो. बाईंना सोडेपर्यंत माझ्या आयुष्यात अन्य कोणीही परस्त्री आली नाही. आणि एकूण ज्या काही स्त्रिया माझ्या आयुष्यात आल्या, त्या मुख्यत्वेकरून माझ्या एकटेपणाच्या दीड वर्षाच्या कालखंडातच. मी बाईंना सोडलंय, हे कळायला फारसा वेळ लागला नाही आणि मग समाजातल्या कित्येक स्त्रियांनी माझी शिकार केली. स्त्रिया मिळविण्यासाठी त्यांच्या मागे लागावे लागत नाही; अशा बदनाम झालेल्या पुरुषाचा माग काढीत शोधत त्याच येतात, हा अनुभव मोठा धक्कादायक होता. त्या वेळेस माझे वय सुमारे चाळीस वर्षांचे होते. म्हणजे सहजगत्या आकर्षित करणारे रूप आणि तारुण्य आता उताराच्या दिशेने चालू लागले होते. शिवाय एक पराभूत मनोवृत्तीही माझ्याजवळ निर्माण झाली होती. मीही म्हटले तर समाजाचा रोष ओढवून एक संसार टाकून दुसरा संसार करण्याचा यत्न केलेला होता आणि तो संसारही नाइलाजानं मला गुंडाळावा लागला. या माझ्या पराभूत आणि अपमानित स्थितीत ज्या स्त्रिया माझ्या आयुष्यात येतील अशी कल्पनाही मी केली नाही, अशा कित्येक स्त्रिया सहजगत्या डोकावून गेल्या.

कुठल्या तरी अपार कुतूहलाच्या पोटीच तर त्या माझ्या आयुष्यात आल्या नसतील ना? का अतृप्त वासना पुरवून घेण्यासाठी एक रिकामटेकडे साधन माझ्या रूपाने त्यांना मिळाले? समाज सुस्थितीत आहे, विवाहबंधन हेही स्थिर आहे, असे मी मानीत होतो. आनंदीबाईंशी संसार करताना मी त्यांना प्रामाणिक इमान दिले होते आणि ते बंधन गळून पडताच एखाद्या काटलेल्या पतंगासारखी माझी स्थिती झाली होती. मुळात माझी भ्रमरवृत्ती नव्हती, घर या संस्थेवर माझे नितांत प्रेम आहे. बाजारातले अन्न मला आवडत नाही. बाजारी स्त्रियांची तर मला घृणा आहे. असं असूनसुद्धा एकदा नव्हे, तर दोनदा माझे घर मी मांडलं नि मोडलं. एखाद्या बेजबाबदार, भरकटलेल्या माणसाप्रमाणे मला भलभलत्या ठिकाणी राहावे लागले. भलत्या लोकांची संगत करावी लागली.

या दीड वर्षाच्या माझ्या एकटेपणाच्या काळात माझ्या आयुष्यात जर एवढ्या प्रमाणात स्त्रिया आल्याच नसत्या, तर कुणास ठाऊक– माझ्या छोट्याशा व्यवसायात एकटेपणाने राहण्यात मी इतिकर्तव्यताही मानली असती. परंतु स्त्रियांचे हे माझ्या आयुष्यातले आगमन जरी तात्पुरते सुखदायी आणि सांत्वनपर वाटलं; तरी मी एक खेळणे होतोय, ही कल्पना क्लेशकारक होती. एकदा अवचितपणे रात्री साडेनऊच्या सुमारास आनंदीबाईंची मैत्रीण आहे असे सांगणारी एक स्त्री माझ्या एकान्तप्रिय अशा लॉ कॉलेजसमोरच्या बंगलीत आली. आपण एका लष्करी अधिकाऱ्याची पत्नी आहोत, असं ती म्हणाली. आनंदीबाईंचं वागणं चुकलंय आणि त्या आपलं वागणं दुरुस्त करायला तयार आहेत, अशा सांत्वनाच्या भाषेत तिने बोलायला आरंभ केला. परंतु ती आली, त्या वेळची अवेळ, तिच्याबरोबर असणारी प्रवासी बॅग यामुळे मी भांबावून गेलो होतो. त्या वेळेस मी मद्य घेत बसलो होतो. मद्य घेणार का, असे मी विचारताच तिने औपचारिक नकारसुद्धा दिला नाही. मग अर्थात माझा एकटेपणा, थोडं नाटकी संभाषण, अगदी डोळ्यांत पाणी आणून माझ्याबद्दल दाखवलेली सहानुभूती आणि मद्याची झिंग यामुळे औपचारिकता केव्हा संपली अन् शारीरिक लगटीला केव्हा आरंभ झाला, तेही कळलं नाही. पण मला एक विस्मयकारक अनुभव त्या वेळेस आला. समोरची स्त्री सुंदर नसली, तरी आकर्षक होती. धुंदीने ती अधिक आकर्षक वाटत होती. तिच्यात एक सैलसर मोकळेपणा होता. क्षणाक्षणाने ती चवताळली जात होती. आक्रमक पवित्रे घेत होती. दुर्दैव असे माझ्यातले पौरुष मात्र अधिकाधिक थंड होत गेले. मला काय होतंय, हेच कळत नव्हते. त्याचा आता मला बरोबर थांगपत्ता लागतो आहे. जवळपास वर्ष-सहा महिन्यांच्या

मानसिक ओढाताणीनंतर बाईंना सोडून देण्याचा कठोर निर्णय मला घ्यावा लागला होता. मला शारीरिक, तसेच मानसिकही बरेच हादरे बसले होते. बाईंशी बेईमान होण्याची कल्पनाही माझ्या डोक्यात कधी आली नाही. बाईंच्या लोभस, तरीही दक्ष व्यक्तित्वाने मला सर्वार्थाने अंकित केले होते. बाईंच्या इच्छांचा मी गुलाम झालो होतो. त्यांच्या व्यतिरिक्त अन्य स्त्रीचा विचारसुद्धा शक्य नव्हता. मुंबईत राहत असताना त्यांच्याच मैत्रिणींनी केलेली उघड-उघडपणे शरीरव्यवहाराची मागणी मी नुसती धुडकावली नव्हती, तर ती गोष्ट बाईंच्या कानावर घालून ती व्यक्ती पुन्हा घरी येणार नाही, याचा बंदोबस्त केला होता.

आनंदीबाईंची आणि माझी घट्ट ओळख होण्याच्या कालखंडात एका नाटकातल्या नटीने माझ्यावर असाच एक प्रसंग आणला होता. त्या वेळेस परळच्या माझ्या एका मित्राच्या खोलीत मी राहत होतो. मी काही तरी किरकोळ आजारी होतो, त्या वेळेस भर दुपारी कोणीही येणार नाही, अशा त्या माझ्या खोलीत आल्या. त्यांचे डोळे सहज वाचता येण्यासारखे होते. त्यांनी खूप शारीरिक लगट केली, तरीही मी त्यांना जबाब दिला नाही. कारण उघड होते– ती स्त्री तशी खुल्या व्यवहारासाठी प्रसिद्ध होती! एका प्रियकराला उघड-उघडपणे घेऊन ती तिच्या स्वत:च्या घरीच राहत होती. ही गोष्ट तिच्या नवऱ्याच्या संमतीने चालली होती. तिच्या नवऱ्याच्या संमतीनेच त्यांचे शरीरव्यवहार होत असत. हा तिचा प्रियकर हाही एक विलक्षण माणूस होता. स्त्रिया गटविण्याच्या शास्त्रात त्याचे प्रावीण्य असाधारण होते. आणि, दुर्दैवाने कॉलेजच्या कालखंडापासून तो माझा मित्र होता. त्याच्याचमुळे मी खरा मुंबईत आलो होतो. अर्थात या काळात बाईंचे वास्तव्यही मुंबईत होते, हेही माझ्या थंडपणाचे कारण होते. त्या काळात त्या हेल्थ व्हिजिटरचा कोर्स करत होत्या आणि मी आर्थिक दृष्ट्या एका अरिष्टात सापडून मुंबईत येऊन धडकलो होतो. हा माझा मित्र, वर निर्दिष्ट केलेल्या नटीचा नवरा आणि मी यांनी एक व्यवसाय सुरू केला होता. व्यवसाय भिशीसारखा; परंतु भिशीसारखा लोकांचा पैसा गोळा करण्यासारखा व्यवसाय करण्याएवढी नीतिमत्ता त्या दोघांजवळही नव्हती, हे माझ्या ध्यानात आले. एक तर कामगारवस्ती, दुसरे हे बेभरवशाचे भागीदार. त्यामुळे मुंबईस येऊनसुद्धा या धंद्यात माझे मन लागत नव्हते. आनंद एकच होता– तो म्हणजे, माझ्याबद्दल सर्वांनाच अतिशय आदर होता व थोडी भीतीसुद्धा होती. अन्य व्यवसायात मी खूप नावलौकिकही मिळवलेला होता. माझ्या अडचणीतल्या काळात या धंद्याची कल्पना मीच काढली. धंद्याला यशही येत होते. परंतु माझ्या नावानेच चालू

असणारा जोखमीचा हा धंदा या माझ्या दोन मित्रांच्या साह्याने चालवणे धोकादायक वाटत होते. पुण्याहून माझ्याबरोबर आलेला हा मित्र विवाहित होता. या नटीच्याच घरात तिच्या पैशावर जगत होता आणि दुसऱ्या अन्य स्त्रियांशीही त्याचे व्यवहार चालत होते.

वर उल्लेख केलेली नटी तशी सुस्वभावी होती व तिला थोडी साहित्यिक जाण होती. नाचणे, कविता करणे या साऱ्यांचा तिला छंद होता. कदाचित त्यामुळेही असेल– पण ती माझ्याशी फार मनमोकळेपणाने वागू लागली. मित्राची प्रेयसी आणि भागीदारी बायको या दोन्हीही नात्याने ती अर्थातच मला वर्ज्य होती. पण तिच्या लेखी मी एक आदर्श पुरुष होतो आणि ती माझ्याबद्दलचा आदर किंवा प्रेम खुल्लमखुल्ला व्यक्त करीत होती. माझ्याबद्दल अत्यंत आदर व प्रेम व्यक्त करणारी आणि माझ्याबद्दल लालसा व्यक्त करणारी कविता आम्ही चौघेही मद्यपान करीत असताना तिने आम्हाला म्हणून दाखवली. आनंदीबाईंजवळ दुसऱ्या स्त्रीच्या भावना वाचण्याचे ज्ञान अपूर्व होते. ज्या शिताफीने आणि चातुर्याने माझी बालमैत्रीण छगुल हिच्याकडचे माझे जाणे-येणे त्यांनी बंद केले आणि माझ्या मनात असलेले तिच्याबद्दलचे प्रेम अवचितपणे खुडून टाकले, तसेच याही नटीबद्दल करणे त्यांना मुळीच कठीण नव्हते. पण या स्त्रीमुळेच मी मुंबईत राहू शकत होतो, याची जाणीव त्यांना होती. त्यांचा चौफेर पहारा माझ्यावर असे आणि जरी तो नसता, तरीही त्यांच्याशी बेईमान होण्याची माझी हिंमत नव्हती. एक तर त्यांच्या संपन्न व्यक्तिमत्त्वात मी बुडून गेलो होतो. त्यांच्यामुळे आयुष्यात नको तो धोका मी स्वीकारला होता. निदान त्या काळात तरी माझे व्यक्तिमत्त्वच दुबळे होते, म्हणूनच आक्रमक असणाऱ्या त्या नटीला मी दूर राखू शकलो. भर दुपारी एकान्तात आलेल्या या स्त्रीला मी तशीच अभुक्त परत पाठवली, याबद्दल मला तेव्हा मुळीच खंत वाटली नाही. पुढे काही वर्षांनी तिचा पत्ता मिळवून मी तिच्या नव्या संपन्न अशा फ्लॅटमध्ये गेलो. तिच्या मुलींचीही तोपर्यंत लग्नं झालेली होती. पण आता ती पार बदलून गेली होती. देवधर्म, जपजाप्य यांत आकंठ बुडालेल्या एका कामतृष्णेला आता वेगळेच रूप प्राप्त झाले होते. तिने माझे आगत-स्वागत केले. चहा दिला. पण मागे ओसंडून वाहत असणारी आसक्ती आता कुठे दिसलीच नाही. ज्या माझ्या मित्राच्या प्रेमपाशात ती सापडली होती, तोही तिला सोडून एक विमा कंपनीचा अधिकारी म्हणून सुप्रतिष्ठित जीवन जगत होता. नटीचा व्यवसाय तिने केव्हाच सोडून दिला होता. नाही म्हणायला, तिने ज्या नाटकाच्या पहिल्या प्रयोगात काम केले

होते, त्या नाटकाच्या हजाराव्या प्रयोगात तिने मुद्दाम अपूर्वाईने काम केले. तिच्या डोळ्यांतला एके काळचा अवाजवी हव्यास आता लोपून गेला होता. आता ती एक निराळीच स्त्री बनून राहिली होती. तिच्या आयुष्यात पूर्वीची ओझी घेऊन डोकावण्याचे मला काहीएक कारण नव्हते. माझ्याही आयुष्याचे गुंतागुतीचे अनिष्ट रस्ते पार करून मीही सावध, सुरक्षित आणि प्रतिष्ठित रस्त्यावरून कालक्रमणा करू लागलो होतो. या वेळेला बाईंची भीती उरलेली नव्हती. इमानाचाही प्रश्न उरलेला नव्हता. पुलाखालून पुष्कळ पाणी वाहून गेले होते. आताच्या माझ्या नव्या प्रतिष्ठित आयुष्यात तिच्या येण्याने काही धक्का बसणार नव्हता. पण माझ्या तरुणपणाच्या अनेक व्यामोहांना आता माझ्या आयुष्यात स्थान उरलेले नव्हते. पण तिची एक अद्‌भुत गोष्ट सांगितल्याशिवाय माझे हे लेखन अपुरे राहीलअसे वाटते, म्हणून ती सांगतो.

ही भिशीची संस्था मी चालू केल्याबरोबर कारकुनांच्या जागा भरती करण्यासाठी आम्ही एक जाहिरात दिली. त्याला उत्तर म्हणून एक अत्यंत लोभस मुलगी मुलाखतीसाठी आली. माझ्या या दोन भागीदार मित्रांचे चरित्र आणि चारित्र्य मला माहीत होते. यांच्या तावडीतून ही मुलगी सुटणे शक्यच नव्हते. ही निरागस, निष्पाप मुलगी या सैलसर आणि निसरड्या वातावरणात कुठेही वाहवत गेली असती. ती कोकणातल्या एका जिल्ह्याच्या गावाहून मुंबईत पळून आली होती. तिचे तिच्या मेव्हण्यावर प्रेम बसले होते. पण त्याला इतके धारिष्ट्य नसल्यामुळे तिची त्रिशंकूसारखी अवस्था झाली होती. ती मुलगी इतकी लोभस होती की, तिचा मोह कुणालाही पडावा! तिला आमच्या कार्यालयात काम न करण्याचा सल्ला मी दिला आणि तिनेही तो मानला. ती माझ्यात थोडीशी गुंतली होती; पण मी तरी कुठे रिकामा होतो? आम्ही कित्येकदा हॉटेलात गेलो, फिरलो; पण आमच्या स्नेहाला कधीही वासनेचे रूप येऊ शकले नाही. तिने मला कित्येक सुंदर-सुंदर पत्रे लिहिली. बाईंच्या भीतीने ती सारी पत्रे मला फाडून टाकावी लागली. तिने दिलेला फोटो त्याच कारणास्तव मी नाकारला. तिने 'सॉयकॉलॉजी ऑफ सेक्स' अशा शीर्षकाचे एक दीर्घ असे पत्रवजा स्फुट मला दिले. ते मात्र तिची आठवण म्हणून मी अजूनही जपून ठेवले आहे. तिच्या हस्ताक्षरातून अजूनही तिचे दर्शन मला होते. एखादे तांबुसगौर नुकतेच पल्लवलेले पान तिच्या रूपाने अजूनही कधी तरी नजरेसमोर येते. पुढे तिची बहीण वारली आणि तिच्या मेव्हण्याशी तिचे रीतसर लग्न झाले. एक-दोनदा ती मला भेटली होती. हे

सुंदर स्वप्न असेच अर्धवट स्थितीत मी राहू दिले हे फार चांगले केले, असे त्या वेळच्या तिच्या तृप्त डोळ्यांकडे पाहून वाटले. तिच्या मेव्हण्याबरोबरच तिचा संसार सुखात चालू होता. यामुळे मनात अवचित विसंवादी सूर उमटला; नाही असे नाही. चांगल्या वस्तूंचा लोभ कुणाला नसतो? पण ज्या सुखाची किंमत आपण अदा करू शकत नाही, ते सुख नाकारणे, हाही कदाचित आदर्श भोगवाद असू शकेल. माझ्या आयुष्यात जीवनविषयक काही संकेत निर्माण होत गेले. म्हणून रूढार्थाने मी चारित्र्यशून्य असलो, तरी माझ्या जीवनाविषयी मला कधीही अनुताप वाटला नाही.

ही मुलगी मी माझ्या भागीदारांपासून वाचवू शकलो, कारण तिने माझ्यावर विश्वास टाकला. परंतु तसे दुसऱ्या मुलीच्या बाबतीत मात्र घडू शकले नाही. कारण ती जेव्हा आली, तेव्हा वशीकरणाच्या शास्त्रात अलौकिक गती असणाऱ्या माझ्या मित्राच्याच तावडीत ती सापडली. माझा मित्रही तसा रूपसंपन्न होता, असे नव्हे किंवा काही अलौकिक कर्तृत्वही त्याच्याजवळ होते असे नव्हे; पण एका राजकीय पक्षात काही काळ काम केल्यामुळे व एका राजकीय दरोड्यात नऊ महिने शिक्षा भोगून आल्यामुळे त्याच्यात एक अलौकिक बेडरपणा आला होता. त्या काळात तरी तो कम्युनिस्ट होता. मध्यम चणीचा, उत्तर हिंदुस्थानात वास्तव्य केल्यामुळे अदब, ज्ञान यांच्याशी परिचित असलेला– हिंदी, मराठी, इंग्रजी या तीनही भाषांवर प्रभुत्व असलेला हा मित्र स्त्रियांना कोणत्या गुणावर जिंकत असे, हे समजणे खरोखरच अतर्क्य होते. ती नवागत मुलगी चांगली प्रतिष्ठित घराण्यातली, एम. ए. पर्यंत शिकलेली. आणि सुंदर नसली तरी आकर्षक व्यक्तिमत्त्वाची होती. तिच्या चेहऱ्यावर एक आकर्षक बौद्धिक तजेला होता. ती आल्यापासून दोन-तीन दिवसांच्या आतच त्याने तिला पुष्कळ घुमवले असले पाहिजे आणि तीही त्याच्या आहारी गेली असली पाहिजे, यात मुळीच शंका नाही. आपण आपल्या बायकोशी लग्न-विच्छेद करून तुझ्याशी लग्न करू, असे त्याने तिला नुसते आश्वासन दिले नाही; तर प्रत्यक्ष साखरपुडा करण्याचा दिवसही त्याने ठरवला आणि तोही कुठे, तर आमच्या भिशीच्या कार्यालयात! हे सारे भयंकर होते आणि विश्वासघाताचेही होते. ज्या नटीच्या प्रेमात तो सापडला होता व जिच्या घरी तो राहत होता, तिच्याच देखत तो तिच्या नवऱ्याच्या कार्यालयात हे सारे करणार होता. हे सारे भयसूचक होते. ज्या मित्राच्या खोलीत मी परळला राहत होतो, त्या माझ्या मित्राच्या साह्याने मी त्याला ह्या

घटनेपासून परावृत्त करण्याचा खूप यत्न केला. पण त्याचा काही उपयोग झाला नाही. पण उलट, एका निर्बुद्ध नटीच्या प्रेमात मी अडकून पडलो ही तिच्यावर मेहेरनजरच केली, असे तो सांगत होता. काही करणे आता आमच्या हातात नव्हते. त्या साखरपुड्याच्या समारंभाला मी हजर राहायचे नाही, असे नक्की ठरवले; परंतु आदल्या दिवशी त्या नटीने येऊन मला हजर राहण्याची विनंती केली. तिची विनंती मला तरी मूर्खपणाची वाटली. तिने गयावया करून हजर राहण्याचे माझ्याकडून वचन घेतले.

ही स्त्री कुणी लुंगीसुंगी नटी नव्हती. पुरुषजात तिने आतून-बाहेरून पाहिली होती. प्रेम करताना तिने सर्वस्व दिले असेल, पण आपल्याला फसवणाऱ्या प्रियकराचा सूड घेण्यासाठी सर्वस्व पणाला लावायची तिच्यात हिंमत होती. साखरपुड्याच्या समारंभात काही तरी अद्भुत नाट्य घडणार, याची मला कल्पना होती. म्हणून या माझ्या मित्राला याबाबतसुद्धा मी सावधगिरीची सूचना केली. पण त्याचे विमान खूप उंच गेलेले होते. या नटीला तो निर्बुद्ध तर मानत होताच, पण नगण्यही मानत होता. नाइलाजाने मी त्या समारंभाला ठरलेल्या वेळी हजर राहिलो. हारतुऱ्यांनी कार्यालय सुशोभित केलेले होते. मेवा-मिठाई आणि खाद्य-पदार्थ हारीने लावून ठेवले होते. या नटीच्या पैशातूनच घेतलेला एक मौल्यवान सूट पेहनून माझा मित्र स्वागताला सिद्ध झाला होता. त्याची विद्याविभूषित सौभाग्यकांक्षिणी प्रेयसीही नटून-थटून आली होती. थोडेसे औपचरिक बोलून माझ्या मित्राने समारंभाला आरंभ केला. आपल्या होऊ पाहणाऱ्या पत्नीच्या गळ्यात त्याने हार घातला आणि एका पेढ्याच्या तुकड्याचा घासही त्याने तिच्या तोंडात घातला. आम्ही टाळ्या वाजवल्या आणि त्या टाळ्यांत आणखीन काही टाळ्यांची भर पडली. सर्वांच्या माना गर्रकन मागे वळल्या; तेव्हा माझ्या मित्राची पुण्याला राहणारी पत्नी, त्याची दोन मुले, त्याचे बॅरिस्टर मेव्हणे– अशी सारी मंडळी समारंभाला मागीलदाराने हजर झाली होती. गंभीर चेहऱ्याने त्याच्या बायकोने चक्क पुढे होऊन त्याचे अभिनंदन करण्याचा प्रयत्न केला. माझ्या या बनेल मित्राचा चेहरा अगदी पडला होता. कुणालाही कीव यावी, असा त्याचा पांढराफटक पडलेला चेहरा आणि गलितगात्र अवस्था पाहून मलासुद्धा शरम वाटली. कारण तेवढ्यात त्याची सौभाग्यकांक्षिणी नववधूसुद्धा हसू लागली. तिने आपल्या गळ्यातला हार काढून तो तोडून फेकून दिला. म्हणजे, तीसुद्धा या कटात सामीलहोती तर! या नटीने आपल्या प्रियकराचा सूड फार चांगला प्रकाराने घेतला. वधूच्या घरी जाऊन त्या नटीने तिला सारी परिस्थिती समजावून

सांगितली. आपले संबंध उघडून दाखवले. एवढेच नव्हे, त्याच्या आयुष्यात आलेल्या अनेक स्त्रियांची नावे तिने केवळ सांगितली असे नव्हे, तर त्यांच्या गाठीभेटीही करून दिल्या. त्याही पुढे जाऊन ती तिला पुण्याला घेऊन गेली आणि त्याच्या बायको-मुलांची गाठ घालून दिली. त्या सर्वांनी मिळून या साखरपुड्याचे नाटक आणि तमाशा करायचे ठरवले असावे. या घटनेची फलश्रुती काय झाली असेल, हे सांगायलाच नको. अशा तऱ्हेचा हा विलक्षण सूड उगवण्याइतकी ही नटी बुद्धिमान होती, यात मुळीच शंका नाही. शिक्षणाचा गंधही नसलेली ही स्त्री ज्या तऱ्हेने वागली, ते कितीही रास्त असले तरीसुद्धा त्याचा सलमला कुठे तरी टोचलाच. स्त्रीच्या शिक्षणाचा तिच्या शक्तीशी हिशेब जमवणे, यात काही अर्थ नसतो. दुखावलेली स्त्री कोणतीही मर्यादा गाठू शकते, याचा मलाही पुढे आयुष्यात अनुभव यायचा होता.

-*-०-*-

: ७ :

माझे मुंबईतले हे आयुष्य तसे अल्पजीवी ठरले. पण त्याचबरोबर माझ्या लक्षात आले की, माझ्या नव्या आयुष्यात मला परत मुंबईच गाठावी लागेल. अजून कितीही म्हटले तरी पुण्यातले वातावरण मला आणि आनंदीबाईंना एकत्र राहू देईल, इतके पुढारलेले नव्हते. शिवाय, माझी व्यावसायिक कीर्ती आता संपत आली होती. तसे मला पुण्यात फारसे कामही उरले नव्हते. काही तरी नवीन आयुष्य सुरू करायचे असेल, तर ते नव्या भूमीत करणे सोपे होते; कारण पूर्वाश्रमीचा लौकिक आणि दुर्लौकिक दोन्हीही मुंबईत व्यत्यय आणणार नव्हता. मला पुण्यात उद्योग करणेही कठीण होते. कारण माझे बँक अकाऊंट्स इन्कमटॅक्स डिपार्टमेंटने फ्रीज केले होते. इथे अगदी अल्पवयात मी लक्षाधीश झालो आणि चार-दोन वर्षांच्या रुपेरी कालखंडानंतर दरिद्री नारायणही झालो होतो. ही एक मानखंडना होती. त्यामुळेच काही काळ तरी नोकरी केल्यावाचून गत्यंतर नव्हते. पुण्यात नोकरी करणे त्यामुळेच गैरसोईचे होते. मुंबईच्या महासागरात मला ओळखणारेही फारसे कुणी नव्हते. शिवाय, माझ्या पराभूत आणि अवमानित जिण्याला आता आधार मिळाला होता तो आनंदीबाईंचा. या वेळेस एक तर त्या त्यांच्या प्रकर्ष व्यक्तिमत्त्वाने भारून टाकणाऱ्या होत्या व मला मिळविण्यासाठी त्यांनी जीवाचा आटापिटा केला होता. त्याच वेळेस माझ्या पराभूत मनोवृत्तीचा त्यांनी योग्य तऱ्हेने वापर केला होता. ज्या वेळेस मला

कौतुकाची गरज होती व कर्तृत्वाची जाणीव द्यायला हवी होती, तेव्हा त्यांनी नि:संकोचपणे मला सर्वार्थाने कुर्बान केले. दैवावर सूड उगवण्याचे मलाही निमित्तच हवे होते. माझ्यासाठी त्या वाटेल ते करायला तयार झाल्या. त्यांच्या लेखी मी एक शापित यक्ष होतो; आणि या शापित यक्षाला पूर्वस्थिती प्राप्त करून देण्याची महत्त्वाकांक्षा त्यांनी धरली. त्या कृष्णावर्णीय होत्या. त्यांची वृत्ती आणि शरीरधर्मालासुद्धा थोडा पुरुषी बाज होता. त्यांचे लग्न बालपणी झाले, तेव्हा त्यांना वासनेतले फारसे काही कळत नव्हते. एक अशिक्षित, गावंढ्या गावात वावरलेली बालवयातली मुलगी आपल्यापेक्षा वयानं किती तरी मोठ्या असणाऱ्या आणि प्रकृतीशी विसंगत असणाऱ्या पुरुषाची पत्नी झाली. किर्लोस्करवाडीसारख्या पुढारलेल्या आणि उत्तेजक वातावरणात वाढली. प्रयत्नाने तिने शिक्षण घेतले. आपल्यावर अन्याय झालेला आहे, हे कळल्यानंतर खऱ्या अर्थाने त्या नकोशा असणाऱ्या संसारातून ती मुक्तही झाली. घरजोडीदार, सुसंस्कृत संसार... ही सारी स्वप्ने तिच्या लेखी अपुरीच राहिली होती. जर विजापुऱ्यांनी किर्लोस्करवाडी सोडलीच नसती, स्वत:चा उद्योग काढण्याचा अयशस्वी प्रयत्न केलाच नसता, तर कदाचित मनातले नैराश्य लपवीत, स्वप्न चुरगाळीत त्या अखेरपर्यंत सौ. आनंदीबाई विजापुरे अशाच राहिल्या असत्या. मुले होती, किर्लोस्करवाडीत सुसंस्कृत वातावरण होते... साहित्य, संगीत, क्रीडा, आमोद-प्रमोद यांना तेथे वाव होता... दु:ख चेचून टाकण्यासाठी मुलायम वातावरण होते; परंतु कित्येकदा दैवच आपले रस्ते बदलून टाकते. कऱ्हाडला काढलेला विजापुऱ्यांचा कारखाना बुडाला आणि ते पुण्यात येऊन स्थायिक झाले.

बाईंची तशी माझी पूर्वी गाठ पडलेली होती. मी १९४२ च्या चळवळीत जखमी होऊन पुण्याच्या घरी परत न जाता येण्यासारखी परिस्थिती निर्माण झाली, तेव्हा माझ्या बहिणीकडे इचलकरंजीला चाललो असताना किर्लोस्करवाडी स्टेशनवर त्या दोन तासांच्या प्रवासात आणि दुसऱ्यांदा ज्यांच्या वाड्यात कऱ्हाडला बाई बिऱ्हाड करून राहिल्या होत्या, त्या बहुलीकरांकडे. विनायक बहुलीकर हा माझा कॉलेजमधला सहाध्यायी मला धाकट्या भावाप्रमाणे होता. त्याचे लग्न निकटच्या वास्तव्यामुळे बाईंच्या धाकट्या बहिणीशी झाले होते. लग्नाला मी जाऊ शकलो नव्हतो. म्हणून मी त्याला भेटायला गेलो, तेव्हा बाईंची पडलेली दुसरी गाठ-भेट. एक तर त्या वेळेस मी माझ्या वैभवाच्या शिखरावर होतो. तारुण्याच्या ऐन गुर्मीत होतो. मला पाहताक्षणीच बाई भाळलेल्या आहेत, हे माझ्या लक्षात आले; परंतु तो वेळपावतो स्त्रियांबद्दलचे कसलेही अवाजवी

कुतूहल माझ्या मनात निर्माणच झाले नव्हते. त्यांनी मला दुसऱ्या दिवशी चहाला बोलावले, तेव्हाचे त्यांचे वागणे पाहून मला क्षणमात्र धक्का बसला. जणू काही अनेक दिवसांची वांछा तृप्त होते आहे, असा अधीरेपणा त्यांनी दाखवला. त्यांच्या संपन्न व्यक्तिमत्त्वाला एक वेगळीच धार आलेली होती. टिपण साधून बसणाऱ्या वाघिणीप्रमाणे त्या जणू काही नेम धरून बसल्या होत्या. पण एवढ्याशा अल्प-स्वल्प ओळखीने मी त्यांची शिकार होईन, अशी माझी तरी त्या वेळची परिस्थिती नव्हती. घरातली टापटीप, त्यांची सुसंस्कृत-ऐटबाज संभाषणपद्धती याचा माझ्या मनावर परिणाम झाला नव्हता, असे नाही. पण तरीही त्या परस्त्री होत्या. त्यांना विजोड असला, तरी त्यांचा नवरा कर्तबगार होता. त्या वेळेस तरी तो एक उद्योगी कारखानदार होता. गणपतरावांची तेव्हाची आणि नंतरची वागणूक इतकी सुसंस्कृतपणाची होती की, त्यांच्या आयुष्यात आपल्या हातून विष कालवले जाणार आहे याची जर मला तेव्हा चाहूल लागली असती, तर बाईंपासून मी अनंत योजने दूर राहिलो असतो. पण बाई चतुर होत्या. इतक्या सरळसोट पद्धतीने मी त्यांना गवसणार नव्हतो, हे त्यांनी मनोमन ओळखले होते. केवळ शरीराचे आकर्षण ही तर माझ्या लेखी आकर्षक गोष्ट होऊ शकणार नाही, हेही त्या ओळखून होत्या. मनाला हवे ते मिळवायचे, अशी ही जिद्दीची बाई होती, यात शंकाच नाही. एका सुसंस्कृत आणि तशा अर्थाने निष्पाप माणसाला आपल्याला जिंकायचे आहे, हे ओळखूनच त्यांनी आपले पवित्रे आखले आणि अखेरीस त्यांनी मला मिळविले.

अर्थात, मी काही अल्पवयीन नव्हतो. बरे-वाईट कळण्याचे माझे वय होते. कुणी मोहात पाडले, म्हणून हुरळून फशी पडायला मी काही शेणाचा पुतळा नव्हतो. थंड आणि कोमट आयुष्यात जगता-जगता एक दिवस माझ्यापुढे एक आकर्षक मोह उभा राहिला अन् विवेकाचा पराभव करून मी त्या मोहाला बळी पडलो. मी भित्रा, स्त्रियांच्या बाबतीत तर अतिशय बुजरा, स्त्री-पुरुषांच्या संमिश्र गर्दीपासून दूर राहणारा, संसारात तशा अर्थाने सुखी; मग माझ्या हातून हे असे कसे घडले? आज अनेक वर्षे उलटून गेल्यानंतर मी त्या माझ्या मन:स्थितीचा शोध करण्याचा प्रयत्न करतो आहे. मी कसा वाहवलो? समाजाच्या लहानसहान विरोधालासुद्धा घाबरणारा मी, असल्या विलक्षण रस्त्याने वाटचाल का करू लागलो? का मुळात माझ्या रक्तात स्त्रीचे अनावर आकर्षण होते; पण ते घरातील वातावरणामुळे आजपर्यंत कोंडून राहिले होते? तसा मला निश्चित आलेख काढताच येत नाही. बाईंशी स्नेह जमल्यावरसुद्धा दीड-दोन वर्षे तरी मी

बाईंना दाद दिली नाही. वेळी-अवेळी त्यांच्याकडे मुक्कामाला राहिलो नाही. त्या मध्यंतरी लोणावळ्याला राहिल्या. तिथे मॅटर्निटी होम काढावयाचे त्यांनी ठरविले. तिथे मी गेलो असताना त्या रात्री राहण्याचा आग्रह करू लागल्या, पण घरी मी तसे काहीच सांगितले नव्हते. त्यामुळे घरी परतणे मला भागच होते. त्यांच्या लोभस विनंतीला मी मान देईन, अशी त्यांची खात्री होती. मी जायचे नक्की केले आणि निघालो, तेव्हा त्यांनी त्रागा केला. अटीतटीची भाषा काढली. परंतु, मी त्याला बधलो नाही. का कुणास ठाऊक; घर या संस्थेचे संकेत मोडू नयेत, असा माझा आग्रह असे. आणि आज इतके पाणी पुलाखालून वाहून गेल्यानंतरही घराचे संकेत मोडताना माझे मन बावचळते. आपल्या साऱ्याच व्यवहारात पाप-पुण्य, मद-मोह या साऱ्यांनाच स्वत: मानलेले तरी नियम असले पाहिजेत; या सर्वाला काही तरी सूत्र असलेच पाहिजे, असे मी मानत आलो. हे मी मानलेले सूत्र अनेकांना उपसर्ग करणारे आहे, पण त्याला काही माझा इलाज नाही.

पुढे मी बाईंजवळ मुंबईला राहू लागलो, तेव्हासुद्धा ठरलेल्या दिवशी मुलांना भेटायला पुण्याला येत होतो. बायको-मुलांच्यावर अन्याय केला, या जाणिवेने त्यांच्यासाठी जास्तीत जास्त धडपड करून वेळच्या वेळी त्यांना पैसे पाठवणे, या गोष्टीत मी खंड पडू दिला नाही. या बाबतीत बाईंनी त्यांच्या मुलांबाबतही तसेच वागावे, असा मी आग्रह धरला. अगोदर आपल्या सुखासाठी आपली कर्तव्ये विसरणे चूक; निदान आपल्या सुखाची इतरांना कमीत कमी झळ लागेल, हे तरी पाहायला नको काय? यात मोठे दातृत्व किंवा औदार्य आहे, अशातला भाग नाही. सुख भोगताना आपले मन पापाच्या जाणिवेने शबल राहू नये, एवढ्याचसाठी घेतलेले हे प्रायश्चित्त असेल. आरंभी-आरंभी तरी माझ्या कौटुंबिक जबाबदाऱ्या पार पाडण्यात बाईंनी मला विरोध केला नाही. उलट, कधी कधी साह्यही केले. आधीची अदब, नम्रता, माझा संसार आपलाच मानण्याची प्रवृत्ती– हा त्यांच्या योजनेतील एक डाव होता, हे नंतर नंतर सिद्ध होत गेले. परंतु मी संपूर्णपणे त्यांच्या अधीन होईपर्यंत त्यांनी आपल्या अहंकाराला मुरड घातली होती. मधून-मधून त्या स्वामित्वाची जाणीव देत, पण ती तेवढी कडवट नव्हती. अखेरच्या कालखंडात माझ्या पत्नीपासून मला तोडण्यात त्या संपूर्णपणे यशस्वी झाल्या.

तरीही ह्या सर्व प्रकरणात मी त्यांना मुळीच दोष देऊ इच्छित नाही. त्यांनी मला जिंकायचेच ठरवले होते; तेव्हा त्यासाठी प्रयत्न करणेही त्यांना भाग होते. त्यांच्या चिकटीचे, प्रयत्नांचे खरोखरीच कौतुक करायला हवे. श्रमात, कष्ट

करण्यात, वाट पाहण्यात त्यांनी कसलाही अंगचोरपणा केला नाही. माझी आई अत्यंत आजारी असताना तिला वारंवार भेटायला गेल्या. तिची थोडीफार सेवा करून त्यांनी तिचेसुद्धा मन जिंकून घेतले. पुढे मी मुंबईत गेल्यानंतरसुद्धा माझी आई हा माझा वीक पॉइंट आहे हे माहीत असल्याने, तिला भेटण्यासाठी मी जाण्यास त्यांचा विरोध तर नसेच, पण उत्तेजनच असे. मी येऊ शकत नसे, तेव्हा त्या स्वत: पुण्यात येत आणि आईला मस्कती डाळिंबे आवडत– ती आवर्जून घेऊन जात. आई कदाचित थोडी-फार अधिक जगली असती आणि जर आमची थोडी स्थिती सुधारली असती, तर तिला त्यांनी मुंबईलाही आणली असती आणि तिची जीवेभावे शुश्रूषा केली असती. मुळातच त्यांचा सेवाधर्म जाज्वल्य होता. त्या प्रशिक्षित नर्स, हेल्थ व्हिजिटर झाल्या होत्या; पण या सर्वांपेक्षाही कुटुंबीयांच्या आणि इतरांच्या खस्ता काढणे, मोठेपणा मिळवणे याची मुळातच त्यांना हौस होती. कोणी आजारी पडले की, त्याला भेटायला जाणे व स्वत:ची चैन किंवा प्रकृती याकडे लक्ष न देता त्याची शुश्रूषा करणे– हा एक त्यांचा गुणविशेष होता. वडिलांसारखाच ज्यांच्यावर माझा लोभ होता व त्यांचाही आमच्या कुटुंबावर तसाच लोभ होता, असे एक माझ्या वडिलांचे स्नेही श्री. वामनराव बोपर्डीकर अखेरी नेहमी रुग्ण असत. त्यांच्यासाठी काही करावे, असे मला वाटे. पण ते दूर बारामतीजवळ पुतण्याकडे राहत. त्यांची काही सेवा घडावी, असे मी नुसते एकदा बाईंना म्हटले; तर बाईनी त्यांना मुंबईच्या आमच्या घरी बोलावून घेतले. म्हातारा, रुग्ण आणि चिडचिड्या स्वभावाचा माणूस मुंबईसारख्या गावात, लहान जागेत सांभाळणे ही काही सोपी गोष्ट नाही. तशा अर्थाने ते रक्ताच्या नात्याचेही नव्हते. हा म्हातारा अतिशय प्रेमळ होता, पण त्याच्या अनेक लहरी असत. जेवणाचे प्रकार असत. पहाटे साडेचारच्या चहापासून तसे त्यांचे खूप करावे लागे. बाईंनी त्यांची सासऱ्याप्रमाणे सेवा केली. महागडे औषधोपचार केले आणि त्यांची तब्येत सुधारवून त्यांना महिन्याभराने परत पाठवले. हे सारे त्यांनी केवळ माझ्या प्रेमापोटीच केले, असे मी म्हणणार नाही. कारण तसे म्हणणे हा त्यांचा अपमान होईल. तो त्यांचा स्वभावधर्मच होता. तरीपण माझ्याबद्दलचे एक अनावर आकर्षण त्यांच्या ठायी होते, ही गोष्ट मी विसरू शकणार नाही. त्यांच्या स्वामित्वाच्या कल्पना फारच विचित्र होत्या. परंतु कितीही सुबुद्ध आणि प्रेमळ स्त्री असली तरीसुद्धा परस्परांना कंटाळा येईल इतका एकमेकांचा सहवास करू नये व दिनक्रमातील काही भाग तरी केवळ स्वत:साठी ठेवावा, असे मला नेहमी वाटते.

पुरुषांना मित्र असावेत– स्त्रियांना मैत्रिणी असाव्यात व दोघांचे मिळून काही समान मित्रही असावेत. परस्परांविषयीची ओढ वाटण्याइतपत तरी अल्पकालीन विरह अधून-मधून होत राहिला पाहिजे, तर शारीरिक आणि बौद्धिक साहचर्यसुद्धा अधिक रंगतदार होते. एकमेकांवर पहारा केल्याप्रमाणे चोवीस तास एकत्र नांदण्यामुळे परस्परांची गोडी संपून जाते. एकशय्या हीसुद्धा तशा अर्थाने मला कधीच न आवडलेली गोष्ट आहे. याचा अर्थ स्त्री-पुरुषांनी कामापुरते एकत्र यावे, असा मात्र नव्हे. शरीराचे आकर्षणसुद्धा टिकवावे लागते. लहानपणापासून आमच्या घरात आम्हाला स्वतंत्र खोल्या मिळाल्या त्यामुळेही असेल किंवा रात्री-अपरात्री वाचण्याची माझी सवयही असेल; पण उत्कट प्रेमाचं लक्षण म्हणून तथाकथित एकशय्येची जी पद्धत सुसंस्कृत आणि सुशिक्षित लोकांनी पत्करलेली आहे, ती काही फारशी सोईची नाही. ही पद्धत आपल्या समाजात पूर्वी नसावी. किर्लोस्करवाडी हे त्या वेळी फाजील सुधारलेले कुतूहलजनक गाव होते. पुण्यासारख्या गावापेक्षाही स्त्री-पुरुषांचा मोकळेपणा, आमोद-प्रमोद, सहली, खेळ या साऱ्या विषयांत तेथे एक पुढारलेले वातावरण होते. फारशा शिकलेल्या नसल्या तरी आनंदीबाई त्यामुळेच अधिक पुढारलेल्या वाटत. इंग्रजीचे तुटपुंजे ज्ञानसुद्धा त्यांनी परिश्रमाने मिळवले होते. रंगसंगती, वेषभूषा, गृहशोभा या साऱ्याच गोष्टींत त्या नुसत्या आधुनिक नव्हत्या, तर सौंदर्यग्राहीही होत्या. मला त्यांच्याशी जमवून घेणे तसं पुष्कळदा फार अडचणीचे जायचे. कारण कर्मठ जरी नाही, तरी मी पुष्कळ मागासलेला होतो. सुरुची व सुसंस्कृतपणा यामुळे कालांतराने मीही बदलत गेलो. पार्टींत, समारंभात किंवा लोकव्यवहारात स्त्रीचे अस्तित्व केवळ सुखद असते असे नव्हे; तर त्यामुळे संयम तर निर्माण होतोच, परंतु सारी चर्चा एका बंदिस्त परिमाणातच वावरते. आम्ही केव्हाच उच्चभ्रू झालो नाही. तसे आम्ही मध्यम वर्गातच राहिलो. पण मध्यमवर्गीयांचा संकुचितपणा आपोआप विरत जात चालला.

मला स्वत:ला साहित्याची आरंभापासूनच आवड होती. बाई तर किर्लोस्कर मासिकाच्या परिवारात वाढलेल्या. त्यामुळे त्यांना फारसे काही शिकवावे लागले नाही. पहिला नाट्यप्रयोग आम्ही कधी चुकविला नाही. वाङ्मयीन चर्चासत्रांना आम्ही हजर राहत असू. त्या काळातील अनेक लेखक माझ्याकडे येत. त्यांत आमच्या सहजीवनाबाबत कुतूहल होते, हेही एक कारण असे. आनंदीबाई ह्या जरी विख्यात नसल्या तरी ख्यात होत्या. माझी आर्थिक परिस्थिती काही फार उत्तम नव्हती. तेंडुलकर हे त्या काळात नेहमी आमच्या घरी येत. माधव वाटवे, अरुण काकडे, अरविंद देशपांडे ही मंडळीही माझ्याकडे येऊ लागली. आमच्याच

घरी माझ्याच रंगमंच-रंगायन या संस्थेचा जन्म झाला. हौशी नाटकांच्या या आधुनिक चळवळीचा उगम माझ्या घरी झाला, याचा मला अभिमान वाटतो. यात बाईंचा आर्थिक नसला तरी मानसिक सहभाग खूप होता. नाटकात मी फार बुडालेलो त्यांना आवडत नसे, कारण त्यांच्या-माझ्या सहजीवनात थोडा विक्षेप येई. लीला चिटणीस यांचे एक नाटक 'एक रात्र आणि अर्धा दिवस' मी प्रोड्यूस केले, त्या वेळेस लीला चिटणीस तर नेहमी आमच्या घरी येतच; पण त्यातले इतर कलाकार आमच्या घरी येत असत. विद्याधर गोखले, जयंत साळगावकर, मधू गानू, नंदा पातकर आणि मी यांनी एक 'कलारंजन' नावाची नाट्यसंस्था स्थापन केली. प्रथम 'साक्षीदार' आणि 'जावयाचे बंड' अशी दोन नाटके आम्ही सादर केली. पुरुषोत्तम बाळ हाही तेव्हा आमच्याकडे नेहमी येणारा कलावंत होता. शं. ना. नवरे, अंबर कोठारे ही नाटकवेडी माणसे तेव्हा यायची आणि आमचे घर नाटकमय वातावरणाने भारून टाकावयाची. खरे म्हणजे, आमच्या घरी एक मुक्त नाट्यसंस्थाच होती. आज आघाडीवर असणारी किती तरी माणसे त्यांच्या चाचपडणाऱ्या काळात तासन्तास घरी येत आणि बाईंचे आदरातिथ्य स्वीकारीत. तो काळ तशा अर्थाने झपाटलेलाच होता.

माझ्या आयुष्यात १९५३ ते ५८ हा कालखंड अतिशय सुखाचा मानायला हवा. बाईंच्यातले गुण-दोष जमेला धरूनसुद्धा त्या एक आदर्श सहचरी होत्या, हे मान्य करण्यावाचून काही इलाज नाही. त्या हटवादी होत्या, कलहप्रिय होत्या; पण पहिल्या आकर्षणात, गदारोळात आणि बंडखोरीच्या आनंदात हे सारे दुर्गुण लपून गेले. वासनेचा पूर ओसरताच मिळवायचे ते मिळवून झाले आणि मग ह्या त्यांच्या दुर्गुणांना कडवट धार येऊ लागली. आरंभीच्या दारिद्र्याच्या काळात एकमेकांसाठी धडपडण्याची अनिवार वृत्ती असे. मला हाउसिंग बोर्डाकडून मिळालेल्या सायनच्या बराकीत आम्ही राहत होतो. नंतर मग चेरी व्ह्यू ह्या दादर स्टेशनजवळील ब्लॉकमध्ये राहायला गेलो. पण त्या गळक्या बराकीत जेवढे आम्ही एकमेकांच्या संगतीत सुखी होतो, तेवढे काही पुढे राहू शकलो नाही. जोपर्यंत आमच्या मनाचे आणि शरीराचे अज्ञात भाग शोधायला जागा होती तोपर्यंत गळके छप्पर, कोंदलेल्या बराकीची जागा किंवा साधी भात-भाजी अपूर्व गोडी निर्माण करी. दुसऱ्याला सुखी करण्यासाठी जास्तीत जास्त खर्ची पडण्याची दोघांचीही तयारी होती. देण्या-घेण्याचे हिशोब तेव्हा मनात येत नसत; उलट कोठूनही पैसे मिळाले, तर दुसऱ्यासाठी खर्च करण्यात भूषण वाटत असे. कोण कोणासाठी जास्त खर्च करी, हा हिशोब

दोघांनाही सुस्थिती लाभल्यावर निर्माण होऊ लागला. बाई मुळात खर्चिक. नीटनेटकेपणा आणि सौंदर्य याही गोष्टी थोड्या अधिक खर्चाची मागणी करतात. आपल्याला न झेपणारे खर्च आपण करू नयेत, असा माझा आग्रह असे. भारी कपडे, भारी क्रोकरी, लोपचूसारख्या महागडा चहा, नाटकातील पहिल्या रांगेतली तिकिटे, प्रथम श्रेणीचा प्रवास– ह्या साऱ्या गोष्टी त्यांना प्रिय होत्या. मला त्या अप्रिय होत्या, अशातला भाग नाही; परंतु आपल्या दोघांच्या मिळकतीपेक्षाही हा खर्च जास्त होतो आहे, अशी माझी नेहमी तक्रार असे. माझ्यावर जशी पहिल्या संसाराची जबाबदारी होती, तशी ती त्यांच्यावरही होती. मला २२० रुपये पगार मिळे. त्यांनाही जवळपास तेवढाच होता. त्या काळी आजच्याएवढी महागाई नसली तरी ५०० रुपये ही काही चैन करता येईल अशी रक्कम नव्हती. बाईंच्या सेव्हिंग्जमधून जादा पैसे खर्च होत, ही गोष्ट मला अतिशय दु:खाची वाटे. अर्थात, यामुळे मधून-मधून भांडणे होण्यापलीकडे काही निष्पन्न होत असे.

१९५२-५३च्या सुमारापासून जवळपास १९६१ पर्यंत १० वर्षे आम्ही अगदी निकट सहवासात होतो आणि अलीकडचे एक वर्ष व पलीकडचे एक वर्ष असे मिळून १२ वर्षे हा संसार चालला होता. या संसाराच्या सुख-दु:खात वेगळेपणा होता, परंतु त्या वेगळेपणातील जबाबदारी ओळखण्याचे सामर्थ्य बाईंच्याजवळ कधीच नव्हते. दोघांनीही आपापले संसार सोडून हा नवा संसार निर्माण केला, ही काही गंमत नव्हती; तर हा संसार निदान माझ्या लेखी तरी अखेरपर्यंत पती-पत्नीस्वरूप होता व नंतरही दुरावलेल्या पत्नीच्या नात्यानेच मी त्यांच्याशी वर्तणूक ठेवली. त्यांनी ज्या लहान-मोठ्या वस्तू मला भेट म्हणून दिल्या, त्या मी ताटातुटीनंतरही प्रेमानेच वागवल्या व अजूनही अनेक आठवणी गुंतलेल्या त्या गोष्टी त्यांच्यावरील रागामुळे किंवा अन्य दडपणामुळे मी कधीही अवमानिलेल्या नाहीत. कोणी कोणावर अन्याय केला, हे अलिप्तपणे ठरवणे आम्हा दोघांनाही शक्य नाही. स्वत:चे आत्मवृत्त लिहून त्यांनी मात्र दोघांच्या ताटातुटीच्या कारणांची कैफियत सादर केली. त्या कैफियतीला उत्तर द्यावे, असे मला कधीही वाटले नाही. एक तर माझ्या हातात प्रसिद्धीची साधने आहेत. मी काहीही आणि कितीही लिहू शकतो. त्या मानाने त्या एकट्या, शिवाय स्त्री. आम्ही दोघे प्रौढावस्थेत आलो आहोत. त्यांनी विवेक सोडला, तरी मी विवेक सोडणे मला शोभणार नाही. जाहीर चौकात जाऊन परस्परांविषयी आरोपपत्र दाखल करण्याने लोकांची केवळ करमणूक होते. जिच्यावर आपण एके काळी मन:पूर्वक प्रेम केले व जिने आपल्याला अनंत हस्ताने सुख दिले, त्या स्त्रीची

कोणत्याही कारणाने बदनामी होऊ देणे, हे मला शोभणार नाही. शिवाय त्यांचा राग खराच होता. कोणाचीही चूक असेना का; पण संसार सोडून ज्या पुरुषावर भाळण्याचा विवाहित स्त्रीने गुन्हा केला, तिला एकाकी जिणे जगावे लागत आहे, ही गोष्ट खरीच आहे. मी त्यांना सोडून गेलो, यातील त्यांचे दु:ख नेमके कोणते? मला वाटते, मी दूर झाल्याने त्यांचा सार्वजनिक अपमान झाला. हे दु:ख त्यांच्यालेखी अधिक मोठे असले पाहिजे. नुसताच मी त्यांना सोडून गेलो असे नव्हे, तर मी परत आपल्या घरी गेलो, हा राग तर अनावर झाला असला पाहिजे. एकाकी स्त्रीचे जिणे अगोदरच क्लेशकारक असते. त्यात ह्या मानहानीचे दु:ख, त्यामुळे त्यांचा तोलसुटणे स्वाभाविक आहे. त्यात भर घालायला माझे काही तथाकथित मित्र कारणीभूत होतेच. एकाकी स्त्रीबद्दल करुणा दाखवून आपुलकी निर्माण करण्याची लालसा व माझ्याबद्दलचा मत्सर, ही कारणे त्यांचा राग वाढण्यास कारणीभूत होती. त्यांनी जरा थंड डोक्याने विचार केला असता; तर त्यांच्या लक्षात आले असते की, त्यांना सोडून जाण्यात माझीही सार्वजनिक अप्रतिष्ठा नव्हती काय?

-*-०-*-

: ८ :

　　त्यांना सोडून गेल्यावर जवळपास वर्षभर मुंबईत आणि नंतर वर्षभर पुण्यात मी एकटाच का राहिलो? त्यांच्या चुका दुरुस्त करण्याची संधी द्यावी, हाच त्यामागे हेतू नव्हता का? त्या दोन वर्षांच्या कालखंडात त्या मला भेटत का राहिल्या? माझ्याशी शरीरसंबंध का होत राहिले? त्यांना आशा होती की, त्यांना मी कधीच सोडू शकणार नाही. केव्हा तरी त्यांच्या अटीवर मी परत त्यांना मिळू शकेन. पुण्यात आम्ही दोघांनी हौसेने बांधलेल्या बंगल्यात मी राहिलेच पाहिजे, असा त्यांचा आग्रह त्यामुळेच होता. मग भांडणाचे नेमके कारण काय? ते कारण सुधारण्याऐवजी मी धिक्कारले तरीसुद्धा त्या येत-जात का राहिल्या? त्यांचे आत्मचरित्र मी अजूनही वाचलेले नाही ते एकाच कारणासाठी– ते म्हणजे, त्यांनी लिहिलेल्या काही हेतुपुरस्सर खोट्या आरोपांमुळे माझा स्वभावानुसार संताप जागा होईल. त्यांच्यावरचे माझे प्रेम मला अजूनही जतन करायचे आहे. एके काळचे ते लोकविलक्षण आकर्षण मी काय म्हणून मातीत घालवू? लोकांचे कुतूहल भागविण्यासाठी मी काय म्हणून आरोप-प्रत्यारोप करावेत? त्यांचे बरोबर का माझे, हे सिद्ध करून देण्यात आता कुणाचाच फायदा नाही. शिवाय माझे चरित्र आणि चारित्र्य मी काही फारसे लपवलेले नाही. माझी आर्थिक स्थिती, देण्या-घेण्याचे व्यवहार हेसुद्धा तसे जगजाहीर आहेत. त्या आत्मचरित्रातील काही त्रोटक उतारे 'अंजली' (संपादक

ना. सी. फडके) या मासिकात प्रसिद्ध झाले होते, ते मी वाचले. मा. का. देशपांडे आणि बाई यांचा पुस्तकपरीक्षणाच्या निमित्ताने झालेला पत्रव्यवहार मी पाहिला आहे. साधी गोष्ट अशी आहे की, बारा वर्षे एकत्र राहून एकमेकांना किमान समजून घेता येत नसेल, तर सारे सहजीवन व्यर्थ आहे. स्त्रीने आपल्या प्रत्येक देण्या-घेण्याचे हिशेब ठेवणे बरोबर आहे काय? गजरे, साडी, अलंकार यांवर आपण किती खर्च केला याची नोंद पुरुष कसा काय करू शकणार? निदान पत्नीसमान असलेल्या स्त्रीबाबत तरी ही नोंद अशक्य आहे. ताटातुटीच्या अगदी अखेरच्या पर्वात थंड पदार्थांची बाईंची आवड लक्षात घेऊन मी बोनसच्या पैशातून त्यांना फ्रीजच घेऊन दिला. नंतर रागाच्या भरात त्यांनी तो फ्रीज पुण्याला पाठवला. तो न स्वीकारता मी परत मुंबईला पाठवला. दिलेल्या भेटवस्तू परत देणे किंवा घेणे, हा एक असंस्कृत आणि जंगलीपणाचा भाग आहे. तो जंगलीपणा दाखवणे मला तरी झेपण्यासारखे नाही. आमच्या संयुक्त आर्थिक व्यवहारात बाईंनी माझ्यासाठी खर्च केला असेल पण तीच गोष्ट मीही त्यांच्याबाबत केलेल्या खर्चाविषयी लागू आहे. तुलनात्मक दृष्ट्या विचार करायचा, तर त्यांचा खर्च माझ्यापेक्षा जास्त झाला असण्याची शक्यता आहे. पण शिवाजी पार्कचा ब्लॉक त्यांच्या मुलामुळे गमवावा लागला. त्याची किंमत कशी करणार? आपुलकी आणि जिव्हाळा असतो, तेव्हा मौल्यवान गोष्टीसुद्धा प्रेमाच्या क्षणिक उमाळ्यासरशी आपण जोडीदाराला देऊन टाकतो आणि पुढे प्रेम आटते, तेव्हा मात्र लहानसहान वस्तूंची सोईनुसार किंमत करू लागतो. हे असेच असते. हिशेब कालमानाप्रमाणे बदलत जातात. प्रत्येकाला आपण खूप काही तरी केले आहे, असे नेहमीच वाटत असते आणि ह्या तथाकथित अन्यायाचे हौतात्म्य भोगत जाणे पुष्कळांना आवडत असते. बायकांच्या बाबतीत तर जखमा कुरवाळीत जगणे, हा त्यांचा देहधर्मच आहे. बाईंची पुरुषांप्रमाणे असणारी एके काळची बिनधास्त व स्वावलंबी वर्तणूक वार्धक्यामुळे आणि मानहानीमुळे इतकी बदलली, हा माझाच एक पराभव म्हटला पाहिजे.

ते काहीही असो, पण बाईंचे मी खूपच देणे आहे. त्यांनी माझी सुप्त लेखनशक्ती पुन्हा जागृत केली. सकाळी लवकर उठवून, चहा करून देऊन त्या मला लिहिण्यास भाग पाडीत आणि मी लिहावे म्हणून समोर त्या इंग्रजीचा अभ्यास करीत बसत. 'वसुधा' मासिकात 'सुंदर मी होणार' या नाटकावर मी एक परीक्षण लिहिले, तेही मुख्यत्वेकरून त्यांच्याच प्रेरणेने. विजय तेंडुलकरांनी ते छापले. तेथपासून खरे म्हणजे मी पुन्हा लिहायला लागलो. ज्यावरून पुढे

'घरकुल' हा सिनेमा संगीतकार सी. रामचंद्र यांनी काढला. ती 'अंकुर' नावाची माझी कादंबरी लिहायलासुद्धा बाईंनीच मला अनुकूलवातावरण निर्माण केले. तेव्हाही मी आळशी होतो आणि आजही आहे. पण आता लेखन हा माझा चोवीस तासांचा व्यवसाय झाल्याने माझ्या हातून इतके तरी लेखन होते. पण त्या काळात न्यू इंडिया इन्शुरन्स कंपनीत मी माझ्या मनाविरुद्ध नोकरी करत होतो. नोकरी करण्याची माझी कधीच प्रवृत्ती नव्हती. मोठ्या आर्थिक अरिष्टात सापडून मी पराभव स्वीकारला होता. हा पराभव, मामुली स्वरूपाची नोकरी, दुहेरी संसाराची जबाबदारी आणि नाही म्हटले तरी चर्चाविषय झाल्यामुळे होत असणारा मनस्ताप ह्या सर्वांवर उतारा होता एकच- तो म्हणजे, बाईंची संगती. मी कोणी तरी मोठा मनुष्य आहे, हे माझ्यापेक्षा त्यांनाच माहीत होते. त्यांचा कौतुकाचा शब्द त्या वेळेस संजीवनीसारखा होता. वयाने त्या माझ्यापेक्षा थोड्या मोठ्या, पण सखीपेक्षा त्यांचा वत्सल आणि ममत्वाचा हात नेहमी माझ्या पाठीवर असे. वासनेपेक्षाही त्यांचे हे मोठेपण त्यांच्याशी मला बांधून ठेवायला कारणीभूत होते. माझ्या देहाची, मन:स्थितीची, कपड्यांची, जेवणाची त्यांनी खूप काळजी घेतली. त्यामुळे मी थोडा परावलंबी झालो खरा. पण जगाविरुद्ध वर्तन करत असताना त्यांचे हे मधाळ दर्शन सावलीसारखे होते. त्या काळात आमच्या घरात सकाळचा चहासुद्धा हा एक समारंभ असे. सुंदर क्रोकरी, महागडा चहा, टी-कोझी, रमत-गमत चालणारे संभाषण... पांढ्याशुभ्र टेबलक्लॉथवर मांडलेला तो चहासमारंभ दृष्ट लागण्यासारखाच असे. कोणतीही गोष्ट करताना बाई त्यात सर्वस्व ओतत. खरे म्हणजे, अशा तऱ्हेचे सर्वस्व ओतणे हाच बाईंचा सर्वांत मोठा गुणविशेष. लहानसहान-बारीकसारीक गोष्टीत त्या एवढा रस घेत की, त्यांच्या चैतन्याचे नेहमीच आश्चर्य वाटे. त्या काळात त्या कधी दमलेल्या दिसतच नसत.

आमच्या संसाराच्या अखेरच्या वर्षात मात्र त्या फार दमलेल्या दिसू लागल्या. निसर्ग स्त्रीमध्ये जे नैसर्गिक बदल करतो, तेही त्या वेळेस होऊ लागलेले असावेत. पूर्वी जो वासनेचा उन्मादी खेळ दोघांत चाले व ज्यामध्ये अनेक कलहप्रसंग वाहून जात, त्यालाही ओहोटी लागली. माझ्या मनात आपली एक शंका आहे; कदाचित ती बरोबर असेलही किंवा नसेलही. परंतु, निसर्ग जेव्हा स्त्रीच्या तारुण्यावर एक प्रहार करतो, तेव्हा केवळ स्त्रीत्वाचे प्रवाह आटत नाहीत, तर चैतन्याचे प्रवाहही कोठे तरी कुंठित होत जातात. देहाचीच नव्हे, तर मनाचीही समर्पण करण्याची शक्ती त्या काळात कमी होते. लग्नबंधनात जेव्हा स्त्री-पुरुष अडकलेले असतात, तेव्हा एका दीर्घकालीन-सांसरिक सुख-दु:खाची

सोबत, सुबत्ता, मुलेबाळे, सामाजिक प्रतिष्ठा अशा अनेक गोष्टी त्यांना जखडून ठेवतात. स्त्रीच्या मनोवृत्तीत झालेले बदल लपून राहत नाहीत. शिवाय आम्हाला मुले होण्याची शक्यता नव्हती– म्हणजे बाईंना नव्हती. आमचे लग्नही होऊ शकलेले नव्हते. एक लांबलचक पूर्वायुष्य जगून झालेले होते व ज्याचे-त्याचे ते ऐतिहासिक कप्पे स्वतंत्र होते. त्यामुळे बाईंच्या स्त्रीत्वात जेव्हा बदल झाला, त्या बदलाचे दुष्परिणाम त्यांना सावरता आले नसावेत. अर्थात, हा आपला माझा कयास आहे. स्त्री-पुरुषांचे शारीरिक आकर्षण कोणत्याही कारणाने कमी झाले की, संसारातली निम्म्याहून अधिक मजा नष्ट होते. समागम नाही म्हटले, तरी माणसांचे राग-लोभ वितळून टाकतो; निदान ते अंधुक तरी करतो. परस्परांविषयीचा तिरस्कार किंवा राग कमी झाल्याशिवाय खरा समागम होऊच शकत नाही. म्हणून प्रत्येक समागमाच्या वेळी काही राग-लोभ आपोआपच दूर फेकले जातात. वासनेची जागा घेण्यासाठी वात्सल्य निर्माण होऊ शकते. तसलेही संसार टिकविण्याचे नवे शस्त्र सापडणे आमच्या बाबतीत शक्यतेच्या कोटीत नव्हते. मी त्यांच्याशी लढा करू शकत नव्हतो आणि माझी पत्नी मला घटस्फोट देऊ इच्छित नव्हती. तिच्या पदरात तीन मुले होती. तिला मुलांबद्दल, घराबद्दल आणि माझ्याबद्दल जुन्या श्रद्धाळू स्त्रीप्रमाणे प्रेम होते. मला सोडण्याची तिची इच्छा नव्हती आणि तिच्या इच्छेशिवाय मला घटस्फोट मिळू शकत नव्हता. शिवाय घटस्फोटाला लागणारे योग्य असे कारणही माझ्याजवळ नव्हते.

वि. वा. जोशी आणि हरिभाऊ गोखले हे त्या काळातले माझे स्नेही आणि वकील. (जे हायकोर्टात न्यायाधीश व पुढे मध्यवर्ती सरकारात कायदामंत्री झाले) त्यांनीही लग्न ही असंभव गोष्ट आहे, असा सल्ला दिला आणि लग्नाला काही पर्याय सुचवले. कायदेशीर लग्नापेक्षा व्यावहारिक लग्नाची आम्हाला अधिक गरज होती, कारण आम्हाला संतती उत्पन्न होणार नव्हती. गॅझेटमधले नाव बदलणे, सर्व मित्र-परिवाराला बोलावून विवाहाचा समारंभ विधीने करणे, असला पर्याय बाईंना मान्य नव्हता. मी तर चोवीस तास त्यांच्याबरोबरच राहत होतो. बाईंच्या हटवादामुळे मी कोणाच्याही घरी जाणे सोडले होते. तरीही त्यांच्याशी लग्न करण्याची मी टाळाटाळ करतो, असा त्यांचा दावा होता. त्यामुळे आमचे खूप कलहप्रसंग होत. एच. आर. गोखल्यांसारख्या माणसाने समजूत काढूनही काही उपयोग झाला नाही. बाईंना मात्र डायव्होर्स घ्यावा लागला. कारण तो त्यांनी तसा घेतला नसता, तर मात्र आमचे एकत्र राहणे हे ॲडल्ट्रीच्या गुन्ह्याखाली शिक्षापात्र ठरू शकले असते. हा सगळा गुंता सोडवण्याच्या

कामात खरे तर गैरसमजाला आरंभ झाला. वास्तविक, या साऱ्यांची कल्पना त्यांना आधीपासून होती; पण तरीही जणू काही आपल्यावर अन्याय झाला, अशी चुकीची पण सोईची समजूत त्यांनी करून घेतली. या वादंगातच खरे तर आमच्या सुखी संसाराला तडा गेला. वास्तविक, त्यांच्यावरची माझी निष्ठा अविचल होती.

माझ्या लहान-मोठ्या सवयी त्यांच्यासाठी मी बदलल्या. मी मुळात एकान्तप्रिय. एकटे राहणे, एकट्यानेच फिरणे, घरात असले तरीसुद्धा बंद खोलीत बसून वाचन-लेखन करणे– ही माझी मूळची आवड आहे. मला माणसे तेव्हाही आवडत. संध्याकाळच्या वेळेस तास-दोन तास मित्रांची मैफल जमवावी, असे मी त्यापूर्वी करत असे. परंतु रात्रंदिवस माणसांच्या गराड्यात राहणे आणि फजूल गप्पागोष्टी करणे हे मला अजिबात आवडत नव्हते. माझ्या घनिष्ठ मित्रांची संख्या तीन-चारपेक्षा कधीच जास्त नव्हती आणि माणसांच्या एवढ्या पसाऱ्यात राहूनसुद्धा आजही ती फारशी नाही. माझा धंदाच वृत्तपत्रकाराचा झाल्यामुळे माणसे खूप येतात. तथापि, मी पुष्कळसा अलिप्तपणानेच त्यांच्याशी संबंध ठेवतो. तरीपण आता काही कोणी मला माणसूघाणा म्हणणे शक्य नाही, कारण माझी वृत्ती आणि स्वभाव अशा अर्थाने पुष्कळ बदलले आहेत. त्यालाही कारण मुख्यत्वेकरून बाईच आहेत. बाईंना मुळातच गर्दीची, माणसांची, स्नेह्यांची फार आवड आहे. त्यांच्यामुळेच खऱ्या अर्थाने गर्दीशी माझा परिचय झाला. त्यांना चोरून भेटता यावे, म्हणून खरे तर मी क्लबचा मेंबर झालो. कारण त्यामुळे अनियमित वागण्याला निमित्त सापडत असे. आमच्या मुंबईच्या सहजीवनात सुट्टीच्या दिवशी सकाळी मी एकटाच उपनगरात कोठे तरी भटकत जात असे. एकदा गर्दीशी परिचय झाल्यानंतर मग पुढे आम्ही नाट्यसंस्था काढल्या, साहित्यिक असे क्लब वा बार्स यांच्याशी घनिष्ठ संबंध वाढले. बाईंमुळे प्रवासही घडले. हळूहळू या सर्व जीवनक्रमाशी मी जमवून घेतले. संभाषणकला ही गर्दीला झुलवू शकते, ह्याचा शोध याच काळात मला लागला. याच काळात मैफली रंगवण्याचेही मला व्यसन लागले. आज तर अशी परिस्थिती आहे की, मद्यपान आणि खाणे-पिणे यावर प्रकृतीने निर्बंध घातलेले असूनदेखील अनेक वेगवेगळ्या मैफलींना आणि पार्ट्यांना रंगत भरण्यासाठी मला बोलावले जाते. गेल्या पाच-सहा वर्षांत व्याख्यानानिमित्तानेही मी महाराष्ट्रभर खूप प्रवास केला. एके काळी मला वक्तृत्व अजिबात नव्हते. आता ते मी परिश्रमपूर्वक प्राप्त करून घेतले आहे आणि एक बऱ्यापैकी वक्ता म्हणून मला ठिकठिकाणी बोलावणे येते. व्याख्यानात मला

आजही रस नाही, कारण मी माझ्या साप्तहिकातून इतके लिहीत असतो की, व्याख्यानात काही नवीन सांगण्याजोगा विषय माझ्याजवळ नसतो. पण वेगवेगळ्या गावांतील वेगवेगळ्या माणसांच्या बरोबर ज्या गप्पागोष्टी होतात व लोकांना समजून सांगण्याची कला वाढीला लागते आणि नकळत आपल्या वृत्तपत्राचाही प्रसार होतो, म्हणून व्याख्यानाचे निमंत्रण मी कर्तव्यबुद्धीने स्वीकारतो. कारण आज माझी जी काही प्रतिमा निर्माण झाली आहे, त्या प्रतिमेला या जनसंपर्कामुळे खूपच उजाळा मिळाला आहे.

पण माझ्या लेखनातील विविधता, धिटाई आणि माझे वक्तृत्व या साऱ्या गोष्टींचे बरेचसे श्रेय बाईंना देणे भाग आहे. त्या माझ्या आयुष्यात न येत्या, तर समाजाला भिऊन वावरणारा एक ललित लेखक यापेक्षा माझी अशी प्रतिमा उभी राहिली नसती आणि ललित लेखनात, कथा-कादंबरी लेखक म्हणून माझी श्रेणी मला माहीत असल्यामुळे आजच्या माझ्या यशापयशाचे काही श्रेय बाईंना दिले पाहिजे.

बाईंच्या-माझ्या बेबनावाचे जे कारण बाईंनी आपल्या आत्मचरित्रात लिहिले आहे असे मला कळते, ते निखालस खोटे आहे. हे असे खोटे कारण त्यांनी का पुढे करावे, हे मला कधीच कळू शकले नाही. बाई अहंकारी आहेत, तरीसुद्धा कपटी नाहीत. त्यांना अंतर्बाह्य ओळखण्याइतका त्यांचा-माझा सहवास घडला. शरीर आणि मन एकरूप झाले. असे असताना माझ्या कुटुंबावरील माझे प्रेम किंवा आर्थिक व्यवहार या कारणासाठी आमचा बेबनाव झाला, असे लिहिण्याचे धारिष्ट्य त्या कशा करू शकल्या? एक तर झालेल्या अपमानामुळे त्या व्यथित झालेल्या होत्या. त्यांच्याशिवाय मी जगू शकत नाही, हे त्यांना सिद्ध करायचे होते. आजची माझी सुस्थिती ही त्यांच्यामुळे निर्माण झालेली आहे, असे व्यक्त करून शक्य तर माझ्या होत असलेल्या कौतुकाला गालबोट लावायचाही त्यांचा विचार असावा. आपल्या समाजात माणसाला दोन प्रकारे बदनाम करणे सोपे जाते. एक– आर्थिक फसवणूक आणि दुसरी– बेईमानी. बेइमानीबद्दल अवाक्षर लिहिणे त्यांना शक्य नव्हते, कारण त्यांच्याशिवाय माझ्या आयुष्यात कुठल्याही स्त्रीला तेव्हा तरी स्थान नव्हते. दुसऱ्या व्यक्तीचे इमान हवे असेल तर आपल्यालाही इमान द्यावे लागते, यावर माझा विश्वास होता. विशेषत: स्त्री-पुरुष अवैध संबंधांत या निष्ठा कडव्या होतात. एकमेकांवर अविचल निष्ठा हेच अशा संबंधांत एकमेव संरक्षक कवच असते. शिवाय अन्य स्त्रियांशी संबंध ठेवून मी बाईंशी बेइमानी केली, असे खोटे विधान करण्याने बाईंचाच पराभव झाला

असता. त्यांच्याच मित्रपरिवारापैकी त्यांच्या मैत्रिणी माझ्याशी लगट करताना त्यांनी पाहिल्या, त्यामुळेच माझ्या बदनामीचा हा रस्ता वापरणे त्यांना शक्य होते, पण सोईचे नव्हते. त्यामुळे दुसरा सोपा म्हणजे, आर्थिक फसवणुकीचा रस्ता त्यांनी स्वीकारला. किंबहुना, हे आत्मचरित्र लिहिण्यासाठी ज्यांनी उत्तेजन दिले, त्यांनी तसा सल्ला दिला असला पाहिजे. मा. का. देशपांडे यांनी त्या आत्मचरित्रावर परीक्षण लिहिले आहे, त्यांत त्यांनी विचारलेले प्रश्न अगदी वाजवी आहेत. एक तर बाईंची सांपत्तिक स्थिती फारशी चांगली नसताना जे दहा-पंधरा हजार रुपये त्यांनी मला दिले, असा त्यांचा दावा आहे; ते त्यांनी आणलेच कोठून? कारण कऱ्हाडच्या कारखान्याचे दिवाळे काढून विजापुरे कुटुंब प्रथम पुण्याला आले. त्या ओढगस्तीच्या काळात मीच बाईंना पैसे दिलेले आहेत. त्या वेळेस आमचे केवळ मित्रत्वाचे नाते होते आणि हे मित्रत्वाचे नाते बदलण्याची आकांक्षा त्या बाळगीत असल्याने त्यांनी ते पैसे परतही केले आहेत. मुंबईत त्या वेगळ्या राहू लागल्यानंतर पगाराव्यतिरिक्त त्यांच्याजवळ अन्य कुठलेही मिळकतीचे साधन नव्हते. आमच्या एका समान मित्राकडून वेळी-अवेळी आम्ही काही पैसे उसने घेत असू. तरीपण मोठमोठ्या रकमा येण्याचे आमच्याजवळ कोणतेही साधन नव्हते. स्त्रीला कोणी तरी आर्थिक दृष्ट्या लुबाडले असे म्हटले की, आपोआपच समाजाची सहानुभूती त्या निराधार लुबाडलेल्या स्त्रीकडे वळते, हे समाजाचे मानसशास्त्र बाईंनी ओळखले.

बारा वर्षांच्या सहजीवनाच्या काळात त्यांनी माझ्यावर एकूण १०-१२ हजार रुपये खर्च केला, हे जरी क्षणभर खरे मानले; तरी ही रक्कम महिन्याला शंभर रुपयांपेक्षाही जास्त होत नाही. ह्या त्यांच्या आर्थिक व्यवहाराबाबत त्या आत्मचरित्रावर जी-जी परीक्षणे आली, त्या-त्या प्रत्येक लेखनात ही शंका व्यक्त केली आहे. शिवाय या कालखंडात मीही काही रक्कम खर्च केली असेलच की नाही? दोन प्रेमिकांत एकतर्फी व्यवहार चालू झाला, तर ते प्रेम किती खालच्या पातळीवर येईल आणि बारा वर्षांइतका प्रदीर्घ काळ बाईंसारखी मनस्वी स्त्री अशा पुरुषावर प्रेम तरी करू शकेल काय? परंतु हे सारे स्पष्टीकरण निरर्थक आहे, असे मला वाटते. बाईंनी माझ्यासाठी खूप काही केले आहे, ही कृतज्ञता त्यांनी केलेल्या हेतुपुरस्सर बदनामीवरही मात करू शकते. मला त्यांनी कपडे शिवले, टाय-बूट अशासुद्धा वस्तू घेतल्या. त्यामागची त्यांची उदात्तता आणि जोडीदारावरील त्यांचे समर्पित प्रेम यामुळे असले हिशेब करणे, हे अशिष्टपणाचे आहे. त्यांच्यासाठी काही मी केले, त्याची नोंदसुद्धा करणे मी सुसंस्कृतपणाचे मानत नाही. आपला

सहचर सुंदर दिसावा, अशी आकांक्षा कोणाला नसते? मलाही ती होती. आम्ही ज्या तऱ्हेचे विवाहबाह्य जीवन जगत होतो, त्यात परस्परांविषयीचे अपार प्रेम अत्यावश्यकच होते. आमचे जेवण, चहा, प्रवास, करमणुकी, मैफली हे सारे शयनगृहातील सुखापेक्षाही सुखावह होते. शयनगृह हे तर स्त्री-पुरुष एकत्र येण्याचे एक मनोहर स्थान. सारी किल्मिषे, अहंकार, आर्थिक परिस्थिती हे सारे दिवाणखान्यात ठेवून शय्येवर प्रवेश केल्याशिवाय शय्येवरचे सुखसुद्धा खुल्या मनाने भोगता येत नाही. बाई कामिनी होत्या आणि जीवनातील त्यांची सारी अतृप्तता विसरण्यासाठी सर्वांगाने सिद्ध होत्या. त्यांच्यातील व माझ्यातील सारे दुर्गुण विसरून टाकायला लावण्याइतकी चतुराई त्यांच्यात होती आणि त्यांनी ती माझ्यातही निर्माण केली होती. स्त्री-पुरुषसंबंधांच्या अनेक गोष्टी मी पुढे लिहिल्या आहेत. सुखद स्त्री-पुरुषसंबंध यांचे जे लोभस चित्रण मी गोष्टींतून केले आहे ते कल्पित नाही. त्या साऱ्याला प्रत्यक्ष अनुभवाची जोड आहे. आक्रमक आणि पुरुषी स्त्रीसौंदर्याचा बाई हा एक आदर्श मानता येईल. नंतरच्या माझ्या आयुष्यात काही स्त्रिया आल्या, त्यांत काही रूपसौंदर्याबद्दल ख्यातही होत्या; परंतु तृप्त समागमासाठी केवळ रूपसौंदर्य अगदी अपुरे आहे, असा माझा अनुभव आहे. स्वत:च्याच सौंदर्यावर खूष असणारी स्त्री सर्वार्थाने शरण जाऊ शकत नाही. शरीर आणि मन सर्वथा दुसऱ्याच्या स्वाधीन केल्याशिवाय स्त्री-पुरुष संबंधांतील अंतिम सौंदर्य आणि सुख कधीच गवसत नाही. पतिव्रता स्त्रिया पुरुषाला सारं सर्वस्व देतात– नाही असे नाही, पण त्यात समर्पणापेक्षाही कर्तव्याचा भाग अधिक असतो. शिवाय स्त्रीसौख्य म्हणजे नेमकं काय, हे या समाजातील थोड्या पुरुषांना कळलेले आहे. त्यामुळे जे मिळते तेच परमसौख्य, असे मानण्याची प्रवृत्ती आहे. त्यामुळे या समाजात आजपर्यंत कधी पुरुषांनी स्त्रियांविषयी कुरकूर केलेली नाही; आणि पुरुषाचे सुख केवळ उत्सर्जनात आहे, त्यामुळे त्यानेही कधी स्त्रीच्या आनंदाचा खोलात जाऊन विचार केलेला नाही. संसार होतात, मुले होतात; पण कित्येक संसारांत खरा आनंद मिळाल्याशिवाय तो संपूनही जातो.

बाईंना सोडून मी एकटा राहू लागल्यानंतर तो परत माझ्या घरी जाऊन स्थिर होईपर्यंत माझ्या आयुष्यात काही स्त्रिया येऊन गेल्या. ज्या स्त्रियांकडे मी तेव्हाही आणि आजही वाकडा डोळा करून पाहू शकलो नाही, अशा त्या स्त्रिया आपल्या पायाने चालत माझ्याकडे आल्या. तेव्हाही त्यांचे संसार बाह्यत: सुखाचे होते आणि आता तर त्यांतल्या काही स्त्रिया नातवा-सुनांनी भरलेल्या घरात राहतात. त्या व्यभिचाराला का तयार झाल्या, याचे विश्लेषण करणे मला तरी

शक्य नाही. माझ्याशिवाय अन्य पुरुषांशी त्यांचे संबंध आले असतील, असे मानणे कठीण जावे, असे त्यांचे वागणे सोज्वळ आणि सात्त्विक होते. आज त्या समाजात भेटतात; तेव्हा मधे काही जणू घडलेच नाही, इतका सोज्वळ भाव त्यांच्या चेहऱ्यावर असतो. मलाही त्यांच्या तृप्त दिसणाऱ्या संसारात काही व्यत्यय आणायचा नाही, म्हणून मी तरी त्यांना डिवचण्याचे काय कारण? समाजात अशा तऱ्हेच्या स्त्रिया असू शकतात, यावर एके काळी माझा विश्वास नव्हता. स्त्रियांना पुरुष बिघडवतात किंवा नादी लावतात, असा एक सोइस्कर समज तथाकथित विचारवंतांनी समाजात दृढ केलेला आहे, पण ही गोष्ट खरी नसावी. एक अपवाद सोडता, स्त्रियांच्या बाबतीत मी कधी पुढाकार घेतलेला नाही. असे असूनही बाह्यत: तरी संसारात सुखी वाटणाऱ्या या स्त्रिया अशा रस्त्याला का जातात, हे मला अनाकलनीय वाटते. सुरक्षिततेला धोका म्हणून तर स्त्रिया आपले संसाराचे कवच धोक्यात टाकत नसतील? पण जर सुरक्षितता असेल, संसार धोक्यात नसेल; तर स्त्रीला कधी कुतूहलातून, तर कधी अतृप्ततेतून परपुरुषाची ओढ वाटत असणारच. वैचित्र्याचा आनंद कोणाला नको आहे? जे पुरुष किंवा स्त्रिया सर्व अनुकूलता असतानाही निग्रहाने परस्परांशी इमान राखतात, त्यांचा संयम आणि थोरवी कौतुकास्पदच मानली पाहिजे. पण बहुसंख्य पुरुषांचे तथाकथित चारित्र्य हे भेकडपणाने, लायकी नसल्याने किंवा संधी न मिळाल्यामुळे शाबूत राहत असले पाहिजे. निसर्गत: एक नर आणि एक मादी यांचे चिरंतन एकत्र राहणे दुर्मिळ असते. संसारात समाज व धर्म यांनी हेतुपुरस्सर निष्ठा दिली आहे. त्यात सोय आहे आणि मुख्य म्हणजे अपत्यांची, म्हणजेच सृष्टीला सातत्याची चिंताही आहे.

माझ्या या बेजाबाबदार आयुष्यक्रमाची कोणत्याही कारणास्तव मी तरफदारी करू इच्छित नाही. हे असे काही माझ्या आयुष्यात घडले नसते, तर मला आवडले असते. एक तर ते जीवन माझ्या मूळ प्रकृतिधर्माशी विसंगत होते आणि त्याहीपेक्षा महत्त्वाचे कारण की– चेहरे वेगळे असले, शरीराचे आकार वेगळे असले, सुस्कारे-चीत्कार यांतही काही भिन्नता असली; तरी खऱ्या अर्थाने सर्व पुरुष आणि स्त्रिया सारख्याच असतात. आपण मुलाला बोलायला, चालायला शिकवतो तसे जर लैंगिक शिक्षण आपण योग्य त्या प्रकारे देऊ शकलो; तर ८०टक्क्यांहून अधिक स्त्रिया किंवा पुरुष एकमेकांना मन:पूत समाधान देऊ शकतील. हावरटपणा व विकृती यांनाही आवर घालता येईल; परंतु कामजीवनाबद्दल विकृत आणि चुकीच्या जाणिवांमुळे ह्या समाजातील बहुतेक पुरुष संधीची वाट

पाहत आयुष्यभर वावरतात. सहजगत्या प्राप्त होणाऱ्या स्त्रियांची वर्णने वाङ्मयात वाचून, जाणाऱ्या-येणाऱ्या प्रत्येक स्त्रीकडे हावरटपणाने पाहत राहतात. आजचे चित्रपट, साहित्य माणसाला सुसंस्कृत आणि समाधानी करण्याऐवजी अधाशी आणि विकृत करू पाहते. मी काही संतुष्ट जोडपी पाहिली आहेत. बाह्यत: सामान्य रूपाचा आणि आर्थिक दुर्बल पुरुषसुद्धा स्त्रीला सुखी करू शकतो किंवा एखादी सामान्य रूपाची स्त्री पुरुषालाही कायमची अंकित करू शकते; देण्या-घेण्याचे शास्त्र त्यांना अवगत असले, म्हणजे झाले. ज्यांना हा सुखाचा रस्ता सापडतो, ते खरे सुखी. पातिव्रत्य किंवा एकपत्नीव्रत ह्या नीतिकल्पना नाहीत. पातिव्रत्य पाळायला स्त्रीला भाग पाडण्याजोगे शहाणपण पुरुषाजवळ असायला हवे आणि वैचित्र्याच्या स्वाभाविक प्रवृत्तीवर मात करायला भाग पाडण्याइतके स्त्रीचेही चातुर्य हवे. कितीही सुंदर स्त्री मिळण्यासारखी असली तरी सुखी आणि समाधानी घर धोक्यात टाकण्याची हिंमत पुरुषाला होता कामा नये; किंवा आडबाजूला, सुरक्षित ठिकाणी मदनासारखा पुरुष भेटला तरीही त्याला धिक्कारण्याजोगी तृप्तता स्त्रीला तिच्या जोडीदाराकडून मिळायला हवी.

अर्थात घर ही एक सुंदर संकल्पना निर्माण झालेली आहे. सुशिक्षित, उबदार, भरवशाचे घर समाज सुरक्षित ठेवू शकतो. पण घर म्हणजे छप्पर असलेल्या भिंती नव्हेत. तर घर म्हणजे व्यक्तित्वाचा सुगंध, सौंदर्यपूर्वक मांडलेली रचना, अन्नोदकांचे सुगंधित निमंत्रण, आतुरतेने वाट पाहणारी पत्नी किंवा धावत येणारा घरधनी. दोघांचे मिळून व एकेकट्याचे असे भारलेले जीवन आणि त्या सर्वांपेक्षाही चटईची असेल, सतरंजीची असेल किंवा ओल्या जमिनीची असेल– निमंत्रण देणारी शय्या. एकमेकावाचून दुसऱ्याला पूर्णपण येत नाही, असं धर्मशास्त्र सांगतं. पुरुष आणि प्रकृती यांच्याशी एकरूपत्व सांगतात. शरीरशास्त्रसुद्धा सांगते की, भिन्न लिंगीयांवाचून एकेकाला स्वतंत्र अस्तित्व नाही. पण असे असूनही आपला समाज पुरुषी अहंकाराने बरबटून गेलेला आहे. हेही खरे आहे की, समाजात अशी स्त्री-पुरुषाची जोडी सर्वार्थाने अशक्यच आहे. कोणत्या ना कोणत्या तरी प्रकाराने एक जण दुसऱ्यापेक्षा वरचढ असणार. ह्या वरचढीपायी झुंज देण्यापेक्षा त्याच्याशी जमवून घेणे, हेच अत्यावश्यक असते. ह्या भूमिकेवरून मी बाईंशी जमवून घेण्याचा प्रयत्न केला, असे म्हटले तरीसुद्धा फारच धक्कादायक वाटू नये.

बाई घरात कर्त्या होत्या. बहुतेक निर्णय त्याच घेत. माझे काही खास नाजूक मानापमानाचे विषय होते; अनुभवाने ते त्यांना ज्ञात झाले. ते जपण्याविषयी

त्या फार काळजी घेत. माझ्या नातेवाइकांनी आमच्या दोघांचे संबंध मान्य केले. असे असताना क्षुल्लक मानापमानाचे प्रसंग अकारण मोठे करून त्यांनी संघर्ष करून पाहिला, तथापि मी त्यांना कठोरपणाने त्यांची जागा दाखवून दिली. पुरुषाच्या कर्तृत्वाला उणेपणा दिलेला मला कधीही आवडलेला नाही. माझा आणि त्यांचा अखेरीस जो बेबनाव झाला, त्याला कारण माझ्या मानापमानाचे जे काही थोडे नाजूक मुद्दे होते– याचे त्यांना विस्मरण झाले, हे आहे. जेव्हा जगावेगळा संसार मांडला जातो, तेव्हा परस्परांविषयीच्या संबंधांचे नियमसुद्धा जगावेगळेच असतात. बाईंच्या समाधानासाठी मी घरी जाणे सोडले, परंतु मुलांना सोडणे मला शक्य नव्हते. दुसऱ्यांचीसुद्धा मुले मला आवडतात; मग माझ्या रक्तमांसाच्या मुलांवर माझे प्रेम असणे अगदीच न्याय्य होते. मुलांच्या दृष्टीनेसुद्धा माझ्या अस्तित्वाची त्यांना अतिशय गरज निर्माण झाली होती. बाईंच्या स्वभावात बदल होईल, म्हणून मुलांनाच मुंबईला नेणे सोइस्कर होईल, या विचाराने मी बाईंना तसे सुचवले. जरी त्या वेळेस मला बरा पगार मिळू लागला होता व अन्य काही मार्गाने मी थोडी मिळकत करू लागलो असलो, तरी एक तर काटकसरीने राहावे लागेल व त्याहीपेक्षा पूर्वीचे अनिर्बंध जीवन सोडून संयमित संसारी जीवन जगावे लागेल, याची मी त्यांना कल्पना दिली. बाईंनी या गोष्टीचे नुसते स्वागतच केले नाही, तर पुढाकार घेतला. मी मुलांना घेऊन मुंबईला आलो. एवीतेवी मी आता घरी परतणारच नव्हतो, तर मुलांची जबाबदारी मी घेतलेली बरी– म्हणून बायकोनेही नाखुषीने का होईना, संमती दिली. बायकोला दुखावताना मला अतिशय वाईट वाटले; पण माझी मुलगी तिच्याजवळ राहणारच होती, त्यामुळे फारसा असंतोष न होता हा बदल घडून आला. मुलांना मराठी माध्यमाच्या शाळेत प्रवेश मिळू शकत नसल्याने इंग्रजी माध्यमाच्या शाळेत घालणे भाग पडले. अर्थात यामुळे माझ्यावरची जबाबदारी वाढणारच होती. हे सारे मी करणारच होतो, पण बाईंचाही काही सहकार त्यात गृहीत धरला होता. पुण्याला जाण्याची माझी ओढ आता संपुष्टात येऊन बाईंना स्वस्थचित्त वाटणार होते. आमच्या दिनक्रमात मुलांच्या येण्याने बदल होणे अपरिहार्य होते. पण चार-आठ दिवसांतच नव्याने स्वीकारावा लागलेला बदल बाईंना आवडत नाही, हे माझ्या ध्यानी आले. वास्तविक, माझा मुंज किंवा तत्सम कोणतेही कर्मकांड यांच्यावर अजिबात विश्वास नव्हता. पण वैवाहिक प्रतिष्ठा त्यांना मिळू द्यावी, एवढ्यासाठी बाईंच्या आणि माझ्या हस्ते अगदी देवदेवक ठेवून मी माझ्या मुलांच्या मुंजी सर्व संस्कारांसहित मुंबईला केल्या. मुलांची आई असल्याशिवाय

त्यांच्यावरचा हा धर्मसंस्कार करताना मला खंत वाटली. एखाद वेळेस आयत्या वेळेस माझी पत्नी येऊन घोटाळा करेल, म्हणून मुंजीचा समारंभ अगदी घरगुती करण्यात आला व आशीर्वादाच्या पत्रिका नंतर पाठवण्यात आल्या. बाई तेवढ्यापुरत्या खूष झालेल्या दिसल्या. पण अखेरीस मुलांना केवळ जेवायला घालणे म्हणजे काही मुलांची जबाबदारी संपत नाही; त्यांच्यासाठीही खास वेळ द्यावा लागतो. अर्थात, मला तो वेळ बाईंसाठी देत असलेल्या वेळातूनच काढणे भाग होते. वेळी-अवेळी बाहेर जाण्यावर आता आपोआप निर्बंध आले. वेळी-अवेळी येणाऱ्या पाहुण्यांवरही निर्बंध घालणे भाग पडले. हा बदल बाईंना परवडण्यासारखा नव्हता. माझ्यावरच्या त्यांच्या स्वामित्वात आता वाटेकरी आले आणि मग मुलांच्या देखत त्यांचा आणि माझा गंभीर स्वरूपाचा एक झगडा झाला.

खरे तर अलीकडे त्यांच्या-माझ्यातील वाद वाढत होतेच. मुलांच्या समोर अशा तऱ्हेचा वाद होणे, ही गोष्ट मी कधीच मंजूर केली नसती. बाईंचा स्वभाव बदलेल, ही आशा आता मावळली. आयुष्यात इतक्या झटपट निर्णय घेण्याची माझी ती बहुतांशी पहिलीच वेळ. मुलांची शाळेत घातलेली नावे मी ताबडतोब काढली आणि बाईंनी विरोध केला तरीसुद्धा मुलांना घेऊन पुण्याला परत आलो. शाळेत भरलेली प्रवेश-फी, पुस्तके, प्रवासखर्च आणि शिवाय या सर्वांमुळे झालेला मनस्ताप याने मी अगदी व्यथित होऊन गेलो. आपल्या अनिर्बंध जीवनात व्यत्यय नको, म्हणून शाळेत असलेल्या त्यांच्या मुलीला बाईंनी होस्टेलमध्ये ठेवली होती, याही गोष्टीचा मला कसा विसर पडला, कोण जाणे!

खरे तर माझी मुले असोत किंवा बाईंची मुले असोत– मुले ती मुलेच. आपल्या सुखासाठी मुलांचे आयुष्य आपण कधी धोक्यात घालता कामा नये, म्हणून बाईंच्या मुलांवरतीही मी तितकेच प्रेम केले. आमच्या संबंधांवर वैतागून त्यांचा मुलगा भय्या फार पूर्वी पुण्यात असतानाच घर सोडून लष्करात साधा शिपाई म्हणून सामील झाला होता. तेव्हा तो अगदी सामान्य जिणे जगत होता. लष्करातून त्याला सोडवून आणण्याच्या कामी त्या वेळचे डिफेन्स खात्याचे डेप्युटी सेक्रेटरी– माझे स्नेही प्रभाकर नातू यांच्याकडे दिल्लीला मी बाईंना घेऊन गेलो होतो. सुनीलवर तर माझे माझ्या मुलीइतकेच प्रेम होते. किंबहुना, बाईंच्या-माझ्या अनेक कलहाच्या दुःखद प्रसंगांत घरातील सुनीलचे अस्तित्व ही एकच हिरवळ होती. आईचा आडदांडपणा ती डोळ्यांनीच पाहत असे. अनेक वेळेला तिची सहानभूती मलाच मिळे. बाईंची मी फार वर्षांपूर्वी म्हणजे १९४२ मध्ये पाहिलेली प्रतिमा सुनीलच्या रूपाने प्रत्यक्ष घरात वावरत होती. पुढे मी अकस्मात

एक दिवस घर सोडून गेलो, तेव्हा न्यू इंडिया इन्शुरन्स कंपनीत इमारतीच्या प्रवेशद्वारापाशी दोघीही माय-लेकी मला परत घरी नेण्यासाठी उभ्या होत्या. बाईंनीच उपमर्द केलेला असल्यामुळे माझ्याशी बोलण्याची त्यांना हिंमत नव्हती. १७-१८ वर्षांच्या चिमुरड्या सुनीलने माझी समजूत काढण्याचा खूप प्रयत्न केला व बाईंना आणखी एक संधी देण्याची मला विनवणी केली. त्या वेळेस तरी तिच्या आईचा मला राग आला होता. मूळ वादाचा विषय सुनीलच्या आकलनापलीकडचा होता. त्यामुळे मला तिची विनंती मान्य करता आली नाही. मी तेव्हापासून मुंबईतच एका हॉटेलमध्ये रूम घेऊन राहू लागलो, पण तिथेही नाना उपायांनी आणि कारणांनी कधी निरोप, कधी खाद्यवस्तू देऊन बाई सुनीलला पाठवीत. वास्तविक, बाईंपासून ह्या माझ्या दुराव्यामुळे कायमची फारकत होते आहे, अशी मला तेव्हा कल्पना आली नव्हती. त्यामुळे त्या अशा वेगळ्या राहण्यात बाईंची आणि माझी अजिबात भांडणे झाली नाहीत. त्या फार सावधगिरीने वागल्या. एक-दोन कौटुंबिक समारंभांतसुद्धा आम्ही बरोबर गेलो. त्यांना धडा शिकवण्यासाठी मी वेगळा राहत होतो, दूर जाण्यासाठी नव्हे. त्यांच्याजवळ अनुनयाची फार मोठी विद्या असल्यामुळे एकदा तर त्यांनी मला घरीही नेले आणि त्या रात्री आम्ही एकत्रही आलो. पुढे पुण्यात गेल्यानंतरसुद्धा त्या कमलाताई फडक्यांकडे नावापुरता मुक्काम करीत; पण कधी विद्याभवनावर, कधी कार्यालयात, तर नंतर मी राहत असलेल्या जयकर बंगल्यासमोरीलएकाकी बंगल्यात त्या मला भेटत, तासन्तास थांबत, शरीराचे निमंत्रण देत, माझा कठोरपणा विरघळून टाकण्याचा प्रयत्न करीत; परंतु मूळ वादाच्या विषयाला बगलमारीत. वादाचा पहिला विषय होता– तो म्हणजे, कोणताही मतभेद झाला की, रात्री-अपरात्री त्यांना फीट येई. माझ्या म्हणण्यानुसार जरी ते त्यांचे नाटक असले, तरी त्या त्यांच्या शारीरिक अवस्थेत मला रात्री-अपरात्री डॉक्टरांना बोलावून आणावे लागे आणि त्यांच्या प्रकृतीची उसाभर करावी लागे. हे नाटक आहे, हा माझा कयास नंतर खरा ठरला. मला शरण आणण्याचा तो एक हुकमी एक्का होता. म्हणजे जेव्हा मतभेद होत, तेव्हा त्या हेतुपुरस्सर हिस्टेरिक होत, ही गोष्ट खरी आणि मग जाणूनबुजून त्या हिस्टेरिक ॲटॅकला निमंत्रण देत. ह्या साऱ्या गोष्टीमुळे मी वैतागलो. माझे केसही त्या काळातच पांढरे झाले. जी माझी स्मरणशक्ती हा कौतुकाचा विषय होती, तिच्यावरही त्याच काळात परिणाम झाला. हे असेच दीर्घकाळ चालू राहिले असते, तर मला वेडच लागले असते. मी आयुष्यात माझी प्रकृती सांभाळली नाही किंवा सौंदर्यही सांभाळले नाही; सांभाळला तो

स्वत:वरचा ताबा. पण त्यालाच तडा जाण्याची आता वेळ आली होती. त्यामुळे मोठ्या नाइलाजाने बाईंचे जुने ज्येष्ठ स्नेही व ज्यांनी मला बाईंच्या स्वभावापासून सावध राहण्याचा फार पूर्वी इशारा दिला होता, ते डॉ. विष्णुपंत किर्लोस्कर यांना मी सारा प्रकार सांगितला. विजापुरे कुटुंबाचे डॉ. किर्लोस्कर हे फार जुने स्नेही. त्यामुळे बाईंच्या सर्व गुणावगुणांची त्यांना पहेचान. त्यामुळे बाई जर अशा काही हिस्टेरिक वागू लागल्या, तर त्यांना दोन जबरदस्त तडाखे देण्याचा त्यांनी मला सल्ला दिला. हे सारे विचित्रच होते. स्त्रियांच्या अंगावर हात टाकणे मला अधमपणाचे वाटे. खरे तर शारीरिक शिक्षेबद्दलच माझ्या मनात घृणा उत्पन्न झालेली आहे. पण या प्रसंगी दुसरा काही पर्याय दिसेचना, तेव्हा मोठ्या नाइलाजाने मी त्या प्रसंगाला तयार झालो. एके दिवशी असाच काही मतभेदाचा प्रसंग आला आणि बाई नेहमीप्रमाणेच नाटक करू लागल्या. त्या वेळेस सुनीलला बाहेरच्या खोलीत पाठवून मी दार बंद करून घेतले आणि त्यांना जाणवेल इतक्याच जोराने त्यांच्या एक थोबाडीत मारली. हे करत असताना मला अत्यंत शरम वाटत होती. परंतु, ही गोष्ट घडून गेल्यानंतर मात्र त्याचा फायदा झाला. त्यानंतर पुन्हा केव्हाही बाईंना फीट आली नाही अगर रात्री-अपरात्री अकारण कराव्या लागणाऱ्या यातायातीपासून माझी मुक्तता झाली.

बाईंना सोडण्याचा निर्णय कटू असला तरी तो घ्यावा लागला. लष्करातून सुटून आलेला बाईंचा मुलगा भय्या आता अधून-मधून आमच्या घरी येऊ लागला होता. क्वचित राहूही लागला होता. अखेरीस तो बाईंचा मुलगा होता, तेव्हा त्याचाही त्या घरावर हक्क होता. तेव्हा त्याने ह्या घरात यावे, घरावर हक्क सांगावा, हे मला मान्य होते. पण या घराचे नियमही त्याने पाळायला हवे होते. घरातला कर्ता पुरुष अखेरीस मी होतो. त्याने माझा आदर राखणे आवश्यक होते. माझा आदर राखवून घेण्याची जबाबदारी बाईंच्यावर होती. जर त्याला आई हवी होती, आईचे घर हवे होते; तर त्याला या घरातील माझे अस्तित्व स्वीकारणे भागच होते. आरंभी-आरंभी तो जरी प्रेमाने वागला नाही, तरी व्यवहाराला धरून वागला. त्याला माझ्याबद्दल प्रेम वाटावे, असे मानणे बरोबरही नव्हते. तो वयात आलेला होता, लष्करात काही काळ काढून थोडा निब्बरही झालेला होता. त्याचे सारे भवितव्य त्याच्यापुढे होते. आईच्या ह्या व्यभिचारी वर्तणुकीमुळे तो अस्वस्थ असणे स्वाभाविक होते आणि त्याच्या लेखी, त्याच्या कुटुंबाची वा वडिलांची अप्रतिष्ठा करण्यासाठी मी निमित्त झालो होतो. मी त्याच्या आईला मोहात पाडलेले नाही आणि जे काही घडले त्याला त्याची आईच मुख्यत्वेकरून

जबाबदार आहे, हे कळण्याचे त्याला शहाणपण नव्हते; म्हणून घरात माझ्याशी त्याचे वागणे तुटकपणाचे, कधी कधी तुच्छतेचे होऊ लागले. मला सोडून देऊन बाईंनी पुन्हा त्याच्या वडिलांबरोबर एकत्र राहावे, असे त्याला वाटू लागले. शिवाय त्याच्या वडिलांबद्दल त्याला अभिमान का वाटू नये? एवढे सगळे रामायण घडून गेल्यानंतरसुद्धा गणपतराव विजापुरे यांच्याबद्दल अनादराचा शब्दही माझ्या तोंडून आजपावेतो निघालेला नाही. एक सज्जन, कष्टाळू आणि धीरोदात्त माणूस म्हणून मी त्यांची गणना करीन. त्यांनी मलासुद्धा कधी वाईट वागवले नाही. उलट, बाईंचा नाद मी सोडावा, अशी त्यांच्या वयाला आणि नात्याला न शोभेल अशी विनवणीसुद्धा त्यांनी केली. बाईंच्या हटवादी स्वभावाचा त्यांनीही तडाखा सोसलेला होता व त्यांना सुखी करण्यासाठी त्यांच्यापरीने त्यांनी प्रयत्नांत कसूर केली नव्हती. पण मुळातच ती दोघेही अगदी विषम प्रकृतीची होती. वयाने बाईंच्यापेक्षा कमीत कमी वीस-एक वर्षांनी ते मोठे आणि खऱ्या अर्थाने ते प्रापंचिक प्रवृत्तीचे गृहस्थ होते. त्यांना पहिल्या पत्नीपासून जवळपास बाईंच्या वयाचा एक मुलगाही होता. त्यांनी बाईंशी लग्न केले, तेव्हा महागावसारख्या खेड्यात राहणाऱ्या एका गावंढळ मुलीशी त्यांनी लग्न केले. अशा विषम विवाहाला त्या कालखंडात तरी फारसे अनैतिक स्वरूप नव्हते. विजापुरे यांची त्या वेळची सांपत्तिक परिस्थिती उत्तम होती. त्यांना किर्लोस्करवाडीला व्यवस्थापकाची सन्मानाची नोकरी होती. यामुळे अगतिक झालेल्या खेडेगावच्या आनंदीबाईंच्या वडिलांनी त्यांचे गणपतरावांशी लग्न ठरविले. त्या म्हणतात की, हे लग्न त्यांच्या मनाविरुद्ध होते. पण ते त्यांच्या आरंभीच्या काही वर्षांच्या वैवाहिक आयुष्यावरून खरे वाटत नाही. गणपतराव किर्लोस्करवाडीलाच राहिले असते आणि फाजील उत्साहाच्या भरात स्वतंत्र कारखाना काढून आर्थिक दृष्ट्या बुडण्याचा जर त्यांनी उद्योग केला नसता, तर त्यांच्या आयुष्यात आनंदीबाईंनी जी बेइज्जत केली, तो प्रसंगच घडला नसता. किर्लोस्करवाडीत स्त्री-पुरुषसंबंध पुष्कळच सैल होते. अनेक प्रेमप्रकरणे आणि भानगडी तेथे घडत; पण तिथे राहून बाई मात्र असे काही करू शकल्या असत्या, असे मला वाटत नाही. ज्याप्रमाणे आर्थिक पराभूत झालेल्या मन:स्थितीत मी होतो, त्याचप्रमाणे विजापुरे कुटुंबावरही आर्थिक अरिष्टे आली होती. किर्लोस्करवाडीला मिळणारे मानमरातब व सुबत्ता कऱ्हाडला आणि नंतर पुण्याला उरली नव्हती. दोघांच्याही मानसिक परिस्थितीत काही साम्य होते आणि बहुतांशी त्यामुळेच असेल, आमच्या आयुष्यात हे वादळ येऊन गेले. पुण्यात त्या आल्यापासून त्या म्हणतात तसा त्या माझा शोध घेत

होत्या. सन १९४२ मध्ये गोळी लागल्यामुळे व घरातून वडिलांनी हाकलून दिल्यामुळे मी आसऱ्यासाठी पुण्याहून इचलकरंजीला बहिणीकडे निघालो आणि त्या गाडीत बाईंनी किर्लोस्करवाडीला मला प्रथम पाहिले. त्या सांगतात की, त्या प्रथमदर्शनीच माझ्या प्रेमात पडल्या; मोहित झाल्या. परंतु, ते त्यांचे म्हणणेही थोडे भाबडेपणाचे वाटते. त्या वेळेला त्या त्यांच्या ऐन तारुण्यात होत्या आणि संसारातही लोकार्थाने रमलेल्या होत्या. मुकुंदराव किर्लोस्कर, शांताबाई किर्लोस्कर आणि बहुतांशी आनंदीबाई किर्लोस्कर त्या वेळेस त्यांच्याबरोबर होत्या. पायाला प्लास्टर असल्यामुळे मी कोणतीही हालचाल करू शकत नव्हतो. लहान-मोठ्या गोष्टींत त्यांनी प्रेमपूर्वक साह्य केले आणि मिरजेस मला दुसऱ्या गाडीत बसवून दिले.

मी तर त्यांना त्या प्रसंगानंतर विसरूनही गेलो होतो. एक तर जगात दिसणाऱ्या प्रत्येक सौष्ठवपूर्ण स्त्रीवर आकृष्ट होण्याची तेव्हा आणि आताही माझी रीत नाही. नंतर त्यांची दुसरी गाठ माझे मित्र कै. श्री. विनायक बहुलीकर यांच्या घरी झाली. पण माझ्या लेखी तीही औपचारिक भेट होती. ही स्त्री आपल्या आयुष्यात पुढे काही वादळ निर्माण करेल, असे कधी वाटले नाही. नंतरची त्यांची गाठ-भेट प्रेसिडेन्सी इंडस्ट्रियल बँकेत पडली. तोपावेतो मी एक बऱ्यापैकी व्यापारी झालो होतो. बँकेतही माझे मोठे खाते होते. बँकेत माझ्याशी मॅनेजरची जी वागणूक त्यांनी पाहिली, त्यामुळे कदाचित माझ्या सांपत्तिक स्थितीचीही त्यांना कल्पना आली असेल. आणखी वर्षा-दोन वर्षांनी त्यांची-माझी गाठ पडली, तेव्हा मी टिळक रोडवर लकी रेस्टॉरंट चालवायला घेतले होते. मी प्रवेशद्वारात उभा होतो आणि त्या रस्त्यावरून चालत्या होत्या. इथे पडलेली गाठ-भेट हीच आमच्या नव्या नात्याची चाहूल होती. कारण मी कोठे आहे आणि कोठे भेटू शकतो, हे त्यांना आता कळले होते. मुंबई-पुणे रोडवरील एका प्रशस्त आऊट हाऊसमध्ये त्या तेव्हा राहत असत. त्यांच्या बोलावण्यावरून मी तेथे जाऊ लागलो. या वेळेस माझ्या आर्थिक अरिष्टाला आरंभ झालेला होता. त्यामुळे त्यांच्याकडे जाणे, हा एक नवा सुखद उद्योग निर्माण झाला होता. एखाद दुसरा दिवस मी जाऊ न शकलो, तर त्या तडक वेळी-अवेळी माझ्याकडे येत आणि मला घरी घेऊन जात. माझ्या येण्याबद्दलची नाराजी श्री. विजापुरे याच्या डोळ्यांत अधून-मधून दिसे. डॉ. विष्णुपंत किर्लोस्कर, डॉ. सोमण अशी चांगली माणसे तेथे असत. कधी कॉफी, कधी मद्यपान असे कार्यक्रमही तेथे होत. तिथले वातावरण सुखद होते. त्या काळात सकाळी कॉफी हाऊसमध्ये

जाणे, हा दोघांचा विरंगुळा व्हायचा. आम्ही किती दिवस असे नियमितपणे कॉफी हॉऊसमध्ये जात होतो, हे मला आठवत नाही; पण आरंभीच्या काळात असणारे आमचे निर्व्याज संभाषण, त्या तिथली ती ठरलेली जागा, कॉफी पिऊन बाहेर पडताना सलाम करणाऱ्या एका द्वाररक्षकाला बाईंनी खुशीने दिलेली टीप, घरापाशी त्यांना सोडल्यावर रेंगाळत घेतलेला निरोप... हे सारे माझ्या नजरेसमोर आजही जिवंत होऊन उभे राहते. बाईंचे लांबसडक केस, त्यांची रंगसंगती, स्वतःच्या आकाराला आणि रंगाला शोभतील असे पेहराव, थोडा पुरुषी पण आकर्षक मुखडा आणि आधुनिक हालचाली ह्या साऱ्या गोष्टी एखाद्या कादंबरीसारख्या घडत होत्या. आकर्षणाची एकेक पायरी आम्ही वर चढत होतो. माझा बुजरेपणा हळूहळू त्यांनी संपुष्टात आणला. शरीराचे आकर्षणही हळूहळू वाढू लागले होते. त्याची अखेर काय होणार हे नक्की असले, तरी माझी मानसिक तयारी झाल्याशिवाय पुढचे पाऊल टाकण्याइतपत बाईंनी धिटाई दाखवली नाही. डेक्कन कॉलेजसमोरच्या नदीकाठी आम्ही संध्याकाळी फिरायला जात असू आणि मला स्मरण आहे, त्या तेव्हाच्या एका अंधारलेल्या संध्याकाळचे, जेव्हा बाईंनी मला प्रत्यक्ष मिठीत घेतले.

असेही काही दिवस गेले आणि एक दिवस विजापुरे मुंबईला गेलेले असताना निवांतपणे भेटण्यासाठी बाईंनी मला एका हॉटेलमध्ये खोली घेण्यास सांगितली. हळूहळू मुंगीच्या पावलाने मनाला आणि शरीराला त्यांच्याबद्दलचे कुतूहल वाटू लागले होते. त्यांची ही उघड-उघडपणे हॉटेलात खोली घेण्याची सूचना ऐकून मी एकदम सर्द झालो. माझ्या लेखी हे मुळात सारे असंभव होते. आपण नेमके कोणाच्या अन् किती आहारी गेलो आहोत याची, हा प्रसंग म्हणजे परीक्षाच होती. आता बंद झालेल्या, परिचित वस्तीपासून दूर अशा एका इंपीरिअल हॉटेलात मी काही थापा मारून एक खोली बुक केली. बाईंच्या रुचीला आवडेल अशा दर्जाचे हे हॉटेल होते. जिथे कोणी मला ओळखेल असे हॉटेल निवडण्याची माझी छाती नव्हती. हॉटेलला तसे महत्त्व नव्हतेच, महत्त्व होते निवांतपणाला आणि एकान्ताला. तिथे गेल्यानंतर एक क्षणही न दवडता आम्ही एकत्र आलो. आता ह्या साऱ्या प्रसंगाची आठवण झाली की, माझा बुजरेपणा आणि बावळटपणा या दोन्ही गोष्टींची मला आठवण येते. परंतु एका अपरिचित, अद्भुत रस्त्यावरून माझा प्रवास सुरू झाला. इतक्या प्रकट मनाने आणि मोकळेपणाने स्त्री-पुरुषसंबंध असू शकतात, ही गोष्टच मला नवी होती. त्यात चोरटेपणाचा आनंद होता; धिटाईचाही आनंद होता. परंतु जे मी कधीच अनुभवलेले नाही, असले एक

अनावर शरीरसुख लाभल्याचाही आनंद होता.

बाईंना माझे सर्वार्थाने आकर्षण होतेच आणि त्यांनी प्रयत्नांनी मला मिळवले होते. मीही त्यांच्या व्यक्तित्वात पूर्णपणे बुडून गेलो होतो. एवढे सांगण्यासाठीच हा प्रवास मी विस्ताराने लिहिला. असे असताना आम्ही दूर कसे झालो, हा प्रश्न कोणाही पडेल. भैयावर आपण काही अन्याय केला आहे, ह्या जाणिवेने आता प्रौढावस्थेत आलेल्या बाई त्याला चार समजुतीचे शब्द सांगू शकल्या नाहीत आणि आपल्याला आपली आई काहीच सांगत नाही, त्या अर्थी आपल्या वागण्यात काही सुधारणा करायला पाहिजेत, असे भैयाने मानले नाही. आम्ही जगावेगळ्या तऱ्हेनं एकत्र आलो होतो, तेव्हा आमच्यावर काही वेगळे निर्बंध आणि निष्ठा लादल्या गेल्या. बाईंच्या स्वामित्वाला धक्का लागू नये, म्हणून मी माझ्या घरी जाणे-येणेसुद्धा सोडलेले होते. बाईंच्याकडूनही माझी तीच अपेक्षा होती. त्यांच्यात व माझ्यात कुरबुरी होत. मतभेदही वाढलेले होते. पण तरीसुद्धा आमचा हा आगळा-वेगळा संसार टिकवलाच पाहिजे, याबद्दल दोघांनाही आस्था होती. थोडीथोडकी नाही, तर सात-आठ वर्षे आमचे एकत्र राहणे झाले होते. असे असताना भैयाच्या वागण्याला त्या का रोखू शकल्या नाहीत, हे सारे अनाकलनीय आहे. निसर्गाने त्यांच्यातले स्त्रीत्व शोषून घेतले होते, ही गोष्ट खरी. अशा वेळी त्यांच्यातले मातृत्व जागे झाले होते, असे म्हणावे का? का त्यांना आपल्या हातून झालेल्या चुकांचे परिमार्जन करायचे होते? काहीही असो– ह्या घरात प्रतिष्ठेने राहता येणार नाही, हे माझ्या लक्षात आले व पाच-दहा वेळा सूचना दिल्यावरही अत्यंत नाखुशीने मी त्यांना सोडण्याचा निर्णय घेतला.

काही काळ मुंबईत आणि मग पुण्यात मी एकाकी राहिलो. माझा पराभव विसरण्यास आपणहून येणाऱ्या स्त्रिया आणि मद्यपानाच्या मैफली पुरेशा समर्थ ठरल्या नाहीत. परंतु नशिबाचा एक योग असतो, एवढेच खरे. माझा व्यवसाय आता चांगला चालला होता. पुण्यातील नामांकित लेखक सकाळ-संध्याकाळ माझ्या कार्यालयात येऊ लागले होते. थोडक्यात, लेखक बनण्याची माझी लहानपणाची आकांक्षा खऱ्या अर्थाने आता पुरी होण्याच्या मार्गावर होती. बाई आवश्यक ती सुधारणा करतील आणि आमच्या दोघांतील दुरावा दूर होईल, अशी शक्यता वाटत होती. माझ्या पुण्यातील कोणत्याही लहान-मोठ्या मित्रांना माझ्या खासगी आयुष्यात डोकावण्याची हिंमत नव्हती आणि मी त्यांना तशी कधी संधीही दिली नव्हती. मुंबईत असतानाच पु. भा. भाव्यांशी व त्यामुळे वसुंधराबाईंशी माझी ओळख झालेली होती आणि मी आनंदीबाईंची त्या दोघांशी

ओळख करून दिली होती. त्यामुळे भाव्यांना आमच्याबद्दल तशी माहिती होती. त्या काळात तरी भाव्यांना माझ्याबद्दलविलक्षण प्रेम आणि जिव्हाळा होता. राजकीय दृष्ट्या त्यांची मते जरी हेकट असली तरी खासगी जीवनात– विशेषत: मैत्रीच्या संदर्भात– त्यांचे एक उदात्त रूप मला नेहमीच जाणवलेले आहे. त्या वेळेस त्यांचा माझ्यावर प्रभावही होता. एक दिवस ते म्हणाले, "तुमच्यासारख्या माणसाने असे भरकटत राहणे, हे तुमच्या लेखनशक्तीला हानिकारक आहे. एक तर तुम्ही परत मुंबईला राहायला जा, नाही तर सरळ आपल्या पहिल्या संसारात जा. हे असे त्रिशंकूसारखे राहू नका."

खरे म्हणजे, माझ्या मनात हे विचार घोळत होतेच. माझी मुले अशा पौगंडावस्थेत होती की, माझी त्यांना विलक्षण गरज होती. शिवाय माझ्या पत्नीबद्दल माझी कोणतीही तक्रार नव्हती. ही गोष्ट खरी आहे की, मुद्दाम होऊन मांडलेला हा दुसरा संसार सोडून परत पूर्वसंसारात जाणे, ह्यात अपमान होता. पण बाईंच्या घरी भोगाव्या लागणाऱ्या अपमानापेक्षा हा अपमान अगदीच वेगळ्या प्रकारचा होता. शिवाय माझ्या मुलांचा अजूनही मला फार मोठा लळा होता. माझी मुलगी ही विलक्षण देखणी आणि त्याहीपेक्षा अतिशय समजदार होती. खरे तर जे काही घडले, त्याचा अन्वयार्थ लावण्याचे तिचे वयही नव्हते; परंतु तिच्या बालपणात पित्याचे छप्पर तिला लाभले नाही व त्याच्या अनुपस्थितीमुळे तिचे लाडही होऊ शकले नाहीत, ह्या गोष्टीमुळे तिला एक समज आली होती. मी तडकाफडकी घरी परत आलो. निर्णय घेतल्यापासून चोवीस तासांच्या आत पुण्यात जागा मिळवू शकलो, या गोष्टीचा तिला एक सुखद धक्का बसला. या कालखंडात मला तिने पार मोठा दिलासा दिला. खूप वर्षे हरवलेले सौख्य मला परत लाभले. तिची कोडकौतुके पुरवताना मला अगदीच वेगळा अनुभव येऊ लागला. मी जे काही केले, सुख-दु:ख भोगले, त्याबद्दल मला कधी अनुताप होत नाही; पण एक सल मनात राहतो की, जर माझ्या मुलांना अगदी लहानपणीसुद्धा माझा सहवास मिळाला असता, तर त्यांच्या नशिबी आलेले एकटेपण त्यांना भोगावे लागले नसते. निदान माझी मुले राजू आणि रवी मला बाहेर भेटू शकत होती, पण लहानग्या मुकुलला मात्र तसे भेटताही येत नसे. आता तिचे हरवलेले बालपण तिला परत मिळवून देणे, हे माझे कामच होऊन गेले. आता माझ्या मुलीचे लग्न झाले आहे. ती तिच्या संसारात सुखी आहे. पण अजूनही ती भेटली, तरी ती मला सात-आठ वर्षांची चिमुरडी मुलगीच वाटते. तीही तशीच वागते. माझ्या काही चुकांचे परिमार्जन करायला मला संधी मिळाली. योग्य त्या

कालखंडात मुलांच्या मी उपयोगी पडू शकलो, एवढे एक सत्कृत्य माझ्या सांसारिक जीवनात मला लाभले आहे.

माझ्या सांसरिक जीवनात १९६३ पासून ते आतापर्यंत मी तशा अर्थाने तृप्त आहे. माझ्या मुलांबद्दल काही तक्रार करावी, असे त्यांच्यात काहीही नाही. वडिलांचा कोणताही आधार न घेता किंवा थोरा-मोठ्यांच्या सावलीचा आधार न घेता मी वाढत गेलो. वेगवेगळे व्यवसाय करीत राहिलो. यशापयशाचाही धनी झालो आणि स्वत:चा रस्ता स्वत: निवडला, याचे महत्त्वाचे जे कारण, म्हणजे माझी कलंदर वृत्ती. कोणत्याच धंद्यात, व्यवसायात किंवा स्थितिजीवनाला मी फार काळ चिकटून राहू शकत नाही. तीच ती गोष्ट मला कंटाळवाणी वाटू लागते. एक ठरावीक शिस्तबद्ध दिनक्रम मला कधीच आवडत नाही. मी अनेक नोकऱ्या केल्या, व्यवसाय केले; त्यामागे माझी ही भरकटणारी वृत्ती कारणीभूत असण्याची शक्यता आहे. एकच गोष्ट दीर्घकाळ केल्याबरोबर माझी बेचैनी वाढू लागते आणि माझ्याकडून काही तरी विलक्षण गोष्टी घडत जातात. आयुष्यात कोणतेच वादळ आले नसते, तर मी कदाचित भाषाविषयाचा प्राध्यापक होऊन एक मचूळ आयुष्य जगत पुण्यात राहिलो असतो; पण तसे व्हायचे नव्हते. माझ्या आयुष्याला कलाटण्या देणाऱ्या वेगवेगळ्या घटना घडत गेल्या. एका सुखवस्तू, सुसंस्कृत घरात जन्म पावून सुखवस्तूपणाबद्दलचे प्रेम माझ्यात कधीच निर्माण झाले नाही.

देशभक्ती चुकीच्या कल्पना माझ्या डोक्यात कॉलेजमध्ये गेल्यापासून शिरल्या होत्या. देशभक्ती म्हणजे हौतात्म्य, चित्तथरारक घटना, गोळीबार, मोर्चे, भूमिगत होणे, वगैरे कृतिशीलसामाजिक चळवळ हाही देशभक्तीचा मार्ग असू शकतो, हे कळण्यासाठी मला आयुष्यातली ५० वर्षे घालवावी लागली. क्रांतिकारकांविषयी मला विलक्षण आकर्षक वाटायचे. माझ्या तारुण्याच्या उंबरठ्यावरच ४२ ची चळवळ झाली. वडिलांच्या इच्छेनुसार मी लष्करात सामील झालो आणि तात्पुरते कमिशन मिळून माझी निवडही झाली. पण लष्करी हडेलहप्पी ही माझ्या मनोवृत्तीत नव्हती. आज्ञाधारकपणा या गुणाचा तर माझ्यापाशी लवलेश नव्हता. लष्करात मी गेलोच असतो तर एक भांडकुदळ, अयशस्वी ऑफिसर म्हणून माझी नावनिशाणी मागे राहिली असती. कदाचित या वेळपावतो एखाद्या निवृत्त सेनाधिकाऱ्याचे मिळमिळीत आयुष्य मी जगतही राहिलो असतो. वडील, मित्रपरिवार, गुरुजन यांच्या सांगण्यानुसार माझ्या हातून काही घडले असते, असे मला वाटत नाही. काही राजकीय कारणांमुळे ४२ च्या चळवळीशी माझा

संबंध आलाच नाही, पण त्यातले हौतात्म्याचे आव्हान तेवढे मला आकर्षक वाटले. या प्रकरणाचा एक विस्तृत वृत्तान्त मी स्वतंत्रच लिहिला आहे, त्याची पुनरुक्ती करत नाही. पण अगदी अभावितपणे त्या चळवळीच्या तिसऱ्याच दिवशी पुण्यात झालेल्या गोळीबारात गोळी लागून माझ्या आयुष्याची दिशाच बदलून गेली. नाही म्हटले, तरी हे शारीरिक पंगुत्व माझ्या अनेक संकल्पांवर पाणी पाडणारेच होते. माझा चळवळ्या स्वभाव एकदम बदलून टाकण्यासाठी ते फारच मोठे कारण घडले. त्यामुळे माझ्या शिक्षणाचा तोलही बिघडला. आता मी कोणत्या भांडवलावर माझ्या आयुष्याचा रस्ता चोखाळणार होतो, ते अनिश्चित होते. वडिलोपार्जित धनसंपत्ती म्हणावी, तर ती फारशी नव्हती. जिमखान्यावर एक बंगला होता. तो मी अखेरीस माझ्या धाकट्या भावाला देऊन टाकला. आजरा या गावच्या आमच्या जमिनी माझ्या थोरल्या बंधूंना देऊन टाकल्या. वडिलांचे काही शेअर्स होते; परंतु ते शेअर्स ज्या माणसामार्फत व्यवहारासाठी दिले, त्याने वडिलांच्या खोट्या सह्या करून एका बँकेकडे गहाण टाकले. त्या माणसाला काही अन्य आरोपांमुळे पुढे तुरुंगावासाची शिक्षाही झाली. बँकेने तडजोड केली आणि शेअर्सचे एकूण ३५०० रुपये मला मिळाले. खर्चवेच वजा जाता त्यांतले २५०० रुपये शिल्लक उरले, ही वडिलांची मला मिळालेली वारसा-संपत्ती समजायला हरकत नाही. अज्ञान भाऊ, आई व आम्ही दोघे अशा त्या वेळच्या माझ्या संसारात ती रक्कम खर्ची पडली. आम्ही राहून उरलेल्या घराचे भाडे ४० रुपये येत होते. म्युनिसिपलटॅक्स जाऊन त्यातले काही हाताशी लागत नसे. त्यामुळे पोटासाठी काही तरी व्यवसाय करणे अपरिहार्य होते. यापूर्वीच मॅट्रिकच्याच वर्गात असताना दोघा भागीदारांच्या मदतीने दुकानदारी केली होती. सेल्समनशिप आणि दुसऱ्याला भारून टाकण्याची कला तेव्हा मला ज्ञात झाली. वडिलांच्या शेअर्सच्या निमित्ताने शेअर मार्केटशी थोडा-फार परिचय झाला होता. त्या वेळेस शेअर्सच्या भावात खूप चढ-उतार होत. शेअर व्यवहारासाठी डॉ. जोशी यांचे कॉमनवेल्थ बिल्डिंगमध्ये सबब्रोकरचे ऑफिस होते, तिथे मी नियमित जात असे. काही अंतर्मनाची प्रेरणा म्हणा किंवा उपजत शहाणपण म्हणा, त्यांना न कळविता मी परस्पर काही व्यवहार केले; ते काही माझ्या अंगलट आले नाहीत. दुपारी पार्टटाईम अशी अर्धवेळ शास्त्रशिक्षकाची जागा मी स्वीकारली होती, सेंट ॲन्ड्र्यूज हायस्कूलमध्ये. मला त्यासाठी साठ रुपये पगार मिळत असे. मोठ्या अनपेक्षितपणे माझे लग्नही त्याच सुमारास झाले. माझी बायको बी. ए. झालेली होती. त्यामुळे तिलाही आयडियलइंग्लिश स्कूलमध्ये

नोकरी मिळाली. या दोघांच्या पगारांत आणि माझ्या इतर मिळकतीत आमचा संसार तसा सुखाचा चालला होता.

भा. द. खेर, वि. स. वाळिंबे, मा. वा. पाळंदे, प्र. न. जोशी, आनंद प्रेसचे दादा जोशी, मधू भावे असे त्या काळातले माझे मित्र होते. सगळेच अगदी मध्यमवर्गीय, म्हणजे कसे तरी जेवून-खाऊन आनंदात राहण्याचा देखावा करणारे. आता दिवस बदलले आहेत. त्यांतले बहुतेक जण सुस्थितीलाही आले आहेत. पण त्या काळातले सहजीवन अधिक जिव्हाळ्याचे आणि आनंदाचे होते, असे वाटते. कदाचित भुकेल्या पोटी असेल, पण गप्पांचा चेव तेव्हा अधिक सुखदायी होता. मी त्या सुमारास नियमित पास काढून मुंबईला ये-जा करू लागलो होतो. घड्याळाचे पट्टे, फाउंटनपेन्स यांसारख्या वस्तू मुंबईच्या ठोक बाजारातून आणून पुण्यातील व्यापाऱ्यांना विकू लागलो. आर्थिक अपेक्षा फार थोडी असल्यामुळे तोही व्यवहार सुरळीतपणे चालू झाला. मास्तरकीत मन रमण्यासारखे नसल्यामुळे मी ती नोकरी मधेच सोडूनही दिली होती. स्वप्ने पाहण्याची त्या काळातही मला सवय होती, सुदैवाने आजही ती चालूच आहे.

या वेळपावेतो आधी वडील असताना केलेली दुकानदारी, कॉलेजमधील सुट्टीच्या कालखंडात केलेल्या इरिगेशन खात्यातील नोकऱ्या, वडिलांना सोडून मुंबईत केलेल्या वास्तव्यकाळात रेशनिंग किंवा मिल-ओनर्स असोसिएशनमधील अशा किरकोळ नोकऱ्या, नंतर केलेली मास्तरकी व शेअर ब्रोकरचा आणि फॅन्सी वस्तूंचा केलेला ठोक व्यापार– एवढे उपद्व्याप माझ्या हातून झालेले होते. पत्रकार आणि साहित्यिक होण्याची ओढ माझ्या अंत:करणात शाळेपासून होती. परंतु वेळी-अवेळी केलेल्या स्वप्नरंजनातून एखादा वेगळाच फलदायी व्यवसाय निर्माण होईल, असे मला वाटले नव्हते. गप्पाष्टकांचे त्या वेळेस अनेक अड्डे असत आणि मी तिथे जात असे. मला ४२ साली गोळी लागली, त्या वेळेस मी मिलिटरी अकाउंट्सच्या वानवडी येथीलशाखेत नोकरीत होतो. पुरंदरे हे गृहस्थ सुपरिटेंडेंट होते. त्यांच्या भावाचे लकडी पुलाला लागून विठोबाच्या देवळाच्या आवारात फर्निचरचे दुकान होते. मध्यमवर्गीयांसाठी एखादी आदर्श वसाहत निर्माण करण्याची कल्पना मी तिथे गप्पाष्टकांत बोलून दाखवली. तेथे मोतीलालसलेराज नावाचे एक व्यापारी येत असत. माझ्या सेल्समनशिपचा त्यांच्यावर परिणाम झाला असला पाहिजे. त्या वेळेस पुण्यात म्हणण्या जोगे प्रॉपर्टी डीलर्स नव्हतेच. त्या वेळचे माझे तरुण वय, आक्रमक व्यक्तिमत्त्व या साऱ्याचा त्यांच्यावर परिणाम होऊन अशा आदर्श वसाहतीसाठी लागणारी जमीन

त्यांनी मला देऊ केली. मीही फारसा विचार न करता ती घेण्याचा करार केला. ती स्कीम अयशस्वी झालीच असती, तर माझे काहीच नुकसान होणार नव्हते आणि जर यशस्वी झाली असती, तर मात्र अनपेक्षित असा खूप मोठा फायदा त्यात होणार होता. त्या वेळेस माझे मुंबईचे जाणे-येणे चालूच होते. ही वसाहत खूपच मोठी म्हणजे सुमारे २०५ घरांची होती. गावापासून तशी दूर, आळंदी रस्त्यावर, आजच्या साठे बिस्कीट फॅक्टरीसमोर. मुंबईतील माझे विश्रांतीचे ठिकाण म्हणजे मुंबई प्रदेश काँग्रेस कमिटीचे एके काळचे चिटणीस, कॉर्पोरेटर स. बा. महाडेश्वर यांची प्रॉस्पेक्टस चेंबरमधील कचेरी हे होते. त्यांनाही ही योजना आवडली. ते तसे साधे-भोळे व काँग्रेस संघटनेला न शोभण्याइतके प्रामाणिक कार्यकर्ते होते. त्यांच्या सहकार्याने माझा मुंबईतील संपर्क कायम राहिला. मुंबईतून वसाहतीत येऊ इच्छिणाऱ्या लोकांची नोंदणी तेथे करता आली. पण त्यापूर्वीच बेलबाग चौकातील आठ रुपये भाड्याच्या एका छोट्या जागेत मी कार्यालय सुरू केले. त्या वेळच्या 'काळ' दैनिकात तीस रुपये किमतीची त्या वसाहतीची दिलेली जाहिरात मला आठवते. त्या जाहिरातीला जी प्रचंड दाद मिळाली, तिला उत्तर देण्यासाठी मी एकटा असमर्थ होतो. तिथेही गप्पांचा अड्डा सुरू झालेलाच होता. आलेल्या माणसांशी ह्या वसाहतीची चर्चा करणे, त्यांचे पैसे घेणे, त्यांना पावती देणे, त्यांच्या नोंदी करणे– हे सारे काम बहुतांशी मी आणि तात्पुरता नेमलेला एक पार्टटाईम कारकून करीत असू. प्लॉटची किंमत रु. ५००, डेव्हलपमेंटच्या खर्च रुपये २००. वसाहतीचे नाव कस्तुरबावाडी. एका पत्रकात वसाहतीच्या आदर्शाचे केलेले कल्पनारम्य चित्रण, तळमळीने सांगणारा भावुक असा माझ्यासारखा प्रचारक, त्यामुळे सुमारे ३०० लोकांकडून दीडएक लाख रुपये एका महिन्याच्या अवधीत जमा झाले.

खरे तर मूळ योजनेप्रमाणे तेव्हाच्या तेव्हा ही वसाहत झाली असती. तेव्हा पुण्याच्या पूर्व भागात ५००० रुपयांत छोट्या-छोट्या २०० बंगल्यांची वसाहत निर्माण झाली असती. त्या वेळेला चांगल्या बांधकामाचा भाव १५ रु. स्केअर फूट होता, हेही लक्षात ठेवले पाहिजे. ह्या वसाहतीच्या योजनेतून खूप काही पैसे मिळावेत, अशी खरोखरीच आकांक्षा नव्हती. नातेवाईक, आप्तेष्ट, मित्रपरिवार यांनी कम्युनिटी लिव्हिंग करावे, अशीच खरे तर ही कल्पना. माझ्यासारख्या अल्पवयीन मुलाने ही योजना हाती घ्यावी आणि तिला इतक्या झटपट यश मिळावे, याचा सूक्ष्म मत्सर माझ्याच मित्रांना वाटू लागला होता. ही योजना कशी फसली, याचेही चित्रण मी अन्यत्र केले आहे. मराठी माणसांच्या

एकमेकांचा पाय ओढण्याच्या प्रवृत्तीमुळे उभारी, प्रतिमा आणि जिद्दीने कष्ट करणाऱ्या माझ्यासारख्या माणसाला स्वप्नातून एकदम सत्याकडे वळावे लागले. आपण मोठे होऊच शकणार नाही, याची खात्री असल्यामुळे दुसऱ्याचेही पाय कापून त्याला आपल्या उंचीला आणून त्याची बरोबरी करायची– ही अस्सल पुणेरी प्रवृत्ती त्या वेळेस माझ्या प्रथमच लक्षात आली. तोपर्यंत मी पुष्कळ स्वप्नाळू होतो. दुसऱ्यांचे अश्रू मला खरे वाटत. त्यांच्या विनवण्यांनी मी विरघळून जाई. कोणी प्रेम दाखवलेच, तर त्याचे नाटक मला समजत नसे.

आपण या प्रचंड उद्योगात गढून गेलो आहोत, म्हणून साहित्यलेखन किंवा पत्रकरिता आपणाला करता येत नाही, याचे मला दुःख होत होते. वि. श्री. मोडक त्या वेळेस 'झंकार' चालवीत असत. कोणा तरी प्रतिष्ठित माणसाकडून पोस्ट-डेटेड चेक घ्यायचे व त्यावर पैसे उभारून तात्पुरत्या अडचणी दूर करायच्या व चेक बँकेत जाणाऱ्या वेळेस पैसे भरायचे– हा त्यांचा नेहमीचा उद्योग असे. मी त्यांना असे अनेकदा चेक दिले. पहिले काही दिवस त्यांनी वेळेवर पैसे भरले, पण शेवटचे आठ-नऊ हजार रुपये ते भरू शकले नाहीत. अर्थात ते सर्व बँकेने माझ्याकडून वसूल केले. पैसे मिळत होते, तरीही आर्थिक व्यवहारातली काडीचीही अक्कल त्या वेळेस मला नव्हती. त्यामुळे मोडकांकडून साधी चिठ्ठी-चपाटीही मी घेतली नाही. तेव्हा हे पैसे बुडाल्यातच जमा होते, पण प्रेसिडेन्सी बँकेच्या अन्य काही आर्थिक व्यवहारांत मोडकांची घरे गहाण होती. ती घरे बँकेने विक्रीला काढली, तेव्हा बँकेतील माझा व्यवहार लक्षात घेता बँकेने ही माझी बुडीत खाती असलेली रक्कम मला वसूल करून दिली. वसंत काणे हे त्या वेळेस 'रोहिणी' मासिक काढत. बापूसाहेब माटे त्यांचे संपादक व भा. द. खेर सहसंपादक होते. त्याच्या सांगण्यावरून काणे यांना मी ३००० रुपये दिले. तेही त्या वेळेस अडचणीत होते, ही गोष्ट खरी; परंतु वायदा वेळेवर भागवण्यासाठी बँकेत पैसे नसतानासुद्धा ते धडाधड का चेक देत असत, हे मात्र मला कळले नाही. यांचा कोणताही चेक सरळमार्गाने कधीही पास व्हायचा नाही. अक्षरशः कवड्या-रेवड्या करून त्यांनी ते पैसे कसे तरी फेडले. व्याजाचा प्रश्नच नव्हता. बापूसाहेब माट्यांना मात्र ह्या साऱ्या प्रकरणात खूप मनस्ताप झाला आणि त्याच्या आगे-मागेच त्यांनी 'रोहिणी'ची संपादकाची जबाबदारी सोडली. जे रोहिणी मासिक या कालखंडात माझ्याकडे येत असे, ते काण्यांनी उसनवारीतील शेवटचा रुपया देताच बंदही करून टाकले. एके काळचे कडवे हिंदुत्वनिष्ठ म्हणून वसंत काण्यांना मी हे साह्य दिले होते. नंतरच्या काळात त्यांची ही राजकीय मते

कसकशी पालटत गेली, हा इतिहास ज्ञात आहेच. पण इतक्या ओढगस्तीच्या कालखंडातही नाना तऱ्हेच्या लोकांचे शिव्या-शाप खाऊनही त्यांचा चेहरा कधी दुर्मुखलेला झाला नाही किंवा त्यांना मी कोणावरही रागावलेले पाहिले नाही. आता ते एक यशस्वी आणि आर्थिक दृष्ट्या संपन्न पत्रकार झाले आहेत, त्याचे रहस्य बहुतांशी त्यांच्या या वरील गुणातच आहे.

'वाङ्मयशोभे'चे मनोहर महादेव केळकर हे गृहस्थ याच कालखंडात मला भेटले. या गृहस्थांना मी आजपर्यंत एकदाही हसताना पाहिलेले नाही. सतत ते कोणाविरुद्ध तरी तक्रार करीत असतात आणि आपल्या दुर्दैवाचा पाढा वाचीत असतात. ते त्या सुमाराला वाङ्मयशोभा हे मासिक बंद करायला निघाले होते. नव्हे, ते त्यांनी केलेच होते. लेखक, कागदवाले, मुद्रक या सर्वांच्या विरुद्ध त्यांची काही तरी तक्रार असायची. त्या काळात त्यांच्या ह्या मासिकाचा मी लाईफ मेंबर झालो. काही काळ त्यांचा अंक नियमितपणे येत असे. पुढे काय झाले, कोणास ठाऊक! पण त्यांच्या लेखी, माझे आयुष्य संपले असावे. वाङ्मयशोभा हे मासिक विकत घेऊन चालवावे, ह्या त्यांच्या प्रस्तावाला मी संमती दिली. भा. द. खेर नाही तरी रिकामेच झाले होते. शिवाय बापूसाहेब माट्यांचेही सहकार्य मिळणार होते आणि शे-पाचशे रुपयांची तूट आलीच, तर ती सहन करण्याचे सामर्थ्य माझ्यात निर्माण झाले होते. चर्चेचा घोळ बरेच दिवस चालू होता. तीन वर्षांनंतर किंवा केळकरांना आवश्यक वाटल्यानंतर वाङ्मयशोभा मी त्यांना परत द्यावे, अशी त्यांनी सूचना केली. तेव्हा तर हसण्यावाचून काही इलाज नव्हता. मी त्यांना एक चावट सूचना केली की, तुमची ही वयात आलेली पण रुग्ण असलेली शोभा तुम्ही माझ्या स्वाधीन करता आहात; तिची प्रकृती उद्या चांगली झाली आणि तिला तोपर्यंत माझ्यापासून मुलेबाळे झाली, तर फक्त ही शोभाच परत करायची का नंतर वाढलेला तिचा विस्तारही तुम्हाला परत करायचा? माझ्या विधानातला चावट श्लेष त्यांना समजला आणि ते रागावले. तेव्हा ते जे निघून गेले, ते त्यानंतर कधी माझ्याकडे आले नाहीत. माझे काही पैसे बुडण्याचे त्यामुळे वाचले.

त्या वेळेस अमरेंद्र गाडगीळ 'प्रदीप' नावाचे साप्ताहिक काढीत असत. ते साप्ताहिक तर डबघाईला आलेले होतेच, पण खुद्द गाडगीळही अनेक अव्यवहार्य योजनेमुळे गाळात सापडले होते. ते प्रदीप साप्तहिक मी विकत घेतले. त्याचा आकार, रंगरूप अनेक प्रकारांनी बदलून पाहिले. बापूसाहेब माटे, नानासाहेब गोखले, ह. वि. वाडेकर ह्यांसारखे अनेक लेखक त्यात लिहीत होते. काही काळ

ते मी शब्दकोड्याचे साप्ताहिक केले. मग पुढे सिनेसाप्ताहिक केले. पण काही उपयोग झाला नाही. पाच-सातशेच्यावर त्याचा खप कधी गेला नाही. जाहिरातीचे पैसे वसूल झाले नाहीत. आर्थिक दृष्ट्या पुढे अडचणी येत गेल्या, तेव्हा ते चालवणेही मला शक्य नव्हते. पुढे हेमंत खरे या माझ्या मित्राला त्यात सहकारी म्हणून घेतले. पण तो काळच साप्तहिकांना अनुकूल नव्हता. त्यातली फायद्याची गोष्ट एकच की, मला स्वत:ला लिहिता येते ह्याचा शोध मला लागला. कदाचित हा शोध जर मला लागला नसता, तर मी संपादक होण्याचा पुढे कधीच यत्न केला नसता. आणखी एक-दोन वर्षे मी टिकाव धरू शकलो असतो, तर 'सोबत'ने जी मला आज प्रतिष्ठा दिली, ती मला 'प्रदीप'नेही दिली असती. कारण तोच भांडखोरपणा, अन्यायावर तुटून पडण्याची तीच प्रकृती– तेव्हाही 'प्रदीप'मधून जाणवावी अशा तऱ्हेने माझे लेखन होत होते. परंतु सावरकर हयात असूनही तेव्हा राष्ट्रवादाचा प्रभाव जनमानसावर नव्हता, हीच गोष्ट खरी. आर्थिक समद्धीचे वलय संपत आलेले होते. त्यामुळे अत्यंत नाखुषीने 'प्रदीप' साप्तहिक मी बंद करून टाकले. थोडीशी लाचारी व सत्ताधीशांना खूष करण्याची थोडीशी तयारी जर इतरांप्रमाणे मी दाखवली असती, तर 'प्रदीप' मला टिकवता आले असते; पण तसे काही करण्याची माझी प्रवृत्ती नव्हती. 'संयुक्त महाराष्ट्राचा हुकूमशाहा' हा माझा भडक लेख गॅलीस्टेजमध्ये वाचून बापूसाहेब माटे रात्री दहा वाजता माझ्याकडे आले व छापलेला अंक नष्ट करून टाकण्याची मला विनंती करू लागले. त्यासाठी झालेली खर्चाची रक्कम देण्यासाठी त्यांनी बरोबर ४०० रुपये आणले होते. बापूसाहेब माट्यांचे माझ्यावर मुलासारखे प्रेम होते व माझ्या रक्षणाचीही त्यांना चिंता होती. पण त्यांचे जर मी तेव्हा ऐकले असते, तर 'सोबत'चा जन्म कधीच झाला नसता. तो गांधीवधोत्तर काळ होता, हे लक्षात घेतले; तर त्या लेखाचा धोका सहज जाणवू शकेल, पण त्या धोकादायक कालखंडातही मी तो अंक प्रसिद्ध केला व सरकारचा रोष ओढवून घेतला. माझे त्या काळातले लेखन थोडे एकांगी होते, ही गोष्ट मान्य केली; तरीसुद्धा त्यात एक दाहक आकर्षण होते. अधून-मधून हा एकांगीपणा अजूनही जागा होतो व माझे जीवन धोकादायक करतो. परंतु धोक्याची अजिबात जाणीव नसणारे मिळमिळीत आयुष्य जगताना मला मजाच वाटत नाही.

-*-०-*-

: ९ :

हे 'प्रदीप' साप्ताहिक मी अमरेंद्र गाडगीळांकडून विकत घेतले, पण त्या निमित्ताने गाडगीळांच्या जामीनकीत अडकलो. प्रेसिडेन्सी बँक आणि पूना इन्व्हेस्टर्स या दोनही बँकांनी गाडगीळांसारख्या माणसाला कसे लुबाडले, हे मी डोळ्यांनीच पाहिले आहे. त्यामुळे ह्या बँका नव्हत्याच, तर हे लुटारूंचे अड्डे होते. वास्तविक, गाडगीळांना राहिलेल्या जामीनकीतून मी एकदा मुक्त झालो होतो; पुन्हा त्यांना जामीन राहण्याचे मला काही कारण नव्हते. पण पूना इन्व्हेस्टर्सच्या साळवेकरांनी मला त्यात सराईत बनेलपणाने छान अडकवले आणि गाडगीळ पुढे असमर्थ ठरल्यामुळे व य. गो. जोशींसारख्या चतुर व्यापारी वृत्तीच्या माणसाने अल्प-स्वल्प रकमेत त्यांचा छापखाना व त्यांची प्रकाशने ताबडतोब ताब्यात घेतल्यामुळे गाडगीळांना जामीन राहिलेली ती १४ हजार रुपयांची रक्कम अखेरीस मला भरावी लागली. एक हिंदुत्वनिष्ठ प्रामाणिक प्रकाशक आज ना उद्या ती रक्कम परत करेल, ह्या भरवशावर मी गाडगीळांवर जप्ती, वॉरंट असले काही अघोरी प्रकार केले नाहीत. आज ही रक्कम बँकेकडे असती, तर चक्रवाढ व्याजाने तिची रक्कम एक लाख रुपयांहून अधिक झाली असती; परंतु गाडगीळांनी ह्या रकमेपैकी १०० रुपयांपेक्षा अधिक रक्कम काही परत केली नाही आणि त्याची त्यांना खंत वाटली, असे मला कधी वाटले नाही. ते स्वत:ला अध्यात्मवादी समजतात व

समाजाची संस्कृती जोपासण्याची बतावणी करतात. परंतु कोणताही उपकार आपण केलेला नसताना, केवळ सद्भावनेपोटी एका माणसाने ही रक्कम आपल्याला दिली व ती वसूल करण्यासाठी कोणताही त्रास दिला नाही, याबद्दल त्यांना कधी खंत वाटते किंवा नाही, हे कळणे कठीण आहे. आरंभी-आरंभी मी त्यांच्याकडे काही खेटे घातले. वेळी-अवेळी फोनही केले. त्या वेळेस मी तुमचे पैसे कधीही बुडवणार नाही, असे कोरडे आश्वासन तेवढे त्यांनी दिले.

त्या काळातीलहा असा अनुभव मला अनेकांचा आला आहे. मी मात्र प्रकटपणे असे सांगू इच्छितो की, मुदतीबाहेर गेलेली देणीसुद्धा मी संपूर्णतया चुकती केली आहेत. देणेदारांना माझ्याकडे मी खेटे घालायला लावलेले नाहीत. कोणाचाही कायदेशीर वाजवी पैसा बुडविण्याची दुर्बुद्धी मला झाली नाही. अनेकदा मी आर्थिक अरिष्टात सापडलो होतो– नाही असे नाही, पण त्याच वेळेस माणसाची खरी परीक्षा होते. त्याचा एक फायदा असा झाला की, माझ्या नंतरच्या उद्योगात पूर्वीच्या देणेदारांनी मला नव्याने भांडवल दिले. तशा अर्थाने मला पैसा कधीही कमी पडला नाही. ज्याला समृद्धी म्हणतात, अशी मला एकदाच मिळाली; ती म्हणजे, मी प्रॉपर्टीच्या व्यवसायात होतो तेव्हा. पैसा मिळवण्याची मला अक्कल आहे; पण तो राखण्यासाठी लागणारा कठोरपणा, हिशेबीपणा माझ्याजवळ अजिबात नाही. एवढ्यासाठीच कोणत्याही सार्वजनिक संस्थेत जरी काम केले, तरी तेव्हा त्यात पदरचाच खूप पैसा मी गमावून बसलो. लोकांकडून बेहिशेबी पैसा घेणे, हे माझ्या प्रकृतीत यामुळेच बसत नाही. ग्राहक चळवळीत मी हिरीरीने पडलो, त्यात माझ्या पदरचे किती पैसे गेले असतील, हे फक्त बिंदुमाधव जोशी सांगू शकतील. बरे, इतके करून तेथे राहण्याचा किंवा पदे स्वीकारण्याचा मोहही मला आकर्षित करू शकला नाही. सार्वजनिक संस्थांतून मिळणारा पदाधिकार अन्य प्रकारची प्रतिष्ठा देऊन व अन्य फायदे मिळवून देतो. मला आर्थिक दृष्ट्या झेपतीलतेवढ्याच चळवळी मी करत गेलो, परंतु आर्थिक किंवा मानसन्मानाचा लाभ टाळणेच मला सोइस्कर होते. 'सोबत'साठी आज लोकांनी खूप मोठी डिपॉझिट्स दिलेली आहेत. एके काळी ही रक्कम फारच मोठ्या प्रमाणावर होती. आज ती रक्कम मी खूप कमी करत आणली आहे आणि 'सोबत'वरीलदेणी व मिळकत यांचा तोलराखला आहे. म्हणूनच साऱ्या अरिष्टांतून मी अत्यंत सुखरूपणे बाहेर पडलो. मी विरक्त आयुष्य जगत नाही. मौजमजा करतो, परंतु माझ्या मौजमजेला मी चैनबाजीचे स्वरूप आणू दिलेले नाही. ऑफिसमध्ये किंवा मित्रपरिवारावर मी उधळपट्टी करतो, तो एक जनसंपर्काचाच

भाग होय. माझा व्यवसायच असा आहे की, ते सारे अपरिहार्य आहे. निःस्वार्थ आणि अबोलकार्यकर्त्यांना मी अनेकदा साह्य केले आहे– तेही औदार्याच्या भूमिकेतून नव्हे, तर माझ्यावर विश्वास ठेवून लोकांनी मला पैसा दिला, प्रतिष्ठा दिली; तेव्हा त्या पैशात आणि प्रतिष्ठेत अन्य कार्यकर्त्यांचा तसाच प्रामाणिक वाटा आहे, यासाठी. मध्यमवर्गीय राहणी मी कधी सोडलेली नाही; कारण कसलीही आपत्ती आली तरी जी माझी लायकी आहे, त्या अवस्थेतच राहण्याची माझी सवय राहिली पाहिजे. घरगुती खर्चात मी थोडासा कंजूष आहे, असे म्हटले तरी चालेल. माझ्या बायकोलाही डामडौलाचा, अलंकारांचा किंवा वस्त्रप्रावरणांचा सोस नाही. तिच्या स्वाधीन केलेल्या पैशात ती सारे काही व्यवस्थितपणाने भागवते; एवढेच नव्हे, तर त्यातून काही रक्कम वाचवते. तिला पातळे घेण्यासाठी किंवा तिच्या खासगी खर्चासाठी अवचित औदार्य उत्पन्न होऊन पैसे दिलेच, तर ते पैसे बहुतांशी सांसारिक गरजांसाठीच खर्च पडतात. मध्यंतरीच्या अत्यंत बिकट आर्थिक काळामुळे किंवा विभक्त राहावे लागल्यामुळे ती सावधगिरीने वागते. अधून-मधून तिच्या अती काटकसरीपणाची मी टिंगलकरतो, पण मनोमन मी खूश असतो.

माझ्या वृत्तपत्रीय जीवनातील परखडपणा किंवा बेदरकारीही माझ्या सुरक्षित व मितव्ययी संसारावर अवलंबून आहे आणि त्याची जबाबदारी मुख्यत्वेकरून माझ्या पत्नीवर आहे. ऑफिसमध्ये जोपर्यंत पैसे असतात, तोपर्यंत ते खर्च करण्यासाठी नाना वाटा असतात आणि घरी तर नियमित खर्चाशिवाय मी पैसे देत नाही. माझी बँकेत व्यक्तिगत खाती नाहीत किंवा ठेवी नाहीत किंवा अन्य म्हणण्याजोगी संचित रक्कम नाही. 'सोबत'चा खप व अन्य झगमगाट यामुळे लोकांना असे वाटणे शक्य आहे की, मजजवळ खूप पैसा असला पाहिजे. माझे निवृत्तीचे वय झाले आहे. तेव्हा निवृत्ति-चरितार्थाची मी काही तरी सोय केली असली पाहिजे. पण खरोखरीच तशी परिस्थिती नाही. नियमितपणे ५०० रुपये येतील इतपतसुद्धा मजजवळ ठेवी नाहीत. वाचवायचेच ठरवले असते, तर आजपर्यंत दोन-तीन लाख रुपये मी सहज शिलकीत टाकू शकलो असतो. कर्ज काढून मी घर बांधले, तेही मी अखेरीस विकून टाकले आणि भाड्याच्या घरात राहणे पसंत केले. का कोणास ठाऊक; पण पैशाबद्दल मला नुसतेच औदासीन्य आहे असे नव्हे, तर थोडी-फार किळसही निर्माण झाली आहे.

-*-०-*-

: १० :

पैशाने सुखसोई मिळतात व अनेक मोहाच्या गोष्टी प्रत्यक्ष भोगता येतात; परंतु गरजेपेक्षा खूप मिळणारा पैसा विकृत अहंकार निर्माण करतो आणि त्या अहंकारातून विकृत लालसाही निर्माण होते. पैसा मिळवण्याचाच एक विचित्र छंद निर्माण होतो, नानाविध तडजोडी कराव्या लागतात, खोटे हिशेब ठेवावे लागतात. एकदा लागलेल्या चैनीच्या सवयी मोडता येत नाहीत आणि मग त्या चैनींना गरजांचे स्वरूप येते. पैसा अपरिहार्य होऊन बसतो. आपल्या कोणत्याही वागण्याचे स्पष्टीकरणही देण्याचा मोह होतो. पैसे मिळवण्याच्या मार्गाला नवनवी तत्त्वज्ञाने सुचतात. शिवाय, थोडी असुरक्षितता आपल्याला नेहमीच सावध ठेवते. आपले सारे व्यवहार दक्षतेने करायला शिकवते. द्रव्यसंचय निष्कारण शत्रू निर्माण करतो. पुण्यासारख्या गावात तर थोडी रसिक प्रवृत्ती आणि खर्चिक स्वभाव यासाठीसुद्धा तुमचा दुस्वास करणारे मत्सरग्रस्त लोक एके काळी फार होते; आता पुष्कळ बदलले आहे. घरेदारे चांगली सजवावीत, झुळझुळीत कपडे वापरावेत... गाडी– निदान स्कूटर तरी बाळगावी... नाटक-सिनेमाला जावे, अशी प्रवृत्ती वाढू लागली आहे. पण एक काळ असा होता की, अशा तऱ्हेचे जीवन जगणाऱ्या माणसाला चंगीभंगी मानले जाई. उद्योगातून आणि प्रतिभेतून पैसा निर्माण होऊ शकतो, यावर इथल्या समाजाचा विश्वास नाही. लांड्यालबाड्या व फसवणूक केल्याशिवाय पैसा मिळत नाही, अशी ह्या मध्यमवर्गीय

गावाची एके काळी धारणा होती. जेव्हा मी प्रॉपर्टीचा व्यवसाय करीत होतो, तेव्हा अनपेक्षितपणे लक्षावधी रुपये माझ्या हातातून आले आणि गेले. ते पैसे येण्यामागे माझी काही वेगळी बुद्धी कारणीभूत होती, असे मानण्याऐवजी मला त्या काळात अनेकाचे शत्रुत्व ओढवून घ्यावे लागले. मला खर्च करण्याची नाना साधने माहीत होती. चैन, विलास या गोष्टींच्या काठापर्यंत जाऊन मी परतलेलो आहे. एखाद्या पार्टीसाठी दोन-चारशे रुपये खर्च करण्याची दिक्कतही मला तेव्हा वाटली नव्हती, परंतु मी मनाने खराखुरा मध्यमवर्गीय राहिलो. अजूनही श्रीमंती हॉटेलमध्ये जाण्यापेक्षा साध्या हॉटेलमध्ये जाणे मला आवडते. उंची कपडे, अत्तरे व फॅन्सी कपडे वगैरेंचा मला शौक नाही. आज मी मनात आणले तर शौक करू शकतो, परंतु ते करण्याची माझी प्रवृत्तीच नाही. कोणत्याच हॉटेलमधले जेवण मला मनापासून आवडत नाही. म्हणून परक्या गावी व्याख्यानासाठी गेलो म्हणजे कुणाच्या तरी घरी राहण्याचा मी आग्रह धरतो. निदान जेवण तरी घरचेच असावे, हा माझा हट्ट असतो. मी मद्यपान केलेले आहे. आता वयपरत्वे, त्याचा शौक कमी करावा लागला आहे; परंतु मांसाहार मात्र मला कधीच आवडला नाही. लोकांना हे खरेच वाटत नाही. माझा आडवातिडवा देह, सैलवागणूक हे सारे विचारात घेता; मी मांसाहार करत नाही, यावर विश्वास ठेवणे लोकांना कठीण जाते. गेल्या लोकसभेच्या निवडणुकीच्या वेळेस मी झपाटलेल्या अवस्थेत व्याख्यानबाजी केली. त्या वेळेस ज्या-ज्या ठिकाणी मी गेलो, त्या-त्या ठिकाणी मांसाहाराची आणि मी मद्य पितो त्या अर्धकच्च्या ज्ञानामुळे मद्यपानाची व्यवस्था केली होती. दोन्ही गोष्टी मी साभार नाकारल्या. एक तर सार्वजनिक ठिकाणी मद्यपान करून जाणे, ही गोष्ट मी माझ्या आयुष्यात कधीही केली नाही. शिवाय लोकसभेच्या निवडणुकीच्या वेळेस लोकांची जी आदराची आणि प्रेमाची अनावर भावना जागी झाली होती, तिचा अनादर करणे माझ्या शक्तीबाहेरचे होते. एरवीसुद्धा व्याख्यानासाठी मी कोठेही गेलो, तर सर्व सार्वजनिक कार्यक्रम आटोपल्यानंतर आणि ज्याच्या घरी माझ्या निवास्थानाची व्यवस्था आहे, तो स्वत:च जर मद्यपान करणारा असेल; तरच मी माफक प्रमाणात मद्यपान केले आहे. मद्यपान ही एक गंमत आणणारी, चार माणसे जोडणारी व अनेक ताण कमी करणारी गोष्ट आहे, इतकेच महत्त्व मी तिला दिले. ते व्यसन कधीच जडू दिले नाही. ओळीने दोन-तीन दिवस मी कधीच मद्यपान करत नाही. अगदी ऐन तारुण्यातसुद्धा हा नियम मी पाळला. कोणत्याही सबबीखाली दिवसा मद्यपान करणे मी निषिद्ध मानले. माझा व्यवसायही असा आहे की, माझ्याकडे कोणत्याही

वेळी कोणत्याही प्रकारची माणसे येतात. आज मद्याला थोडी तरी प्रतिष्ठा आली आहे, पण माझ्या ऐन उमेदीच्या काळात मद्य ही एक तिरस्करणीय गोष्ट होती. त्यामुळे व्यक्तिगत आणि सार्वजनिक असे दुहेरी जीवन जगताना बंधने पाळणे क्रमप्राप्त होते.

-*-०-*-

: ११ :

माझे काम तेवढे पाहा; माझ्या व्यक्तिगत चारित्र्यात लुडबुड करण्याचे कारण नाही, असले समर्थन देण्याचा मोह पुष्कळांना होतो, परंतु ते समर्थन तसे अनाडीपणाचे आहे. लोकविलक्षण प्रतिभा किंवा जगावेगळा त्याग करणारी माणसे हाताच्या बोटांवर मोजण्याइतकी अल्प असतात. त्यांनी समाजाचे निर्बंध मानलेच नाहीत, तर त्यांचे आपण वाकडेही करू शकत नाही, इतकी ती मनस्वी असतात. परंतु समाजात वावरणारी माझ्यासारखी अनेक लहान-मोठी माणसे आपल्या बेहिशेबी वागण्याची तरफदारी, व्यक्तिगत आणि सार्वजनिक चारित्र्य असा भेद करून जगू शकत नाहीत. खरोखर माणसाच्या वासना आणि भुका मर्यादित करण्यासाठी नानाविध बंधनांतून आपल्याला जावे लागत असते. समाजाची, रूढींची, कायद्याची, नात्यांची, शेजारधर्माची अशी अनेक बंधने आपण पाळतो; ती काही केवळ कोणी तरी लादली आहेत, म्हणून नव्हे. या बंधनांमुळे समाजाचे रक्षण होते; याहीपेक्षा आपले स्वत:चेही रक्षण होते, ही गोष्ट महत्त्वाची आहे. कालमानाने आता मी तडजोडवादी किंवा भित्रा झालो आहे, म्हणून अशा तऱ्हेची मूल्ये स्वीकारलेली नाहीत. अगदी तरुणपणातसुद्धा जेव्हा मस्ती होती, तेव्हाही ह्या बंधनांची आवश्यकता मला पटलेली होती. मैत्री ह्या गोष्टीलाही काही पावित्र्य आहे. मित्राच्या किंवा नातेवाइकाच्या स्त्रिया कितीही संधी मिळाली तरी अभोग्य आहेत, त्याचप्रमाणे ज्यांच्या जबाबदाऱ्या

आपण पेलू शकत नाही अशा अल्पवयीन कुमारिका भावनेच्या भरात आपल्यावर आशक झाल्या, तरी आपण त्यांच्यापासून दूर राहायला पाहिजे. सगळ्याच वेळेला मला ह्या निष्ठा पाळता आलेल्या नाहीत; तरीपण माझ्यामुळे कोणाचेही आयुष्य उद्ध्वस्त झालेले नाही. मिळाला असलाच तर त्यांच्या अस्थिर अवस्थेत माझा त्यांना काही फायदाच झालेला आहे. त्या आता सर्व सुखवस्तू जीवन जगतात, केवळ ह्या सत्यकथनाच्या प्रयोगात त्यांची नावनिशी देऊन त्यांचे आयुष्य उद्ध्वस्त करण्याची माझी इच्छा नाही. तरीही मला वाटते, आपल्यावर कोणी कितीही भाळले तरी त्या भाळण्याचा दुरुपयोग माझ्या हातून अजिबात झाला नसता, तर बरे झाले असते. मी पुरेसा कोडगा, निलाजरा आणि स्वार्थी असतो; तर याची खंत तरी माझ्या मनात उरली नसती. दोघांनीही थोडी मौज-मजा केली, कोणाची कोणावर जबाबदारी नाही, असे समाधान करून मी माझी सुटका करून घेतली असती. पण दुर्दैवाने मला असे करता येत नाही. माझे मन मला अधून-मधून टोचत राहते.

माझ्यावर भाळून जावे असे व्यक्तिमत्त्व जर मला मिळालेच असेल, तर त्यात माझ्या कर्तबागारीचा काय भाग आहे? शिवाय हळूहळू वयामुळे आलेले एक प्रौढ शहाणपण हीसुद्धा आपली जमा असते. स्त्री कशाला भुलते, कोणत्या गोड शब्दांचे विळखे तिला बंदिस्त करतात, तिच्या व्यक्तिमत्त्वातील कच्चे दुवे कोणते, याचा एकदा अंदाज आला की, आपली शक्ती अजमावून पाहण्याचा मोह होतो. त्यातूनही स्त्रियांसंबंधीचा तुमचा बदलौकिक जगजाहीर झालेला असला म्हणजे अशी संधी वारंवार लाभते. एखादी रूपगर्विता किंवा बुद्धीचा फाजीलविश्वास असणारी स्त्री प्रथम तुम्हाला खिजण्यासाठी किंवा डिवचण्यासाठी तुमच्याजवळ येते आणि ती स्वत:च जाळ्यात अडकते. एक तर असल्या व्यवहारामध्ये आपल्या सर्व राखीव शक्ती आणि गुणविशेष यांचेच दर्शन घडवले जाते. थोडीशी गुंतागुंत होणे, हा एक सुसंस्कृतपणाचाच भाग आहे. केवळ शरीरधर्माचे आकर्षण असेल, तर ते आकर्षण सेंटप्रमाणे लवकर उडून जाते. माझ्या बाबतीत तसे काही घडले नाही. नुसताच शरीरसंबंध होऊन माझ्या आयुष्यातून कोणीही निघून गेले नाही; प्रत्येक ठिकाणी गुंतागुंत झाली. त्यामुळे जबाबदाऱ्या आल्या, त्या स्त्रीची काळजी घेण्याची जिम्मेदारीही आली. शिवाय यांतल्या बहुतेक स्त्रिया अगदी मध्यमवर्गातून आलेल्या. हे जगावेगळे भरकटणारे आयुष्य त्यांना सोसण्यासारखे नव्हते. त्यांची सुरक्षितता कदाचित उद्ध्वस्त झाली असती. पूर्ण सावधगिरीची काळजी घेऊनसुद्धा, परिणामांची कल्पना देऊनसुद्धा यातली एक-

दोन प्रकरणं गुंतागुंतीची झाली. एकदा माझ्या संसारात मी वादळ उठवलेच होते. पुन्हा तसले वादळ मी उठू देणार नाही, अशी स्वच्छ शब्दांत ताकीद देऊनसुद्धा मी त्या स्त्रियांना परावृत्त करू शकलो नाही. पंधरा-वीस वर्षांनंतर आपल्या ह्या शरीरव्यवहाराची कोणती अगतिक परिस्थिती होईल, हे सांगूनसुद्धा त्यांचा विचार मी बदलवू शकलो नाही. त्या तशा लोकविलक्षण सुंदर नव्हत्या. त्यांच्या नशिबी असाच कोणी मध्यमवर्गीय कारकून नवरा म्हणून बांधला जाणार होता. त्या संभाव्य कळकट संसारात कंटाळून त्या माझ्या मोहात पडल्या असतील, असे मला वाटते. पण त्यातही काही फारसा अर्थ नव्हता. मी त्यांना किमान जगता येईल एवढ्याच सुस्थितीत ठेवू शकलो असतो, कारण माझ्या तथाकथित श्रीमंतीचा बुडबुडा मी आरंभीच फोडला होता. मग त्या ह्या धोकेबाज आयुष्यात का शिरू पाहत होत्या? माझ्याबद्दलचे त्यांचे आकर्षण प्रामाणिक होते. एवढेच नव्हे, तर त्या उर्वरित काळातही माझ्यासाठी वाटेल तो धोका स्वीकारायला तयार होत्या. अत्यंत हळुवार शब्दाने परिस्थितीची कल्पना देऊन माझ्या मोहातून त्यांना दूर करणे हे तसे दुःखाचेच, परंतु कर्तव्याचे काम मला करावे लागले.

आपल्यावर स्त्रिया भाळतात, याचा मनोमय आनंद कोणाला होणार नाही? परंतु हे भाळणे वरवरचे असले तर हरकत नव्हती. मी काही जनानखाना बाळगू शकत नव्हतो. आणि, असल्या या छंदात माणसाची चित्तवृत्ती जरी प्रफुल्लित होत असली, तरी वेळ आणि पैसा फार खर्च होतो. शेवटी माझ्या व्यवसायाला त्या स्पर्धामय जगात पुरेसा वेळ देणे, हे तर माझे पहिले कर्तव्य होते आणि हा व्यवसायही असा तसा नव्हे, तर तो मी धर्म म्हणून स्वीकारला होता, प्रयत्नांती यशस्वी केलेला. त्याला तडा लागेल, असे कोणतेही कृत्य मला परवडणार नाही. ही गोष्ट खरी आहे की, माझ्या ह्या दुर्गुणांसकटच नाइलाजाने का होईना, पण लोकांनी मला स्वीकारले आहे. मी माझ्या दुर्गुणांबाबत फारशी गुप्तता कधी बाळगली नाही. मी जसा आहे तसा रंगवण्याचा मी माझ्या लेखनातून अनेकदा प्रयत्न केलेला आहे. स्त्रियांसंबंधीचे उल्लेख माझ्या लेखनातून आले आहेतच; पण पार्टीजवर सहा-सात लेख लिहून व नंतर त्यांचे पुस्तक काढून मी माझ्या मद्यपानाचीही जाहिरात केली आहे. हे सारे मी माझ्या व्यसनांची कैफियत देण्यासाठी केलेले नाही, तर मला सत्त्वशीलसमजून माझ्या प्रत्येक शब्दावर देवभोळेपणाने विश्वास ठेवू नये, म्हणूनच मी लिहीत होतो.

-*-०-*-

: १२ :

माझ्या वर्तणुकीतला सैलपणा आणि माझ्या लेखन-विचारांतील प्रामाणिकपणा यांचा समन्वय साधूनच मला समजून घेतले पाहिजे, अशी माझी धारणा आहे. कदाचित असेही असेलकी, माझ्या ह्या सैल आणि मुक्त जीवनक्रमामुळेच माझ्या लेखनातील प्रामाणिकपणा आणि परखडपणा धारदार बनत गेला असेल. कोणत्याही संकटाशी मुकाबला करण्यासाठी माणसाला एक तर लोकविलक्षण चारित्र्य हवे किंवा एक तृप्त मन हवे. लोकविलक्षण चारित्र्य अर्थातच माझ्यापाशी नाही. तसा मी भोगवादीच म्हटला पाहिजे. भोगवादी माणसाची पटलेली व्याख्या अशी– 'जो भोगांना सामोरा जात असतो व भोगांचा स्वीकार करतो, परंतु वेळ येताच सहजगत्या त्या भोगांकडे पाठ फिरवतो व वाटेलत्या संकटाला सामोरा जाऊन शकतो.' भोग भोगणाऱ्यांना, प्रसंगी तो टाळण्याची शक्ती तृप्तीतून निर्माण होत असावी. जेव्हा असा एखादा आपल्या शक्तीचा प्रत्यय घेणारा प्रसंग येतो, तेव्हा हा आतला आवाज म्हणतो की, आता प्रसंग आलाय; ह्या प्रसंगाला सामोरे जायला हवे! एवढ्या बाबतीत मला वाटते, मी माझे पावित्र्य टिकवण्याचा आटोकाट प्रयत्न केला. सत्ताधीश मुखंडांची मला कधी भीती वाटली नाही. हे रसायन माझ्या मनात कसे जमले, हे मी सांगू शकणार नाही; पण जेव्हा जेव्हा माझ्या वृत्तपत्रीय व्यवसायाच्या पावित्र्याचा प्रश्न आला, तेव्हा तेव्हा मी सर्वार्थाने त्यांना सामोरा गेलो. हळूहळू

गेल्या वीस वर्षांत मी कमावले असेल तर, हे एवढेच. लोकांना माझ्या खासगी जीवनातील हा स्वैर भाग फारसा आवडत नसावा. असे असूनसुद्धा कोणीही मला असा प्रश्न विचारला नाही की– तुम्ही समाजातील अनेक अन्याय किंवा भ्रष्टाचारावर एवढे कडकडून लिहिता, पण ते लिहिण्याचा तुम्हाला काय अधिकार? त्या संबंधातील एक आठवण मला इथे नमूद केली पाहिजे. आठ-दहा वर्षांपूर्वीची गोष्ट आहे. दसऱ्याच्या दिवशी मुंबई-बडोद्यातील एक महाराष्ट्रीय श्रीमंत व्यापारी दैनिक 'प्रभात'च्या इमारतीतील माझ्या छोट्याशा निवासस्थानी आले. आल्या-आल्या त्यांनी मला पेढ्यांचा पुडा दिला आणि ३०० रुपये भेट म्हणून दिले. मी कर्ज घेतो, पण देणग्या घेत नाही– असे मी त्यांना हसून म्हणालो. वयाने ते माझ्यापेक्षा खूप वडील होते. ते म्हणाले, ''राहू दे हो–'' मी म्हणालो, ''सार्वजनिक पैशावर जगावे, अशी माझी आर्थिक परिस्थिती बिलकुल नाही. मी मजेत राहतो आहे. गाडी बाळगतो. मद्यपान करतो-!'' ते म्हणाले, ''पुढचे काही सांगू नका. मला ते सारे काही माहिती आहे. तुम्ही कशासाठीही हे पैसे खर्च करा. वागण्यात तुम्ही कसेही वागलात तरी तुमच्या लेखनातला बेबंदपणा मात्र कमी होऊ देऊ नका. हे पैसे खाऊ म्हणून समजा.''

ह्या अशा तऱ्हेच्या स्पष्टीकरणाला माझ्याजवळ उत्तर नाही. माझ्या प्रामाणिकपणाला धक्का लागेल, असे मी काही केले नाही. सामाजिक दृष्ट्या उपयुक्त असणाऱ्या संस्था आणि व्यक्ती यांच्यावर कधी कधी माझ्या हातून मवाळपणाने लेखन होते हे खरे; पण हा मवाळपणा भेकडपणातून किंवा लाचारीतून निर्माण झालेला नसतो. वृत्तपत्र म्हणजे वॉशिंग्टनची कुऱ्हाड नाही की, जी वाटेत भेटेल त्याच्यावर चालवावी. सामजिक हिताहिताचे तिला तारतम्य हवेच. माझ्याकडून कधी कधी औचित्य सुटलेले आहे, कधी कधी अवाजवी प्रहारही झाले आहेत. शक्य तितक्या लवकर मी ते दुरुस्तही करण्याचा प्रयत्न केला आहे. पण ही दुरुस्ती म्हणजे शरणागती नसते. आपल्या चुकीमुळे आपल्या मोटारचा धक्का जर एखाद्या वाटसरूला लागला, तर त्याला ताबडतोब इस्पितळात नेऊन स्वखर्चाने उपचार करणे ह्यात काही नम्रता किंवा नीतिमत्ता नाही, तर ही सभ्यता आहे आणि वृत्तपत्राचा धर्म ह्या सभ्यतेशी बांधलेला आहे. तरीही मला वाटते की, माझ्या हातून असे काही काही प्रमाद घडलेले असतील की, ज्यांची नोंद माझ्याजवळ नाही. ज्यांना जखमा झाल्यात, त्यांच्याजवळ त्या नोंदी असतील; पण कुणाला आयुष्यातून उठवण्याचा मी हेतुपुरस्सर प्रयत्न केलेला नाही. कोणाच्या पाठीमागे हात धुऊन लागलेलो नाही. एखादा सामाजिक उपद्रव

असेलतेवढ्यापुरते मी कठोर लिहिले, पण प्रसंग येताच त्या व्यक्तीचा अन्य समाज-उपयोगही प्रकटपणे मान्य केला.

अर्थात ही गोष्ट खरी आहे की, माझी उपद्रवशक्ती आणि प्रहारशक्ती हीदेखील मर्यादितच होती. याबद्दल काही भाबडेपणा माझ्या मनात नाही. एक मतपत्र म्हणून 'सोबत'ने काही स्थान निर्माण केले आहे. तत्कालीन वृत्तपत्रांच्या– विशेषत: साप्ताहिकांच्या– मानाने आपले स्थान किती, याचा मला मुळीच विसर पडलेला नाही. कितीही आवेशाने आणि घणाघाती लिहिले, तरी प्रत्येक वेळेला त्याचा परिणाम होतोच असे नाही. कारण माझ्याशी असलेल्या वैयक्तिक शत्रुत्वामुळे किंवा ह्या वृत्तपत्रकारांच्या विक्रयशक्तीमुळे सामाजिक दृष्ट्या पापी असणाऱ्या माणसांनाही पुरस्कर्ते मिळाले. सर्वच ठिकाणी त्यामुळे मला संपूर्ण यश लाभलेले नाही. जनता पक्ष निर्माण झाल्यामुळे माझ्यापुढे तर फार गंभीर प्रश्न निर्माण झाला. काल-परवापर्यंत मी ज्यांच्यावर आसुडाने वार केले, त्यांची स्तुती जरी नाही तरी त्यांच्यावरचे हल्ले मला बंद करावे लागले. पुष्कळांनी ह्या संधीचा फायदा घेऊन जनता पक्षाचा टिळा लावून पूर्वीच्या सर्व पापांना क्षमा मिळवली आहे. या सर्वांच्यापासून सावधानतेचा इशारा देणे, या पुढच्या काळात माझे कर्तव्य झाले. जनता पक्ष उद्या अयशस्वी झालाच, तर त्याला पक्षीय शैथिल्यापेक्षाही सर्व भ्रष्ट माणसेच कारणीभूत होणार आहेत, हे मला माहीत आहे. उद्याचे भवितव्य फारसे चांगले नाही, ते यामुळेच. शिवाय नवप्राप्त सत्ता ही माणसे भ्रष्ट करतील, ते निराळेच. किमान ऐहिक गरजांची अपेक्षा ठेवून मध्यम खपाच्या वृत्तपत्रांना समाजाच्या रखवालदारीचे काम करावे लागणार आहे, कारण तीच तेवढी पुरेशी स्वतंत्र राहू शकतात. अखेरीस केवळ राज्यकर्तेच नव्हे तर कारखानदार, वेगवेगळ्या कारणांसाठी जन्म पावलेल्या झुंड शक्ती, उद्योगपती, सहकारमहर्षी यांच्यापासून बडी वृत्तपत्रे मुक्त राहू शकत नाहीत.

-*-०-*-

: १३ :

मला हे माहीत आहे की, अनेक विषयांत मला कसलीही गती नाही. अनेक विषयांतले माझे ज्ञान अगदीच कच्चे आहे. मतपत्राचा संपादक हा पुष्कळ चांगल्या गोष्टी बांधू शकणाऱ्या एखाद्या दोऱ्याच्या योग्यतेचा असतो. त्यांतील काही वस्तू निसटल्या की, दोऱ्याचे महत्त्व संपते; म्हणून काही चांगले लेखक निसटून गेले, तर प्रयत्नांनी त्याला दुसरे लेखक मिळवावे लागतात, काही नवे घडवावे लागतात आणि येनकेन प्रकारेण हाराची गाठ सैलहोऊ देता उपयोगी नसते. पुष्कळांना वाटते की, बेहेऱ्यांचे अनेक लेखक तुटतात, ते त्यांचे भांडण झाले म्हणून. पण ही गोष्ट तितकशी खरी नाही. वृत्तपत्रीय धर्माच्या बाबतीत मतभेद जरूर होतात; पण व्यक्तिगत अहंतेबाबतीत मी लेखकांना दुखवत नाही. तिथे मी चक्क माघार घेतो. वाटल्यास शरणागती घेतो. याचे कारण प्रामाणिक आणि प्रतिभाशाली लेखक हीच माझ्या व्यवसायात सर्वांत मोठी शक्ती आहे. एकटा मी कुठेकुठेसा पुरा पडणार आहे? एकाच लेखकाच्या लेखनावर वृत्तपत्रे चालवण्याचे दिवस संपले आहेत. मुळात माझी लेखकाची म्हणून जी भूमिका आहे; ती प्रेषिताची तर सोडाच, पण पंडिताचीही नाही. एखाद्या समंजस नागरिकाला जेवढे आकलन होते, तेच मी शब्दरूप करतो. त्यामुळेच ते सोपे असते. कदाचित त्यामुळेच ते लोकांना आवडतही असेल. विद्वान संपादकांच्या रांगेत मी बसू शकत नाही आणि माझी बसण्याची इच्छाही नाही.

प्रत्येकाने आपापल्या शक्ती ओळखून काम केले, तरच प्रत्येकाचा जास्तीत जास्त उपयोग होऊ शकेल, यावर माझा विश्वास आहे. माझ्या काही डोळस वाचकांप्रमाणे 'सोबत'मधल्या उणिवा मलासुद्धा जाणवतात. पण माझ्याकरवी त्या दूर होण्याची शक्यता नाही.

मलासुद्धा चिरंतन यौवनाचे वरदान नाही. मीही वार्धक्याकडे झुकू लागलेलो आहे. रंगवलेले काळे केस आता केव्हाच पांढरे झाले आहेत. जवळपास वीस वर्षे मी सतत लिहितो आहे. अधून-मधून मलाही थकावट जाणवते, नाही असे नाही; परंतु माझ्या जीवनेच्छा अजून शाबूत आहेत. एखाद वेळी मला नैराश्य आले तरी ते मी झटकून देऊ शकतो. माणसांचा मला फार लोभ आहे आणि ह्या लोभापोटीच मृत्यू अटळ आहे, हे माहीत असूनही जगत राहण्याचाही मला मोह आहे. या जगात सर्वत्र पसरून राहिलेले सौंदर्य आणि चैतन्य मला त्राण देते. जोपर्यंत संध्याछायेची मला भीती वाटत नाही तोपर्यंत 'सोबत' हे वृत्तपत्र मी चालवीन, नाही तर एके दिवशी ते बंदही करीन. मतपत्रांचे आयुष्य त्या व्यक्तीपुरतेच असते. त्या व्यक्तीला जगवण्याचे कार्य अखेरीस त्याच्या वाचकांचे असते. अजूनही चांगले संगीत ऐकण्यासाठी कान तडफडतात. क्रिकेटमधला पराभव मनाला लागतो. चांगली स्त्री पाहिली की गर्दीतसुद्धा तिच्याकडे मान वळते. तरुण स्वप्नाळू लेखक आले की, तासन्तास त्यांचे ऐकावेसे वाटते. मला वाटते, याचा अंत होऊ नये. अंत व्हायचाच असला, तर तो सुकून गेलेल्या चेहऱ्याचा आणि गळाठलेल्या देहाचा व्हावा.

-*-०-*-

: १४ :

काही अलौकिक प्रतिभेमुळे, पराक्रमांमुळे किंवा विद्वत्तेमुळे मी काही काळ ज्यांची पाठराखण केली; त्यांच्यावरच फार कडवट हल्ले करण्याची माझ्यावर वेळ आली. अशा तऱ्हेने माणसे जोडण्याचे आणि तोडण्याचे हे रोजचेच काम करत असणाऱ्या पत्रकारांनी पक्षीय राजकारण किंवा निवडणुका यांपासून दूर राहिलेलेच बरे; कारण अशा निवडणुकांत केव्हा ना केव्हा तरी दुखवलेली माणसे सूडाची एक संधी म्हणून एकत्र विरुद्ध येण्याची शक्यता असते. हे निदान निवडणुकीतील यशापयशांचे गणित म्हणून इकडे दुर्लक्ष करता येईल, पण मी लिहिलेल्या पुस्तकांवर एक-दोन अपवाद वगळता साधी परीक्षणेसुद्धा कधी येत नाहीत. एकदा मी प्रयोग करून पहिला. 'कटाक्ष' हे माझं ललित लेखांचे पुस्तक मी व्यक्तिगत पत्र लिहून महाराष्ट्राच्या बहुतेक सर्व संपादकांना भेट म्हणून पाठवले आणि त्यांना व्यक्तिगत अभिप्राय लिहिण्यासाठी विनंती केली, पण व्यक्तिगत अभिप्रायसुद्धा कोणी पाठविला नाही. बरे, पुस्तक अगदीच उपेक्षा करण्यासारखे नसावे; कारण सुप्रसिद्ध साहित्यिक पु. ल. देशपांडे यांनी स्वत: होऊन हे पुस्तक वाचून फार चांगली प्रतिक्रिया नोंदवली आहे. महाराष्ट्रातही कमीत कमी वर्षातून शंभरदा तरी मी सभांतून बोलतो. चार-दोन अपवाद सोडता त्या भाषणांचीही कोणी दखल घेतलेली नाही. कदाचित दखल घेण्याच्या योग्यतेची ती नसतीलही. पण एखाद्या परिसंवादात माझेच भाषण दाद घेऊन

गेलेले असतानाही माझे नाव वगळून फक्त बाकीच्यांचा उल्लेख जबाबदार वृत्तपत्रांकडून झालेला आहे. यात नाराज होण्यासारखे किंवा रागावण्यासारखे काही नाही, कारण माझ्या हातात प्रसिद्धीचे एक साधन आहे. मी स्वत: जरी माझ्या वृत्तपत्रातून माझ्या व्याख्यानाची प्रतिवृत्ते छापत नसलो, व्यक्तिविषयक उल्लेख शक्य तितके टाळीत असलो; तरी माझ्या मनचे विचार व्यक्त करायला माझ्याजवळ एक प्रबळ चांगले साधन आहे. महाराष्ट्रातल्या चोखंदळ वाचकांची खुशी मी संपादन केली आहे. माझे वक्तृत्व, लेखन, शिक्षण या साऱ्याचा विचार करता माझ्या लायकीपेक्षा माझा गौरव जास्त झालेला आहे. परंतु वृत्तपत्रीय शिष्टाचार म्हणून जो उल्लेख– अगदी अल्प का होईना– व्हायला हवा, तो मी दुखावलेल्या माझ्या सहव्यावसायिकांमुळे किंवा अन्य सामाजिक झुंडांमुळे होऊ शकत नाही. शत्रुत्वासाठी शत्रुत्व मी कधीही केलेले नाही किंवा ते शत्रुत्व अकारण लांबलेलेही नाही. अशी किती तरी उदाहरणे 'सोबत'च्या स्तंभांतून काढून दाखवता येतीलकी– ज्यांच्यावर मी कडाडून हल्ले केले होते, त्यांचीच दुसऱ्या एखाद्या उत्कट प्रसंगी मी भलावणही केली आहे.

महाराष्ट्राच्या राजकारणात यशवंतराव चव्हाण आणि भारतीय राजकारणात इंदिरा गांधी यांच्यावर मात्र मी निर्दयपणे व साधनशुचिता न बाळगता कडाडून टीका केलेली आहे. त्याची कारणेही अगदी उघड आहेत. महाराष्ट्राच्या राजकारणात यशवंतरावांमुळे अनेक गैरप्रकार शिरले आहेत. आज यशवंतरावांचे राजकारण अगदी उघडे-नागडे होऊन केविलवाणे झाले आहे. कोणीही पोराटोराने त्यांची टिंगलकरावी, असा त्यांच्यावर प्रसंग आला आहे. पण त्यांच्या हाती जेव्हा महाराष्ट्रातील कर्तुमकर्तुम शक्ती होती व त्यांच्या शहाणपणाचे पोवाडे गाण्यात विरोधी पक्षातील नेतेसुद्धा मश्गुल होते, तेव्हा यशवंतरावांच्या राजकारणावर लिहिण्याचे धारिष्ट्य आणि प्रसंगोचितता मी दाखवू शकलो, ही माझ्या आयुष्यातील एक जमा आहे. आज काँग्रेसची एवढी प्रचंड फाटाफूट झालेली आहे, म्हणून ती निस्तेज झाली आहे आणि काँग्रेसवर व यशवंतरावांवर टीका करण्यात आज कोणतेही धारिष्ट्य उरलेले नाही. एके काळी काँग्रेसमधील दादागिरी व जातीयवाद यांची शक्ती ज्यांना माहीत आहे, त्यांनाच यशवंतरावांच्या वैभवाच्या काळातील केलेल्या टीकांचे महत्त्व समजू शकेल. कदाचित व्यक्तिगत निंदानालस्ती मी केली नसेल किंवा उच्चभ्रू भाषेत टीका होत होती म्हणून माझ्याकडे दुर्लक्ष झालेही असेल; पण त्या कालखंडात यशवंतनीतीवर कठोर प्रहार करणाऱ्या अगदी थोडक्या वृत्तपत्रकारांत मी होतो, या गोष्टीची नोंद व्हायला हरकत नाही. 'सोबत'वर

जे अनेक खटले झाले, त्याला माझी यशवंतरावांच्यावरील राजकीय टीका कारणीभूत असलीच पाहिजे. अर्थात, त्या कोणत्याही खटल्यात सरकारला यश आले नाही, हा भाग सोडून देऊ. पुण्यासारख्या गावात एक नकळत मिळणारे सार्वजनिक संरक्षण लाभते, एवढ्यामुळेच मला टीका करणे शक्य झाले.

इंदिरा गांधींच्या बाबतीत गोष्ट थोडी निराळी आहे. ज्या तऱ्हेने त्या अधिकारपदावर आल्या व आरंभीच्या काळात त्यांनी ज्या तऱ्हेने सत्ता वापरली; तेव्हाच माझ्या ध्यानात आले की, एका एककल्ली, लहरी आणि विकृत व्यक्तीच्या हाती ह्या देशातील लोकशाही सत्ता सोपवण्याची चूक होते आहे. अर्थात, त्या वेळेस सारी वृत्तपत्रे इंदिराजींची प्रशंसा करण्यात दंग होती. कोणालाही भुलवून टाकील, असाच झपाटा त्यांनी दाखवला होता. जनसंमोहिनीशास्त्रही त्यांना अवगत आहे. हुकूमशहाजवळ जर सत्प्रवृत्ती असेल, तर मिळालेल्या अवाजवी सत्तेच्या बळावर तो लोकशाहीच्या दीर्घसूत्री कारभारात अडकून पडलेले अनेक प्रश्न सोडवून देशाला एक नवी दिशा दाखवू शकतो. कोणताही हुकूमशहा नुसताच सत्तेच्या बळावर यश प्राप्त करू शकत नाही. सत्तेच्या मागे काही तरी नैतिक अधिष्ठान लागते व आमूलाग्र परिवर्तनाचा नकाशा जवळ असायला हवा. त्याच्याजवळ काही द्रष्टेपणही हवे. इंदिराजी ह्या सर्वच गुणांना पारख्या आहेत, हे त्यांच्या त्या कालखंडातीलकारभाराकडे पाहून कळत होते. जुने कार्यकर्ते मोडीत काढता-काढता त्या ज्या नव्या कार्यकर्त्यांवर विश्वासून राहात आहेत, त्यांचे चरित्र आणि चारित्र्य संशयास्पद होते. हुकूमशहाला अत्यावश्यक असणारी पक्षसंघटना त्यांना अजिबात मान्य नव्हती. चित्तथरारक निर्णय हा एक त्यांचा स्थायिभाव बनला. पण असे निर्णय घेतल्यानंतर त्याचे फायदे मिळवण्याची प्रतिभा मात्र त्यांच्याजवळ नव्हती. कर्तुमकर्तुम अशी शक्ती लाभूनही तिचा कोणताही फायदा त्या उठवू शकणार नाहीत, हे फक्त त्यांच्या स्वभावाकडे पाहिले म्हणजे लक्षात येण्यासारखे होते. या देशातीलविद्धानांना-विचारवंतांना–एवढेच नव्हे, तर राजकीय कार्यकर्त्यांनादेखीलत्या दीर्घकाळ कशा फसवू शकल्या याचे आश्चर्य वाटते. मला वाटते, देशाच्या इतिहासात अधून-मधून शहाणपणाला झापड येण्याचा कालखंड उगवतो, तसाच तो काळ असावा.

त्या लोकप्रियतेच्या महापुरात बलदंड वृक्षसुद्धा उन्मळून गेले, परंतु माझ्यासारखी लव्हाळी वाचली. हिंदुस्थानातील त्या काळातील सर्व वृत्तपत्रे कोणी काळजीपूर्वक अभ्यासली, तर त्यात लहान वृत्तपत्रांनी इंदिराजींच्या संभाव्य हुकूमशाहीचा इशारा दिलेला आढळेल. अशा एका छोट्या वृत्तपत्रकारांत मी

होतो, याचा अभिमान वाटायला हरकत नाही. आणीबाणी उठल्यानंतरच्या कालखंडात इंदिराजींच्या हुकूमशाही मनोवृत्तीवर खूप लिहिले गेले. कारण लोकांचे डोळे उघडले होते. इंदिराजींची प्रत्येक कृती बाह्यत: आकर्षक वाटली तरी ती हुकूमशाहीकडे वाटचालकरणारी आहे, हे कोणी सांगू शकलेले नव्हते. 'सोबत' हे अगदी लहान वृत्तपत्र आहे, त्यातून ते मराठीत निघते. भारतीय जनतेच्या संदर्भात हे वृतपत्र नगण्य आहे, ही गोष्ट मान्य केली तरीसुद्धा इंदिरा गांधीच्या आणीबाणीचे भविष्य आणीबाणीच्या आधी पंधरा दिवस यथार्थ तपशिलासकट मला वर्तवता आले, याचा आनंद का वाटू नये? ज्या वेळेस अलाहाबाद उच्च न्यायालयाचा निकाल इंदिराजींच्या विरुद्ध लागला; त्याच वेळेस लोकशाही गुंडाळून ठेवून इंदिराजी सर्व सत्ता ताब्यात घेणार, न्यायालयाचे अधिकार कमी होणार व वृत्तपत्रांवर सेन्सॉरशिप येणार– हे अगदी स्वच्छ शब्दांत मी केलेले भाकीत 'सोबत'च्या वाचकांना आठवत असेल. हे भाकीत करण्यासाठी कोणत्याही तऱ्हेची खास प्रतिभा किंवा अक्कल असण्याची गरज नव्हती. या माझ्या लेखनाची एका मराठीतील श्रेष्ठ विद्धानांनी अतिरेकी व उद्दाम म्हणून हेटाळणी केली. या देशात नेहरूंनी घालून दिलेली लोकशाही परंपरा, गांधींनी निर्माण केलेली निर्भयता आणि गेल्या शंभर वर्षांत भारतीय जनतेची झालेली वाटचालयाचे गणित मांडून या विद्वानांनी माझ्या बुद्धीची तेव्हा कीव केली होती. मी त्यावर प्रतिवाद केलाच नाही; कारण मला ठाऊक होते की, विकृत विचारसरणीची माणसे कोणताही जुगार खेळू शकतात. धर्मराज जर द्रौपद्री पणाला लावू शकतो, तर इंदिराजींनी ह्या देशातील लोकशाही पणाला लावली यात आश्चर्य वाटण्यासारखे काय आहे? भर सभेत आपल्या पत्नीची बेअब्रू झालेली पाहून शक्तिशाली पांडव दात-ओठ खात षंढासारखे गप्प बसू शकतात, तर मग ह्या देशातील तेजोहीन नेते का गप्प बसू शकणार नाहीत? विद्वत्तेचा अर्क असा भीष्म हासुद्धा अगतिक होऊन अर्थदास होतो, तर मग त्या मानाने किती तरी कमी विरक्त असणाऱ्या लोकांनीही दासवृत्ती दाखवावी याचे आपण आश्चर्य करायला नको. माझ्यासारख्या एखाद्या अविद्वान माणसाने इंदिराजी हा जुगार खेळू शकतील, असे का म्हटले? एक तर पुस्तकी गणिताप्रमाणे राजकारण चालत नाही किंवा यापूर्वी कधी चाललेले नाही, हा मी नोंदलेला अनुभव आहे. इंदिराजींचा तर विद्वत्तेशी कसलाच संबंध नाही. तेव्हा त्यांची मनातीलवैचारिक स्पंदने त्यांच्यासारख्याच अविद्वान माणसाला– म्हणजे मला लवकर कळण्याची शक्यता जास्त.

-*-०-*-

: १५ :

ह्या दोन व्यक्ती सोडल्या, तर इतर कोणीही व्यक्तीविरुद्ध इतक्या तीव्रतेने किंवा साधनशुचिता सोडून मी लिहिलेले नाही. माझ्यावर कोणी व्यक्तिगत हल्ले केले (आणि ते तसे खूप केले गेले.), तरीही मी त्याला उत्तरे-प्रत्युत्तरे करण्याच्या भानगडीत पडलो नाही. याचे मुख्य कारण– अशी चिखलफेक सामाजिक दृष्ट्या उपयोगाचीही नसते आणि व्यक्ती म्हणून अखेरीस माझी किंमत काय? समजा, माझ्यात काही हीण असले (नव्हे, आहेच) तरी जोपर्यंत ते सामाजिक हानीचे नाही, तोपर्यंत मला हिणवले म्हणून क्षुब्ध व्हायचे काय कारण? त्यातून माझ्यावर टीका करणारी माणसे तरी शुद्ध मनाने कोठे टीका करत होती? तेथेही कोठे तरी असूया होतीच. माझी लेखनातील उपयुक्तता जोपर्यंत कायम आहे तोपर्यंत वैयक्तिक टीकेमुळे माझे नुकसान होण्याचा संबंध नव्हता. उलट, त्याची उपेक्षा केल्याने आपण उदार मनाचे ठरतो, हाही एक व्यवहारी फायदा होताच. व्यक्तिगत चारित्र्य आपल्या शब्दांची शक्ती वाढवू शकते, पण त्या चारित्र्याचा अभाव माझ्याजवळ आहे याची मला जाणीव आहे. माझ्यावर टीका करणाऱ्या थोड्या खपाच्या वृत्तपत्रांतील निंदेला मी माझ्या वृत्तपत्रात प्रसिद्धी देऊन माझ्या पायावर धोंडा कशासाठी पाडून घ्यायचा? आचार्य अत्रे एकदा म्हणाले होते की, 'बाळ ठाकऱ्यांवर टीका करून मी त्याला उगीचच मोठा केला.' तो उपदेश मी पक्का ध्यानात ठेवला.

माझ्यावर टीका करणारी काही वृत्तपत्रे बंद पडली, तर काही निष्प्रभ झाली. अर्थात, अशी कुत्सित टीका सर्वार्थाने विसरून जाण्याइतका मी उदारहृदयी नाही. माझी स्मरणशक्ती शाबूत असते. म्हणू जेव्हाच्या तेव्हा अशा टीकेला उत्तर देण्याऐवजी योग्य त्या संधीची वाट पाहण्याइतपत विवेक मी बाळगतो. असे किती तरी हिशेब मी नंतर सवडीने चुकवले आहेत. परंतु त्या सर्वांमागचे खरे रहस्य मात्र वेगळेच आहे. थोड्या निर्लज्जपणे किंवा कोडगेपणाने आपणच आपल्या उणिवा आपल्या वाचकांच्या पुढे उघड केल्या, तर मग वाचक आपल्याला त्या उणिवांबद्दल क्षमा करतात. इथेही आचार्य अत्र्यांचा हवाला देणे योग्य ठरण्यासारखे आहे. आचार्य अत्रे हे काही सत्पुरुष नाहीत, हे साऱ्या जगाला माहीत आहे. त्यांनी केलेल्या सर्व लहान-मोठ्या पापांना लोकांनी क्षमा केली; एवढेच नव्हे, तर तीच पापे करणाऱ्या लोकांवर टीका करण्याचा अधिकारही त्यांना देऊन टाकला. ही मोठी विचित्र वाटणारी गोष्ट आहे, पण ती खरी आहे. संपादकाचे व्यक्तिगत चारित्र्य कसेही असले, तरी त्याच्या लेखणीचे चारित्र्य हेच अखेरीस त्याच्या शब्दाची किंमत वाढवते. 'महाराष्ट्र टाइम्स'चे संपादक तळवलकर यांनी यशवंतरावांना पुष्कळ काळ सांभाळून घेतले, पुढे शरद पवारांशी दोस्ती केली– हे सर्वांना माहीत आहे. लोकांनी त्यांच्यातली ती त्रुटी स्वीकारली. त्यांचे वाचक एवढेच म्हणतात की, गोविंदरावांच्यातील ही त्रुटी सोडून द्या; बाकी त्यांचे लेखन परखड आणि आक्रमक असते की नाही? शेवटी सर्वसामान्य वाचक हा माणसाची मर्यादा ओळखतो. त्या मर्यादेतच तो त्याच्या लेखनशक्तीचा स्वीकार करतो, त्याच्या उपयुक्ततेचे भान ठेवतो. तशा अर्थाने आदर्श, चारित्र्यसंपन्न, निर्भय व नि:पक्षपाती संपादक ही जवळपास दुर्मिळ गोष्ट आहे. 'मराठवाडा'चे संपादक अनंतराव भालेराव यांच्या परखडपणाचेही प्रायश्चित्त मराठवाडा दंगलीच्या संदर्भात त्यांना भोगावे लागलेच आहे. अशा वेळेला संपादकाजवळ नसलेले गुणसुद्धा लोक त्याला बहाल करत असतात. केवळ प्रामाणिकपणा हे चारित्र्याचे लक्षण ठरतेच, असे नाही; प्रामाणिकपणाबरोबर दूरदृष्टी नसेलतर किती हास्यास्पद प्रसंग ओढवतात, हेही आपण पाहतोच आहोत.

टीकाविषय झालेल्या अनेक व्यक्तींचे आणि माझे संबंध शत्रुत्वाचे राहिलेले नाहीत. मंगुडकर, माडगूळकर, तर्कतीर्थ, शंकरराव मोहिते पाटील किंवा त्यांसारख्या महाराष्ट्रातील अनेक माणसांवर मी वेळोवेळी लिहिलेले असेल; पण त्यांपैकी कोणाच्याही बाबतीत मला वैयक्तिक आकस नाही, ही गोष्ट त्यांच्या लक्षात आली आहे. केवळ उपचार म्हणून नव्हे, पण अगदी जिव्हाळ्याने त्यांनी माझे

स्वागतही केले आहे. मला वाटते, 'कारणासाठी वैर' आणि 'आजच्यापुरते वैर' एवढे सूत्र पत्रकारांनी राखावे. दीर्घकालीन वैराला हेकटपणाची झाक येते. समाजात पुष्कळ भंपक माणसे असतात; काही खोटारडीही माणसे असतात, तर काही हटवादीही माणसे असतात. ह्यांच्यावर एक-दोनदा लिहिल्यानंतर त्यांच्या राशीला लागण्यात फारसा अर्थ नसतो. कोणालाही आयुष्यातून उठवण्याची किंवा संपवण्याची भाषा पत्रकारांनी काढायची नसते, तर त्याचे कुरूप आणि बेढब वैचारिक दर्शन लोकांना दाखविण्यापुरतेच त्याचे वस्त्रहरण करायचे असते. कारण त्या सर्व माणसांचे अन्य काही सामाजिक उपयोग असतात. लाकडी वहाणा घालून ज्यांनी आपली उंची वाढवलेली असते, ती त्यांची खोटी उंची जरूर कापून टाकावी; पण त्यांची जेवढी नैसर्गिक उंची असेल, तिथे त्यांना जगायला मदत करावी. कधी कधी अनवधानाने आपल्या हातून एखाद्या माणसाची अवाजवी नालस्ती होते, पण वेळ मिळताच स्वच्छ शब्दांत दिलगिरी व्यक्त करून आपली चूक दुरुस्त करायला कमीपणा वाटता कामा नये. अशी दुरुस्ती म्हणजे माघार वा शरणागती– असा अभिनिवेश कधी कधी पैदा होतो. मोडेन पण वाकणार नाही, हे ब्रीद फक्त सामाजिक गुन्हेगारांपुरतेच वापरायचे असते.

हे माझे आत्मचरित्र जेव्हा प्रसिद्ध होईल, तेव्हा माझ्या आयुष्याची एकसष्ट वर्षे संपून गेलेली असतील. सर्वसाधारणत: नवे स्फुरण, लहान-मोठे नवे कर्तृत्व, नव्या चळवळी करण्याचा काळ अर्थातच संपून गेलेला आहे. जे आजपर्यंत करीत आलो, त्याचीच पुनरावृत्ती करण्यायावाचून मला गत्यंतर नाही. पण इतरांना ती पुनरावृत्ती वाटू नये असे वाटत राहावे, हे कसब अनुभवाने मला प्राप्त झाले आहे. पण मनोमय मला माहीत आहे की, एखादा अपवादात्मक प्रसंग निर्माण झाल्याशिवाय आता निराळे काही घडण्याची शक्यता नाही.

पण माझा व्यवसाय इतरांच्या मानाने मला तरुण आणि कार्यप्रवृत्त ठेवायला उपयुक्त आहे. 'सोबत' बंद करण्याची घोषणा मी अधून-मधून करतो; पण ती खोटी असावी, असे आता माझे मलाच वाटू लागले आहे. कारण 'सोबत'मुळेच या माझ्या अस्तित्वाला आता थोडा-फार अर्थ आहे. एक तर पुनरावृत्ती होत असली तरीसुद्धा अधून-मधून काही नवीन स्फुरण पावतेच आणि हे नवे स्फुरण मला स्वत:लाच कधी कधी चकित करते. हे मीच लिहिले आहे काय, असा मला स्वत:लाच संभ्रम पडतो; इतरांना तर पडतोच पडतो. जवळपास चाळीस वर्षे एका विशिष्ट विचारसरणीत मी वाढत आलो आणि तिच्याशीही जरी मी थोडीफार बंडखोरी केली, तरी तिच्या पकडीतून मी सर्वथा मुक्त होऊ

शकलेलो नाही. जसजसा मी ऐहिक आकर्षणातून मुक्त होत चाललो आहे, तसतसा पुस्तकी पांडित्यावरील माझा विश्वास कमी होत चालला आहे आणि लहान-मोठी कीर्ती किंवा नावलौकिक याबद्दलचे माझे आकर्षण ओसरले आहे. आता माझ्या लेखणीतील अभिनिवेश पुष्कळसा कमी झालेला आहे आणि दुसऱ्याला समजून घेण्यात आता कमी व्यत्यय येतो. कोणत्याही एका विचारसरणीने कोणतेही प्रश्न संपूर्णपणे सुटत नाहीत याची जाण उत्पन्न होणे, म्हणजे पत्रकाराचे आणि लेखकाचेही सारे वैभव हरवण्यासारखे आहे. स्वप्रतिपादनावरील श्रद्धा हेच पत्रकाराचे खरे बळ असते. आता फार क्वचित वेळा माझा राग जागा होतो आणि लेखणीची तलवार करावीशी वाटते.

अलीकडे हे जाणवल्यामुळे मी नैराश्यग्रस्त होतो. माझ्या लेखनात निर्माण झालेली निराशा ही वैफल्यातून, वृद्धत्वातून किंवा नाकर्तेपणातून जन्म पावलेली नाही; तिचा जन्म विवेकातून झालेला आहे आणि विवेक माणसाला कृतिशून्य बनविण्याची शक्यता असते. मला कृतिशून्य होण्याची भीती जरूर वाटते. सामाजिक, आर्थिक किंवा सांस्कृतिक– सर्वच क्षेत्रांत प्रत्येक प्रश्न यक्षप्रश्न झालेला असताना आपल्याजवळ जर निर्णायक उत्तर नसेल, तर आपली अवस्था अर्जुनासारखी भ्रमिष्ट होते. वैचारिक वंध्यत्वापेक्षा अतिरेकी विवेक पुष्कळदा आकर्षक आणि शोभादायी असतो. शिवाय ज्याच्या-त्याच्या व्यक्तिमत्त्वाला शोभेल, अशा भूमिका त्याला घ्याव्या लागतात. म्हणून कोठे तरी माझ्या व्यक्तित्वाशी विसंगत भूमिका जन्म पावते आहे, हे माझ्या दुःखाचे मूळ आहे.

तसे पाहिले, तर माझी सांपत्तिक स्थिती कधीच फारशी चांगली नसली तरी तसे चिंता करण्याचे काही कारण नाही किंवा नव्हते. सांसारिक कोणत्याही अडचणी आज माझ्यासमोर नाहीत. मला पुरेशी प्रतिष्ठा आहे. मला मानणारा वाचकवर्ग आणि ऐकणारा श्रोतृवर्ग आहे. मी नको आहे अशीही ठिकाणे असली, तरी मी हवा आहे अशीही ठिकाणे पुष्कळ आहेत. कथा-कादंबरीकार म्हणून मला मान्यता नाही आणि मिळण्याचे कारणही नाही. तरी माझे साहित्य आवर्जून मागणारे संपादक, प्रकाशक आहेत. तरीही लेखक म्हणून मी संतुष्ट नाही, संपादक म्हणून तृप्त नाही. एक सामाजिक कार्यकर्ता म्हणून तर मी अस्वस्थ आहे. फार मोठे ग्रंथकर्तृत्व माझ्या हातून घडलेले नाही. माझी तशी तीस पुस्तके प्रसिद्ध झाली आहेत. त्यांत दहा-पंधरा कादंबऱ्या, पाच-सहा कथासंग्रह, एक नाटक, एक कवितासंग्रह, एक ललित लेखांचा संग्रह– अशी पुस्तके असूनही त्यात विद्वत्ताप्रचुर ग्रंथ नाही. अनेक विषय मी लोकांना सुचवितो, त्या विषयाची

मांडणी करून देतो, कारण अशा तऱ्हेच्या ग्रंथरचनेचे तंत्र मला अवगत आहे; पण त्यासाठी लागणारे परिश्रम, शिस्तबद्ध वाचन, टिपणे काढणे आणि दीर्घकाळ बैठक मांडून ग्रंथ सिद्ध करण्याचा आवाका मजपाशी बिलकुल नाही. त्यामुळे 'वाया गेलेला एक हुशार माणूस' असे माझे गुरुजन मला नेहमी म्हणतात आणि ते पुष्कळ अर्थाने खरे आहे. शिक्षणाचा अभाव आणि भरकटले गेलेले आयुष्य ही त्याची कारणे असू शकतील; त्याहीपेक्षा त्याचे खरे कारण मला माहीत आहे. मला विद्वज्जड व्हायचे नाही आणि भाषेचा सोपेपणा घालवायचा नाही, कारण पत्रकार ही माझी भूमिका लोकांनी स्वीकारली आहे. भोवतालचे विद्वान ज्या अनाकलनीय भाषेत बोलतात, तशी भाषा मला परवडण्यासारखी नाही. अखेरीस मी एका प्रचारकाची भूमिका घेतलेली आहे. आपल्याला लोकांच्यासाठी लिहायचे आहे, याचा मी कधीही विसर पडू दिलेला नाही. जास्तीत जास्त लोकांना समजेल आणि तरीही आपले लेखन उथळ होणार नाही, हा माझा प्रयत्न असतो. मौलिक आणि गंभीर ग्रंथांचे माझे वाचन तसे बरे आहे. ज्या गोष्टी मला समजत नाहीत, त्या गोष्टी तज्ज्ञांकडून समजून घेताना मला मुळीच लाजल्यासारखे वाटत नाही. एकेका विषयाचा अभ्यास करण्यात ज्यांनी हयात घालवली, त्यांच्यापेक्षा माझी अक्कल ती कितीशी असणार?

-*-०-*-

: १६ :

ललित लेखनाबाबत मात्र खोलवर जाऊन मानवी मनाचा तळ शोधणे मला कधीही जमले नाही. विषय चांगला, मांडणी रंजक, शैली लोकप्रिय, परंतु एकूण ललित लेखनाचा परिणाम मात्र खोलवर ठसा उमटविणारा नाही– अशी माझ्या लेखनाची स्थिती आहे. माझे सारे लेखन मी लेखनिकाला सांगून लिहवून घेतो. आणि बहुतेकांची अक्षरे इतकी दिव्य असतात की, पुन्हा माझे लेखन मी वाचतसुद्धा नाही. मग पुन्हा तेच सुधारून लिहिण्याची वेळच माझ्यावर कधी आली नाही. इतके दिवस माझ्याच छापखान्यात मी छापीत असल्यामुळे मी प्रूफे वाचू शकत होतो आणि किरकोळ दुरुस्त्याही करू शकत होतो. पण अलीकडे अन्य प्रकाशकांना आणि संपादकांना मी मजकूर द्यावयास सुरुवात केल्यामुळे आपले लेखन छापून आल्यानंतर पुन्हा वाचण्याचा दुर्दैवी प्रसंग माझ्यावर ओढवतो. माझे लेखन लोकांना का आवडते, ते माझे मलाच कळलेले नाही; कारण ते माझे मलाच आवडत नाही. मला निकडीची पत्रे पुन: पुन्हा आली की, मला न आवडलेले ते लेखन मी त्यांच्याकडे पाठवून देतो. मग जेव्हा ते छापून येते, तेव्हा ते मला बरे वाटते. इतरांचे वाङ्मय वाचत असताना माझी जी चिकित्सक बुद्धी जागी असते, ती स्वत:चे वाङ्मय वाचीत असताना माझ्यापाशी उरू नये, याचे माझे मलाच आश्चर्य वाटते. एकंदरच मराठी साहित्य निकृष्ट दर्जाचे असल्यामुळे माझे साहित्य लोकांना आवडते,

असा मी ग्रह करून घेतला आहे आणि तो सोईचा आहे. इंग्रजी साहित्य वाचत असताना अंगावर थरार उठतात आणि लेखकाला हे सुचले कसे, याचा अचंबा वाटतो. मराठी साहित्य वाचत असताना असे कचित घडते. हे असे का व्हावे, हे अजून मला कळलेले नाही आणि यापुढे कळेल अशी शक्यताही उरलेली नाही. मला खूप आवडलेल्या किंवा मुळीच न आवडलेल्या पुस्तकांवर मी रसग्रहणे लिहितो. अर्थात, न आवडलेल्या पुस्तकांवर लिहावे, अशा योग्यतेची ती पुस्तके असतातच; कारण त्या पुस्तकांनी समाजावर काही अनिष्ट परिणाम केलेला असतो.

-*- ० -*-

: १७ :

पत्रकारिता आणि साहित्यिकता हे माझे जीवनधर्म आहेत. म्हणून या दोन्ही चळवळींत मला खूप रस आहे. महाराष्ट्रात ज्या पत्रकार संघटना आहेत, त्या खऱ्या पत्रकारांच्या हातात नाहीत; तर पत्रकारांना जे लाभ मिळतात, त्या लाभांसाठी या व्यवसायात शिरलेल्या पुंड लोकांच्या हातांत त्या संघटना आहेत. कोणत्याही मताची श्रद्धा असली, तरी त्या पत्रकाराबद्दलमला आदर वाटतो. पण दुर्दैवाने बहुतेक पत्रकारांना कोणतीही मतेच नाहीत. क्षुद्र स्वार्थासाठी कुणालाही आणि केव्हाही विकले जाणारे पत्रकार हे पत्रकारितेची मानहानी करतात आणि त्यांच्यामुळेच पत्रकार हा चेष्टेचा विषय होत चाललेला आहे. मी उघड-उघडपणे शासनविरोधी पत्रकार आहे. शासनाने माझ्या वृत्तपत्रावर खटले भरले तर ते समजण्यासारखे आहे, कारण तो त्याचा अधिकार आहे. पण माझा व्यक्तिगत अनुभव असा की– विरोधी पत्रकार असूनही मुख्यमंत्री किंवा मंत्री कोणीही असो; त्यांनी मला सन्मानाने वागवले आहे. पत्रकाराची प्रामाणिकता आणि कृतनिश्चय हेच त्याचे खरे वैभव असते. मात्र त्यासाठी काही पथ्ये पाळावी लागतात. सरकारकडे किंवा मंत्र्याकडे कसलीही याचना करण्याची आपल्यावर वेळ येता कामा नये व आपले वृत्तपत्र कोणत्याही परिस्थितीत एखाद्या व्यक्तीवर, पक्षावर वा संस्थेवर अवंलबून राहता कामा नये, याबद्दल दक्षता घ्यावयाची असते. म्हणजे, आरंभी जरी काही अडचणी निर्माण

झाल्या, तरी हळूहळू पुरेसा लोकाश्रय लाभतो व मग त्यावर मस्तीने जगता येते. ही मस्ती सत्तेची नसते, पैशाचीही नसते; तर ती व्रतस्थ साधकाची असते. संन्यास घ्यावयाचा म्हणजे काषाय वस्त्रे लेवून समाजातून पळून जाऊन वासना माराव्या लागतात, असे नाही. अतिरेकी लोभ सोडला, जाणवलेल्या सत्याची किंमत मोजली आणि शासनाची भीती मनात ठेवली नाही की, पत्रकाराचा संन्यासधर्म पूर्ण होतो. या संन्याशाचा चरितार्थ समाज चालवतो. पण राजवस्त्रांचाही मोह ठेवायचा, मान-सन्मानांचीही अपेक्षा ठेवायची आणि चार दिडक्यांसाठी कुठेही मान लववायची– अशी पत्रकारिता जेव्हा निर्माण होते, तेव्हा श्रीमंतांनी बाळगलेले कुत्रे– फार तर खानदानी कुत्रे– अशी त्यांची संभावना होते. मी लहान आहे, म्हणून मला हे कदाचित जमले असेल. तोरा मिरवावा, असे यात काही नाही. त्याग वगैरे तर मुळीच नाही. तसा मी नीरस आणि कंटाळवाणा आयुष्यक्रम जगलेलोही नाही. परिस्थितीनुसार सारे आनंद मी उपभोगिले आणि जशी माझी जीवनयात्रा ही आनंदयात्रा आहे, तशीच माझी पत्रकरिता आणि साहित्यिकता ही आनंदयात्राच झाली आहे.

लहानपणापासून मी मित्रांच्या घोळक्यात वाढलो. माणसांचा मला लोभ आहे. गप्पांचे मला व्यसन आहे. एक वेळ मला जेवायला मिळाले नाही तरी चालेल; पण नव्या उमेदीची सुसंस्कृत माणसे भेटत राहावीत, असे वाटते. साहित्यकार, संगीतकार, पत्रकार, राजकारणी, समाजसेवक असे किती तरी भिन्न स्तरांतील लोक माझ्या परिवारात होते आणि आहेत. प्रत्येकाचे मी काही देणे लागतोच. कॉलेजमध्ये असताना आमचा 'सात शिलेदार' नावाचा कंपू होता आणि त्यांतील सातही सुदैवाने आज जिवंत आहेत. परवा आनंद प्रेसच्या दादा जोशींच्या मुलाच्या लग्नात त्यांतील काही मित्रांची गाठ पडली. नंतरच्या कालखंडात भा. द. खेर, डॉ. प्र. न. जोशी, मा. वा. पाळंदे, भाऊ घाणेकर, डॉ. एकनाथ गोळे, देवधर, कै. करंदीकर असे अनेक मित्र आले. कॉलेजमध्ये स्नेहसंमेलनाचा मी जनरल सेक्रेटरीही झालो. बॅडमिंटन, टेबलटेनिस खेळणारा आणखी एक गट तयार झाला होता. त्यात प्रमिला केसकर, मालती धोपेश्वरकर, कै. मंकू करमरकर, सिंधू आपटे, श्री. दसनूरकर, शामा देवधर असाही मित्रपरिवार होता. शाळेत असताना बंडू गोखले, शिवराय तेलंग, खिंवसरा सराफ, वैद्य लागवणकर हे तर माझे सवंगडीच होते. व्यवसायात पडत गेलो, तेव्हा पहिल्यांदाच मधू लिमयेचा थोरला भाऊ मनोहर लिमये आणि मकरंद भावेचा धाकटा भाऊ मधू भावे माझे भागीदार होते. पुढे प्रॉपर्टीच्या व्यवसायात पडलो; तेव्हा कॉलेजमधील

माझा सहाध्यायी विनायक बहुलीकर माझ्याकडे कामालाच आला. कै. बापूसाहेब माटे हे माझ्यापेक्षा वयाने किती तरी मोठे, तरी ते मला मित्रासारखेच मानीत आणि त्यांनी जी पुस्तके मला भेट दिली आहेत, त्यांवर ते नेहमी 'माझा तरुण मित्र गजानन यांस' असे लिहीत. पुढे साप्तहिक 'प्रदीप'चा पसारा मी मांडला, त्या वेळेस अप्पा बळवंत चौकातील कन्हैयालाल बिल्डिंगमध्ये साहित्यिकांचा अड्डा पुन्हा जमू लागला.

त्यांत नानासाहेब गोखले, ह. वि. वाडेकर, लवाटे ज्योतिषी, बोकीलमास्तर अशी मंडळी जमायची. अगदी लहानपणीच्या माझ्या बालमित्रांची कित्येक वर्षे माझी गाठच पडली नव्हती. गिरीश गोखले, मधू पटर्वधन, विनायक फाटक यांच्याशी माझ्या पुढे गाठी-भेटी झाल्या; पण यांच्याशी काय बोलायचे, हाच प्रश्न मला पडत असे. त्यांचे आणि माझे जीवनक्रम इतके बदलून गेले होते की, त्यांच्या-माझ्यात काही समान धागे शिल्लकच राहिलेले नव्हते.

पुढे मी स्थलांतर करून मुंबईत गेलो आणि आनंदीबाईंबरोबर राहू लागलो, तेव्हा साहित्यिकांचे एक नवे वर्तुळ तयार होत गेले. व. पु. काळे, शं. ना. नवरे, माधव मनोहर, वसुंधरा पटवर्धन, भावे, माडगूळकर ही मंडळी पुष्कळ वेळा आमच्याकडे येत किंवा आम्ही त्यांच्याकडे जात असू. कौटुंबिक संबंधात भडभडे कुटुंब, नंदा पातकर वगैरेंचे संबंध जिव्हाळ्याचे होत गेले. पण 'रंगायन'च्या निमित्ताने नाटकवाल्यांचे आमच्या घरात जाणे-येणे सुरू झाले, त्यामुळे आमचे घर म्हणजे एक नाटकमंडळीच होऊन गेले. विजय तेंडुलकर तर खूपच वेळा येत. अरविंद देशपांडे, सुलभा कामेरकर, माधव वाटवे, अरुण काकडे आदी सर्व 'रंगायन'ची मंडळी रोजच येऊ लागली. मग कलकत्त्याहून विजया मेहता आल्यावर तालमीचे स्थळ बदलले. रत्नाकर मतकरींच्या 'साता समुद्रापलीकडे' या नाटकाचे वाचनही आमच्या घरी झाल्याचे स्मरते. अंबर कोठारे आणि सरोज कोठारे यांचीही त्या काळातलीच मैत्री. त्यानंतर पुरुषोत्तम बाळचे नाट्यवर्तुळही आमच्याकडे खूपदा येई. पुरुषोत्तम बाळवरूनच मी 'अखेरचा प्रयोग' हे माझे एकमेव नाटक लिहिले. त्याच्यासाठी शं. ना. नवरे यांनी 'अ ब क', 'देवदास', 'नवरा म्हणू नये आपला' अशी नाटके लिहिली होती. जयंत साळगावकर, विद्याधर गोखले, मी आणि मधू गानू यांनी 'नाट्यरंजन' नावाची एक नाटक कंपनी स्थापन केली होती. तिच्यातर्फे 'साक्षीदार' आणि 'जावयाचे बंड' अशी नाटके सादर झाली. लीला चिटणीस हिचे 'एक रात्र आणि अर्धा दिवस' हे नाटक मी एकट्याने माझ्या पैशाने सादर केले होते. पण त्या नाटकाचा इतका

उपद्रव झाला की, आनंदीबाईंनी हस्तक्षेप करून पुढीलप्रयोगांतून अंग काढून घ्यायला मला भाग पाडले. मुंबईत असेतोपर्यंत मी एका नव्या-जुन्या नाटकी जगात वावरत होतो आणि एका अर्थाने माझे पराभूत जिणे लपवून टाकीत होतो. कारकून होण्यासाठी माझा जन्म झालेला नव्हता आणि कर्तृत्वाची अन्य क्षेत्रे मला सापडत नव्हती. दिवसा नाटक आणि रात्री आनंदी-बाईंची मिठी यामधे तो काळ मी काटून टाकला होता. आता मागे उरल्या आहेत त्या केवळ आठवणी– काही मित्र, काही अपयशे, काही अपेक्षा आणि अपवादात्मक यश.

-*- ० -*-

: १८ :

पुण्यात परत आल्यानंतर मी मासिकांच्या व साप्ताहिकाच्या व्यवसायात पडलो आणि लेखकांचा गोतावळा निर्माण होत गेला. आमचे कार्यालय म्हणजे संध्याकाळच्या मैफलीची जागा– असे समीकरण झाले. वसंतकुमार सराफ, द. का. हसबनीस, ग. रा. टिकेकर, गजानन क्षीरसागर असे लोक तेथे असायचे. मग वि. शं. पारगावकर, बाळ गाडगीळ, वि. ग. कानिटकर, विद्याधर पुंडलिक, श्री. ज. जोशी असा गट निर्माण झाला. अधून-मधून द. मा. मिरासदार, प्रभाकर तामणे, शंकर पाटील, ग. दि. माडगूळकर, व्यंकटेश माडगूळकर, वि. वि. बोकील, शामराव ओक, कवठेकर अशी सारी मातब्बर मंडळी तेथे यायची. भावे-माडगूळकर या तर उत्सवमूर्तीच, पण अप्पासाहेब फडकेसुद्धा अधून-मधून येत. सुधीर फडकेही कधी कधी सामील होत. यात घट्ट मैत्री पाचांचीच झाली. वि. शं. पारगावकर, श्री. ज. जोशी, वि. ग. कानिटकर, विद्याधर पुंडलिक आणि बाळ गाडगीळ. नंतर सामील झाला तो अनिल रानडे, पण पुष्कळ पुढे.

एक गोष्ट नक्की लिहिली पाहिजे– ती अशी की, काही काळ उलटला की, मैत्रीचे भांडवल संपते. त्याच त्या गोष्टी पुनः पुन्हा घडू लागल्या की, एक-एक मित्र गळू लागतो. कारणे काहीही नसतात. कोणतेही वाद निर्माण झालेले नसतात. पण प्रत्येक व्यक्तीचे आकर्षण नावीन्यात असते. फारच थोड्यांच्या जवळ

विषय-वैचित्र्य आणि संभाषणचातुर्य असते. तसे मराठीतील बहुतेक सारे लेखक माझ्या चांगल्या परिचायचे आणि लोभाचे आहेत. मराठीतील दोन-तीन श्रेष्ठ लेखक कोणाचेही मित्र होऊ शकत नाहीत म्हणून ते माझेही झाले नाहीत, इतकेच. बाकी बहुतेक माझ्या संगतीत पुष्कळदा आले आहेत. अशांचीच दोस्ती टिकते, ज्या आपल्या गुण-दोषांवर प्रेम करू शकतात किंवा आपणही ज्यांच्या गुण-दोषांवर प्रेम करू शकतो. त्याचप्रमाणे साहित्य, संगीत, राजकारण, क्रिकेट, सामाजिक चळवळी यांत जर त्यांना रस असेल आणि त्यांना मद्याची, प्रवासाची, वाचनाची, मैफलीची हौस असेल तरच मैत्री टिकू शकते. तशा अर्थाने मला फार थोडे मित्र लाभले, हे कबूल केले पाहिजे. लहानपणच्या मित्रांत गिरीश गोखले; कॉलेजमधल्या काळातील भा. द. खेर, प्र. न. जोशी, भाऊ घाणेकर; मुंबईच्या कालखंडातील व. पु. काळे, माधव मनोहर; 'प्रदीप'च्या काळातील हेमंत खरे; 'सोबत'च्या कालखंडातील जयंतराव देवकुळे, वि. शं. पारगावकर, अनिल रानडे, बा. भ. पाटील, श्री. ज. जोशी, वसंत कानेटकर हे त्या मानाने माझ्या पुष्कळ जवळ आलेले मित्र. अर्थात काही काही कालखंडात फारच जवळ येऊन अचानक दूर गेलेले मित्र आहेत. विजय तेंडुलकर, पु. भा. भावे, पु. वि. बेहेरे आदी. काहींच्या मैत्रीच्या स्वरूपाबद्दल माझ्या मनात शंका आहेत, म्हणून त्यांची नावे घेतलेली नाहीत. काही कलावंत, काही नट, काही नाटककार माझ्याजवळ आल्यासारखे वाटले– तसे ते पुष्कळांना वाटले असतील; पण त्यांचे जवळ येणे दूरचेच असते, असे मला वाटते. ज्यांच्याविषयी आदरमिश्रित प्रेम वाटले, असेही काही आहेत. त्यांत धों. वि. देशपांडे, तर्कतीर्थ लक्ष्मणशास्त्री जोशी, अ. ज. करंदीकर, कुसुमाग्रज अशांसारख्यांची नावे घेता येतील. सार्वजनिक कार्यात उतरलेल्या माणसांना जवळिकीचे संबंध जोडावेच लागतात. तसे राजकारणातही मला मित्र आहेत; पण राजकारण समजून घेण्यासाठी त्यांचा मला उपयोग होत असल्यामुळे त्यांचा मी उल्लेख करीत नाही.

व्याख्यानाच्या निमित्ताने महाराष्ट्रात बहुतेक ठिकाणी मी अनेकदा गेलेलो आहे. तेथे माझ्यावर अकृत्रिम प्रेम करणारे व मला कुटुंबातील एक समजणारे किती तरी स्नेही लाभले. माझी बडदास्त ते एखाद्या मंत्र्यापेक्षाही चांगली ठेवतात. अकोला, बार्शी येथे संमेलनाचे वेळी तर माझी व्यवस्था अध्यक्षांपेक्षा चांगली झाली आणि चंद्रपूर, रायपूर या संमेलनातही माझी प्रकृती व पंगुत्व लक्षात घेऊन माझ्या सर्व सोई आपखुषीने केल्या गेल्या. मला अमुक हवे, असे म्हणण्याची वेळ माझ्यावर कधीच आली नाही. 'कटाक्ष' या माझ्या 'सोबत'-मधील सदरात

माझ्या व्यक्तिगत जीवनातील अनेक प्रसंग, आवडी-निवडी, सवयी यांचा उल्लेख असतो. त्या साऱ्या लक्षात ठेवून मला खूश करण्याचा प्रयत्न करणारे अगदी भिन्न विचारसरणीचे लोक मला लाभावेत, ही गोष्ट मला परमभाग्याची वाटते. एरवी कोण कोणाची इतकी कदर करतो? मी त्यांच्यासाठी काय करू शकतो? मी माझ्या मित्रांवरही टीका करायला कधी कमी केलेले नाही; तर मग लहानशा उपकारापोटी मी कुणाची खुशामत करीन, ही शक्यताही कोणी गृहीत धरलेली नाही. पु. भा. भावे, गो. नी. दांडेकर, ग. दि. माडगूळकर, विजय तेंडुलकर, तर्कतीर्थ लक्ष्मणशास्त्री जोशी हे वेगवेगळ्या कारणांसाठी मला आवडतात. पण त्यांच्यावरही कठोर टीका करण्यावाचून मला राहवलेले नाही. जयंतराव देवकुळे हे तर माझ्या नित्य परिवारातील मित्र; परंतु त्यांनीही आपला अधिकार सोडून जेव्हा लिहिले, तेव्हा मी त्यांच्यावर अत्यंत निर्दयपणाने प्रहार केलेला होता आणि असे असूनही त्यांची-माझी मैत्री अभेद्य राहू शकली. राजकारणातील पुढाऱ्यांची तर प्रसंगानुरूप मी हवी त्या मर्यादेपर्यंत कुचेष्टा केलेली आहे. पण त्यांनीही ते राग मनात ठेवलेले मला जाणवले नाहीत. कदाचित असे असेल की, तेवढ्या-तेवढ्या अपराधांसाठी निर्माण झालेली कटुता दीर्घकाळ लक्षात ठेवायची नसते, नाही तर पत्रकारिताच संपुष्टात येते– हे भान नकळत माझ्याकडून ठेवले गेले असेल. साहित्यिकांत दंभ फार, गटबाजी फार आणि क्षुद्रताही फार आणि साहित्यिक हे तर माझे आप्तस्वकीय, कारण त्यांच्या बळावर तर मी माझ्या मासिकांचा आणि वृत्तपत्राचा संसार चालवीत आलो. तरीसुद्धा साहित्यिकांवर अनेक वेळा प्रहार करावे लागले. त्यात शं. गो. तुळपुळे, बाबा आढाव, दुर्गा भागवत, मधुकर अष्टीकर, केशवराव कोठावळे, अरुण साधू, विजय तेंडुलकर, दिनकर गांगल, लक्ष्मण माने... असे अनेक लोक त्या-त्या वेळेस टीकेचे विषय झाले. पण त्या-त्या मंडळींची योग्यता मला माहीत आहे. त्यांच्या सामाजिक उपयुक्ततेचे मला भान आहे. कोणाला संपवून टाकावे, अशी दुष्ट इच्छा संपादकाने बाळगू नये आणि असे कोणाला संपविताही येत नाही. गोविंदराव तळवलकर आणि माधवराव गडकरी हे तर आज आघाडीचे संपादक आहेत. पण कितीही शहाणा असला तरी माणूस अधून-मधून चुका करतोच. (तशा माझ्या हातूनही चुका होत असणार). जेव्हा त्यांच्यावर कठोरपणाने लिहावे लागते, तेव्हाच मनाशी खूणगाठ बांधावी लागते की– जेव्हा कौतुक करण्याचा प्रसंग येईल, तेव्हा आपल्या हातून अंगचोरपणा होता कामा नये. संपादकाने एका हातात तलवार आणि एका हातात हार घेऊन उभे राहिले पाहिजे. जेव्हा एखाद्या

सार्वजनिक चळवळीत एकत्रितपणे लढायचे असते; तेव्हा काल ज्याच्यावर प्रहार केला, त्यालाही गोंजारून सार्वत्रिक लढाईत सामील करून घ्यावे लागते. 'ग्रंथाली'च्या कार्यकर्त्यांची राजकीय विचारसरणी आणि गटबाजी मला मुळीच मान्य नाही. पण जेव्हा ग्रंथप्रसाराची चळवळ करायची असते, तेव्हा त्यांच्याशी सहकार्य केलेच पाहिजे. ज्यांच्याशी संगत नको, अशा अनेक नतद्रष्ट माणसांच्या प्रचारासाठी जनता पक्षाच्या वेळेस आपण नाही का प्रचार केला? संस्था आणि विचार हा महत्त्वाचा; व्यक्ती आणि मतभेद हे दुय्यम. अगदी अलीकडे मधुकर अष्टीकर आणि रा. ज. देशमुख यांच्यावर मी खूप प्रमाणात जी टीका केली, ती कुणाला अतिरेकी वाटण्याची शक्यता आहे. एकाने सरकारची भाटगिरी करून लेखकांचा अपमान करण्याचा धंदा काही काळ केला आणि दुसऱ्याने आपल्या अहंमन्य व उर्मट वागण्याने लोकांना तसेच लेखकांना त्राही भगवान केले. एरवी या दोघांनी माझे काय घोडे मारले होते? परंतु लेखकांच्या प्रतिष्ठेचा जेव्हा प्रश्न येतो; तेव्हा आम्ही लेखकांच्या बाजूने नाही उभे राहायचे, तर कुणाच्या बाजूने उभे राहायचे? अकोला संमेलनात जे काही घडले; त्या वेळेस मला अगदी एकट्याने लढावे लागले याची खंत मराठवाडा साहित्य परिषदेचे त्या वेळेचे अध्यक्ष नरहर कुरुंदकर व साहित्य परिषदेचे कार्याध्यक्ष वि. रा. करंदीकर यांना वाटली, यात मी सारे काही भरून पावलो. मराठी लेखकाने स्वाभिमानी व्हावे, या हेतूनेच माझ्या हातून हे सारे घडले होते. त्याचे प्रत्यंतर सरकारी मदतीशिवाय लेखकांनी मुंबईत घडवून आणलेले साहित्य संमेलन आणि मंत्र्यांच्या हस्तक्षेपाशिवाय घडलेले रायपूरचे संमेलन या वेळी आले. मला हा माझा वैयक्तिक विजय वाटतो. अर्थात हा क्षणिक विजय आहे, याची मला जाणीव आहे. सरकार आपणहून हस्तक्षेप करीतच नाही; लेखकच आपणहून मंत्र्यांचे पाय धरायला जातात, त्याला आपण तरी काय करणार?

-*-०-*-

: १९ :

मी ज्यांच्या-ज्यांच्यावर लिहिले आणि त्यांना दुखविले, अशांची संख्या मोठी आहे. फोटो झिंको कामगार, दलित पॅन्थर, इंदिरा युवक काँग्रेस, कर्तारसिंग थत्ते अशा अनेकांनी मोर्चे, घोषणा या अशा साधनांनी आपला निषेध व्यक्त केला. मारहाणीची, खून करण्याची, दमदाटी करण्याची अनेक पत्रे मला आली. त्या बाबतीत तर मी आता कोडगा झालो आहे. गलिच्छ आणि ओंगळ भाषेत शिव्या देणारी पत्रे तर अजूनही येतात. त्याच्या किती तरी पटीने प्रेम करणारी, जिव्हाळ्याची पत्रे येत असतात; माणसे भेटत असतात किंवा प्रसंग आलाच तर ती क्षणार्धात धावूनही येतात. हे असे चालणारच. साऱ्याची वजावट करून आपण आपली योग्यता समजून घ्यायची. मी हजर असतो, त्या सभेत माझ्यावर कोणी आक्षेप घेतला आणि मी त्याला उत्तर दिले नाही, असे कधीच घडले नाही. माझ्यावर सरकारी आणि खासगी खटले खूप झाले. कोणत्याही खटल्यात मी पराभूत झालो नाही. याचे कारण मी सदैव बरोबरच असतो, असे नाही. भांडण्याचे एक शास्त्र आहे आणि त्या शास्त्रात आता मी चांगला वाकबगार झालो आहे. कोठे हल्ला केला असता आपल्याला विजय मिळेल, हे समजण्यासाठी डोके शांत ठेवावे लागते व योग्य वेळ येण्याची वाटही पाहावी लागते. पुरेशी साधनसामग्री गोळा केल्याशिवाय मी कधीही भांडणे उकरून काढीत नाही. ज्यांच्या शब्दावर लोकांचा विश्वास आहे,

असे सहकारी प्रथम मिळवावे लागतात. विद्वानांशी आडदांडपणाने भांडता येत नाही; त्यांच्या तोलामोलाचा विद्वान त्यांच्यावर सोडावा लागतो. शासनाशी भांडताना विरोधीपक्षीय आमदारांची, सरकारी कर्मचाऱ्यांची आणि जनतेची मदत मिळते. उच्चपदस्थ संस्थाचालक किंवा एखाद्या वेगळ्याच कारणामुळे प्रकाशात आलेले लोक गंभीर प्रमाद करतात; तेव्हा त्यांचे पूर्वायुष्य शोधून काढावे लागते, त्यांच्या शत्रूंना आवर्जून भेटावे लागते. ज्या लढाईत यश नाही, अशी लढाई पत्रकाराने कधीही लढू नये. प्रत्यक्षातील न्याय आणि कोर्टातील न्याय यांतील फरक लक्षात घेऊन कायद्याच्या कचाट्यात सापडणार नाही, अशा शिताफीने लिहावे लागते. आपल्याकडचा बदनामीचा कायदा फार चांगला आहे. त्यामुळेच कायदेशीर बदनामी न करताही समाजकंटकांची बदनामी करता येते. माझे आदरणीय गुरुजी पु. ग. सहस्रबुद्धे यांच्यावर लिहिताना मला अतिशय कष्ट झाले, कारण त्यांनीच मला राष्ट्रवाद आणि सामाजिक समता याचे प्राथमिक धडे दिले होते. 'इंदिरा गांधींना निवडून द्या' या पत्रकावर त्यांची सही पाहून मी कष्टी झालो होतो. म्हणून मला 'हे आमचे गुरूच नव्हेत' असा लेख लिहावा लागला. ऋषितुल्य गं. बा. सरदारांवर लिहिताना मला काय सुख झाले? परंतु, शेवटी मूल्यांचे लढे उभे राहतात, तेव्हा जास्तीत जास्त प्रयत्न करून आपल्याला पटलेल्या सत्याची बाजू उचलून धरायची असते. आपण जेवढे नीतिमान असू तेवढे आपल्या शब्दाचे वजन वाढते, हीही गोष्ट खरीच आहे. पण आपल्या प्रमादांमुळे सत्य प्रकाशात आणायला समाजाचा विरोध नसतो, याचा विसर संपादकाने पडू देता कामा नये.

साहित्यिक चळवळीत मी खोलवर रुजलेला आहे. साहित्य परिषदेत रा. ज. देशमुख आणि कंपनीने जी झुंडशाही निर्माण केली होती, तिचा बीमोड करण्यासाठी गेली दहा-पंधरा वर्षे मी प्रयत्नशील होतो. आपण पदाधिकारी व्हावे, अशी माझ्या मनात सुतराम इच्छा नव्हती. पण त्यात मी हळूहळू अडकत गेलो आणि आता त्या संस्थेचा मी कार्याध्यक्ष झालो. इच्छा अशी आहे की, साहित्यिक चळवळी पुण्या-मुंबईपुरत्या न राहता त्या खोलपर्यंत पोचाव्यात आणि तसा जोरदार प्रयत्न पहिल्या काही महिन्यांतच मी केला. प्रकृतीची अनुकूलता नाही तरीही उत्साहाच्या बळावर हे काम मी धकवून नेईन, असा तूर्त तरी मला विश्वास वाटतो.

-*-०-*-

: २० :

एका प्रसंगाचा उल्लेख केल्याशिवाय हे पत्रकारितेचे पुराण संपणार नाही. शिवसेनेचा उदय मराठी माणसाच्या नैराश्यातून आणि मुंबईच्या चुकीच्या नियोजनातून झालेला आहे. शिवसेनेला असे अभूतपूर्व यश मिळेल, असे बाळासाहेब ठाकरे यांनासुद्धा वाटले नसेल. बघता-बघता शिवसेना एवढी मोठी झाली की, केवळ अमराठी लोकांनाच नव्हे, तर मराठी लोकांनासुद्धा तिची दहशत वाटू लागली. मराठी असल्याचा मला थोडा अभिमान आहे; पण दुरभिमानाचे रूपांतर उपद्रवात होऊ शकते, हे शिवसेनेने दाखविण्यास आरंभ केल्याने शिवसेनेवर लिहिणे भागच होते. मुंबईतील वृत्तपत्रे शिवसेनेच्या दहशतीमुळे लिहू शकत नव्हती, हेही लक्षात आले. अमर हिंद मंडळात माझे शिवसेनेवर भाषण झाले, तेव्हाच सभा उधळून टाकून मला मारहाण करण्याचा शिवसेनेचा मनसुबा होता. पण मोठ्या चातुर्याने मी ती सभा हाताळली. शिवसेनेचे जे-जे म्हणून काही चांगले होते, त्याने मी व्याख्यानाला सुरुवात केली. त्यामुळे संतप्त शिवसैनिक द्विधा मन:स्थितीत गेले आणि शेवटी-शेवटी वीस-पंचवीस मिनिटे माझे सर्व आक्षेप मी कडाडून घेतले. मला घेराव झाला. पण शिवसेनेतही माझे काही चाहते होते, त्यांनी माझे रक्षण केले. पोलीस आले. त्यांनी सभास्थान रिकामे केले आणि मला सुरक्षित ठिकाणी बाहेर काढले, म्हणून ती मारहाण टळली. पण पुढच्याच वर्षी 'सेनापती की शेणापति'

नावाचा लेख मी लिहिला. ‘शेणापति’ या शब्दाचा अर्थ शिवसैनिकांना कळावा, अशी अपेक्षा नव्हती. ‘मृच्छकटिका’तील राजशालक शकार हा स्वत:ला ‘शेणापति’ म्हणवून घेतो. मला सुचवायचे होते ते असे की, वसंतराव नाईक यांच्या मेहेरबानीने समाजाला भयभीत करणाऱ्या बाळ ठाकरे यांची भूमिका शकारासारखीच आहे. वास्तविक, बाळ ठाकरे यांचे व माझे कधीही भांडण झालेले नव्हते आणि होण्याचे कारण नव्हते. माझा राग व्यक्तिगत बाळ ठाकरे यांच्यावर नव्हता, तर दैवदुर्लभ अशी मराठी माणसांची संघटना निर्माण झालेली असताना ती चुकीच्या दिशेने चालली आहे आणि यात महाराष्ट्राचे अहित आहे, एवढ्यासाठी मोठ्या तळमळीने मी तो लेख लिहिला होता. त्यांची सेनापतिपदाची वस्त्रे काढून घ्यावीत, असे मी त्यात सुचविले होते. शिवसेनेचा त्या काळात दरारा एवढा मोठा होता की, माझ्यासारख्या प्रामाणिक लहान पत्रकाराचे म्हणणे ऐकून घेण्याच्या मन:स्थितीत बाळ ठाकरे नव्हते. त्यांनी मला संपवून टाकण्याचा निर्णय घेतला. मराठी माणसाला संपवून टाकून मराठी माणसाची शान कशी काय वाढणार होती, हे त्यांचे त्यांनाच माहीत!

संक्रांतीचे दिवशी ‘सोबत’चा वर्धापनदिन होता, म्हणून त्या दिवशी ‘बालमोहन’मध्ये मी ‘सोबत’ वाचकांचे एक स्नेहसंमेलन भरविले होते. मारहाणीची मला कल्पना होती, तरीही ती सभा घेण्याचा माझा कृतनिश्चय होता आणि तशी कल्पना मी धों. वि. देशपांड्यांना देऊन माझ्या अनुपस्थितीतही सभा चालविण्याची विनंती केली होती. मी सभास्थानी जात असताना माझ्यावर पूर्वनियोजित क्रूर हल्ला करण्यात आला. माझी प्रकृती मुळात अतिशय दणकट आहे आणि संकटाच्या वेळेस माझी सर्व इंद्रिये जास्त कार्यक्षम होतात. सुदैवाने मला शेजारच्या इमारतीचा आश्रय मिळाला. मी कडवा प्रतिकार केला; म्हणून जखमा होऊन, मार खाऊन हाती-पायी सुखरूप राहिलो. एवढेच नव्हे, तर पोलिसांची विनंती धुडकावून लावून सभास्थानी पोचलो. एक लुंगी नेसून रक्तबंबाळ स्थितीत ती सभा मी चालवू शकलो आणि अत्यंत संयत भाषेत, बोलवत नसतानाही अर्धा-पाऊण तास भाषण करू शकलो, ही सारी अज्ञात शक्तीची देणगी म्हटली पाहिजे; याशिवाय तिला काही समर्थन देता येणार नाही. माझ्या स्वत:च्या दृष्टीने विचार केला, तर माझ्या झुंजार पत्रकारितेला ‘झुंजार’ शब्द लावून घेण्यास मी त्या दिवशी पात्र ठरलो. अत्र्यांना अशाच प्रकारची मारहाण झालेली मी पाहिली होती आणि त्यांनी केलेले धीरोदात्त वर्तनही मी जवळून पाहिले होते. माझ्या आयुष्यातील सर्वांत आनंदाचा प्रसंग कोणता, असे जर मला कोणी विचारले; तर

मी नम्रतेने सांगेन की, कोणत्याही हारापेक्षा या दिवशीच्या प्रहारांचे झेल अधिक सुखद होते. याने माझे काहीच वाकडे झाले नाही; पण शिवसेनेची प्रतिमा मात्र सर्व भारतभर डागळली. कारण हिंदुस्थानातील यच्चयावत वृत्तपत्रांनी त्या मारहाणीच्या साऱ्याच प्रसंगाला प्रसिद्धी दिली. स्वत: पराक्रम करून मोठे होण्याची जेव्हा शक्यता नसते, तेव्हा दुसऱ्याच्या अविवेकी कृत्यातून मोठे होण्याची संधी परमेश्वर देतो. 'सोबत' मुंबईत विकू देणार नाही, ही बाळ ठाकऱ्यांची घोषणाही मी खोटी ठरविली. तो अंक तर मुंबईत विकलाच, पण या मारहाणीच्या फोटोसह संपूर्ण वृत्तान्त असलेला मूळ लेखासकट वीस हजार प्रतींचा अंक मी मुंबईत विकून दाखविला. हा अंक ५ रु. एक प्रत असा विकला गेला. अर्थात हा सारा प्रसंग मी विसरून गेलेलो आहे. बाळ ठाकरेही विसरून गेले आहेत. त्यानंतर मीही त्यांना अनेकदा भेटलो आहे आणि तेही मला भेटलेले आहेत.

पुण्यात 'ग्राहक पंचायत' नावाची चळवळ माझ्याच कार्यालयात जन्म पावली. बिंदुमाधव जोशी व मी तिचे प्रमुख सूत्रधार होतो. या चळवळीत जीव तोडून मी लक्ष घातले आणि माझ्या पदरचे पाच-सहा हजार त्यात खर्चीही पडले. या चळवळीतील बहुतेक सारे वाङ्मय, पत्रके, घोषणा मीच तयार केल्या होत्या. या चळवळीने चांगले मूळ धरले. रचना आणि संघर्ष असे तिचे स्वरूप होते. पोटाचा प्रश्न सोडविणारी काही तरी चळवळ आपण केली पाहिजे; म्हणून 'गृहस्थी धर्माची पुन:स्थापना', श्रमप्रतिष्ठा, परस्परविश्वास, समष्टिजीवन अशा तऱ्हेची सूत्रे या चळवळीत गोवली होती. पु. ल. देशपांड्यांसारखा साहित्यिकसुद्धा, ज्या प्रकाराने मध्यमवर्गाला आम्ही कामाला लावले, त्या प्रकाराने खूश झाला होता. गंगाधर गाडगीळांसारख्या अर्थशास्त्रज्ञाला या चळवळीत ओढावे, असे मी बिंदुमाधव जोशी यांना सुचविले. गंगाधर गाडगीळांनीही ते मान्य केले आणि आज ते मुंबईच्या ग्राहक पंचायतीचे अध्यक्ष म्हणून उत्तम काम करीत आहेत. या चळवळीचा महाराष्ट्रात खूप प्रसार झाला व वृत्तपत्रांनीही त्याला खूप प्रसिद्धी दिली. स्थिर स्वरूपाचे भांडार काढण्याची कल्पना निघाली, तेथे आमचे चुकले. त्यामुळे पुण्यातील चळवळ संपुष्टात आली, कारण आमचे बहुतेक कार्यकर्ते त्या भांडारातच गुंतले. सार्वजनिक संस्थांचे हिशेब नेहमी काटेकोरपणे ठेवले पाहिजेत, असा माझा आग्रह असे आणि त्यामुळे काही नवागत कार्यकर्ते माझ्यावर नाखूष होत; पण मला काढून टाकण्याची कोणाचीच हिंमत नव्हती, कारण बिंदुमाधव आणि मी या चळवळीचा प्राण होतो. वही-उत्पादक गिऱ्हाइकांना फसवतात म्हणून आपणच वह्यांचे उत्पादन करावे, असे आम्ही ठरवले. उद्योगपती बाबूरावजी

पारखे यांचे बिंदुमाधव जोशी आणि मराठा चेंबर ऑफ कॉमर्सचे सेक्रेटरी व आमच्या भांडाराचे मॅनेजिंग डायरेक्टर भा. र. साबडे यांचे जुने मैत्रीचे संबंध असल्यामुळे वह्या उत्पादनाचे काम आम्ही त्यांच्याकडे सोपवले. पण दुर्दैव असे की, त्यांनी पुरविलेल्या वह्यांची पाने तर कमी होतीच, पण आमच्या परवानगीशिवाय आमच्या वह्यांवर त्यांनी त्यांच्या एका ट्रस्टची जाहिरात छापली होती. वह्यांची पाने कमी होती, म्हणून ग्राहकांची फसवणूक झालीच होती आणि आमचा हेतूच असफल झाला होता. झाल्या प्रकाराबद्दल बाबूरावजी पारखे यांनी दिलगिरी व्यक्त करावी, अशी मी मागणी केली. पण बिंदुमाधव जोशी व साबडे यांना पारखे यांचेकडून दिलगिरीचे पत्र मिळविणेसुद्धा शक्य झाले नाही. त्यामुळे या गैरव्यवहाराची वाच्यता करणे माझे कर्तव्य ठरले. ग्राहक भांडाराचा संचालक राहून अशी टीका करणे अनैतिक झाले म्हणून संचालकपदाचा मी राजीनामा दिला आणि 'सोबत'मध्ये पारखे यांच्या या अनैतिक वर्तनावर सडेतोड लेख लिहिले. हा अपराध आणि अपमान गिळून पारखे गप्प बसले, कारण ते अपराधी होतेच. पण बिंदुमाधव जोशी आणि भा. र. साबडे यांनी त्या अपराधावर पांघरूण घातले, हीही गोष्ट मला तेवढीच निंद्य वाटते. माझ्याइतका परखड आणि प्रत्येक गोष्टीवर लक्ष ठेवणारा माणूस, अशा चळवळीचे तत्त्वच माहीत नसणाऱ्या व केवळ व्यापारी तत्त्वावर भांडार चालवू इच्छिणाऱ्या साबडे यांच्यासारख्या माणसाला नकोच होता. तेव्हा माझा राजीनामा मंजूर झाला. पुण्यातील ग्राहक चळवळ संपली आणि एक सुखवस्तू लोकांचे भांडार शिल्लक राहिले– एवढाच माझ्या पाच-सहा हजार रुपये व दोन-तीन वर्षे फुकट घालविलेल्या उपद्व्यापाचा अर्थ होय.

-*-०-*-

: २१ :

संसार हा अखेरीस काय असतो? एका पुरुषाला एका मादीची गरज असते. तशीच एका मादीला एका पुरुषाची गरज असते; परंतु ह्या दोघांच्या नैसर्गिक गरजांतून संतती निर्माण होते आणि या संततीचे कुणी तरी रक्षण करावे लागते. शिवाय ही संतती आपले स्वत:चे अस्तित्व मागे ठेवणार असते. पुनर्निर्मितीची कोणत्याही जिवंत वस्तूला ओढ असते आणि त्यातूनच त्या वस्तूचे सातत्य पृथ्वीवर कायम राहते. आपले सातत्य कायम राहावे असे मानवाला वाटत असते; म्हणून मग केवळ स्त्री-पुरुष एकत्र येत नाहीत, तर त्या एकत्र येण्याला काही सामाजिक आशय प्राप्त करून देतात. विवाह हे जरी शरीरसंबंधांचे कायदेशीर, नैतिक आणि आत्मिक असे साधन असले, तरी तेवढ्यापुरतेच ते मर्यादित नाही. केवळ गरज म्हणून कोणी संसार करतो, असे नाही. आपले स्वत:वर प्रेम असते– नको तितके असते. पण दुसऱ्यावरही प्रेम करावेसे आपल्याला वाटते. त्याचप्रमाणे दुसऱ्याकडूनही प्रेम करून घ्यावेसे वाटते. आता ही दुसरी व्यक्ती स्त्री असणे, हे पुरुषाच्या दृष्टीने नैसर्गिक आहे. निसर्गाने पुरुषाजवळ जे गुणधर्म दिलेले आहेत, त्याला पूरक असे गुणधर्म स्त्रीजवळ असतात. दोघांचे मिळून मानवरूप सिद्ध होते. पुरुषाचे रेत आणि स्त्रीचे रेत हे भिन्न प्रकृतीचे आहे आणि ते एकत्र आले, तरच संतती उत्पन्न होते. स्त्रीत्व आणि पुरुषत्व केवळ संतती उत्पन्न करण्यासाठीच एकरूप

होतात असे नव्हे, तर आपापले भावविश्व वाढविण्यासाठी व परस्परांच्या मानसिक गरजा पुरविण्यासाठीसुद्धा एकत्र यावे लागते. अध्यात्माच्या साधनेसाठी किंवा कोणत्या ना कोणत्या तरी उदात्त ध्येयाने प्रेरित होऊन देशकार्यासाठी संसाराकडे पाठ फिरविणारी माणसे असतात; पण त्यांची संख्या थोडी असते आणि त्यातही अखेरपर्यंत अस्वस्थ न झालेले फारच थोडे असतात. तेव्हा सर्वसामान्यत: पुरुषाला किंवा स्त्रीला पूर्णत्व येण्यासाठी जोडीदार निवडावा लागतो, संसार करावा लागतो; स्वत:चे अस्तित्व मागे ठेवण्यासाठी संतती उत्पन्न करावी लागते आणि स्वत:च्या जोडीदाराच्या व दोघांच्या संबंधांतून उत्पन्न झालेल्या संततीच्या उदरभरणासाठी खूप खटपट करावी लागते. या साऱ्या खटपटीलाच संसार असे म्हणतात. श्रीमंती, गरिबी, जात, धर्म, रूप याचा संसाराशी तसा संबंध नाही. काही दैवयोगाने, काही पराक्रमाने, तर काही अपघाताने बरेचसे जुळून येते. दोन व्यक्ती एकत्र येतात– तो विवाह होतो आणि विवाहानंतर जे काही घडते, तो संसार होतो.

स्त्रीत्वाची कल्पना मला फार लहानपणी आली, असे काही म्हणता येत नाही. आमच्या घरचे वातावरणही त्याला अनुकूल नव्हते. आई-वडिलांना एकत्र बोलतानासुद्धा आम्ही कधी पाहिले नाही किंवा ज्या वाड्यात आम्ही राहत होतो, त्या वाड्यातल्या सहा कुटुंबांतही पती-पत्नी एकत्र बोलत बसणे किंवा शृंगार करणे, हा त्या काळाचा रिवाज नव्हता. माझ्या बहिणींची लग्ने होत गेली. पण त्यांनी आपल्या नवऱ्याबरोबर प्रेमचेष्टा केल्याचे मी कधी पाहिले नाही. वयाने मोठे असलेले पुरुष एकत्र असताना काही अरबट-चरबट बोलत असत. ते सहसा आमच्या कानावर पडू नये, अशी दक्षता घेतली जाई. होळीच्या दिवसांत थोडे-फार अर्वाच्य बोलले जाई, पण त्याचा दैनंदिन जीवनाशी काही संबंध नसे. शाळेतल्या मुताऱ्यांतून एखाद-दुसरे घाणेरडे चित्र किंवा घाणेरडे वाक्य लिहिलेले सापडे, पण नूतन मराठी या शाळेत गेल्यानंतर तसेही घडल्याचे स्मरत नाही. सिनेमातला प्रणयसुद्धा चार-दोन फुटांवरून चालत असे. इंग्रजी चित्रपट सहसा आम्हाला पाहावयास मिळतच नसत. त्यात एखादे चुंबनाचे दृश्य दिसे किंवा रेल्वे स्टेशनवर एखादा सोल्जर निरोप घेताना आपल्या प्रेयसीचा मुका घेताना दिसे; पण हे सारे दुसरे महायुद्ध सुरू झाल्यानंतर. ग्लोब सिनेमासमोरच्या वेश्यागृहासमोर टॅक्सीच्या रांगाच्या रांगा उभ्या असत. पण आम्हाला ते सारे किळसवाणे वाटे. मराठी साहित्यातही शृंगाराची मर्यादा 'त्याने तिला आलिंगन दिले' यापलीकडे तोपर्यंत गेली नव्हती. नाही म्हणायला हडपांच्या कादंबऱ्यांत

मात्र अनैतिक व्यवहाराबद्दल बरेच काही असे आणि त्या कादंबऱ्या वाचायला मिळविण्यासाठी खूप खटपट करावी लागे. 'ओलेती' ह्या चित्राने त्या वेळी थोडा गहजब माजविला होता. 'ब्रह्मचारी' चित्रपटातील मीनाक्षी या चित्रपटतारकेचा अर्धनग्न देह पाहण्यासाठी मीही चित्रपट वारंवार पाहिलेला स्मरतो. स्त्रीबद्दलचे विलक्षण कुतूहल मनात जमा होई, पण ते कुतूहल शमविण्याची कोणती सोय उपलब्ध नसल्याने ते तसेच विरून जाई.

माझे लग्न लहानपणीच ठरले. ती मुलगी असामान्य, देखणी किंवा कर्तबगार नव्हती; पण एका प्रतिष्ठित बापाची ती मुलगी होती. तिचे वडील लष्करी हिशेब खात्यात मोठे हुद्देदार होते. त्यामुळे हे लग्न होण्यात तशी कोणतीच अडचण नव्हती. पण त्यांची नोकरी फिरतीची– विशेषत: उत्तर हिंदुस्थानात असल्यामुळे ते मांसाहार करीत व चोरून मद्यसेवनही करीत. ब्राह्मणी समाजाच्या दृष्टीने या दोन्ही गोष्टी अत्यंत अनैतिक होत्या. पण त्या वेळी त्यांच्या हुद्द्यामुळे त्या गोष्टीचा इतका ब्रभा झाला नाही. त्यांच्या घरात माझे जावई म्हणून फार कौतुक. पण त्या मुलीच्या राहणीमानात व माझ्या राहणीमानात जमीन-अस्मानाचे अंतर होते. अत्यंत आधुनिक अशा पाश्चिमात्य पोषाखात ती सारी मंडळी असत आणि आमचे घर जरी सुधारकी मताचे असले, तरी वातावरण परंपरावादीच होते. वडिलांचे देखणेपण माझ्या वाट्याला आले होते आणि मॅट्रिकच्या वर्गात आल्यानंतर ते देखणेपण व त्यांची शरीरयष्टी माझ्या ठिकाणी दिसू लागली. सुशीलाचे नाव काढले की, मला हीनगंडाचा प्रादुर्भाव होई. समवयस्क माझी टिंगल करीत. केव्हा तरी आपले लग्न होणारच आहे आणि ते हिच्याशीच होणार हे जवळपास नक्की असल्याने, एरवी मी बुजरा असणारा मुलगा इतर मुलींबाबत अधिकच बुजरा बनू लागलो. फडक्यांच्या कादंबऱ्यांमुळे व अधून-मधून पाहिलेल्या गंधर्वांच्या नाटकांमुळे आणि किर्लोस्कर मासिकाच्या वाचनामुळे एका काल्पनिक सहचरीच्या शोधात त्या काळातील सारेच तरुण असत, तसा मीही होतो. पण अशी सहचरी भेटली तरी तिला विचारण्याची हिम्मत नाही, ही खात्री असल्यामुळे केवळ अंथरुणावर पडल्यावर विचार करण्यापलीकडे ह्या रोमँटिक कल्पनांचा काही उपयोग नव्हता.

-*-०-*-

: २२ :

मी १९३९ च्या जून महिन्यात मॅट्रिक पास होऊन कॉलेजमध्ये आलो आणि मुलींशी थोडाफार प्रत्यक्ष संपर्क घडू लागला. पण त्या वेळेपावेतो आम्ही जिमखान्यावर राहावयास आलो होतो. म्हणजे, वाड्यातील कुटुंबसंस्कृतीतून आता बंगलासंस्कृतीत प्रविष्ट झालो होतो. त्यामुळे जो काही थोड्याफार मुलींचा दर्शन-योग होता, तो जरी संपुष्टात आला असला तरी मुलींचा प्रत्यक्ष संपर्क कॉलेजात आल्याने त्याची भरपाई झाली. त्या काळी मुलींची लग्ने सोळा-सतराव्या वर्षी होत असत. त्यामुळे कॉलेजमध्ये येणाऱ्या मुली फारशा देखण्या नसत. ज्या त्यातल्या त्यात बऱ्या मुली असत, त्यांची लग्ने प्रीव्हिअसच्या वर्षात होऊन जात आणि उरलेला अक्षरशः गाळ असे. पण त्या चक्क मुली होत्या अन् त्याही आम्हाला अप्सरा वाटत. त्या मुलींच्या मागे लागणारी मुले पुष्कळ होती. पण माझ्या कॉलेजच्या प्रदीर्घ कालखंडात एक-दोनच प्रेमविवाह झालेले मला आठवतात आणि तीही जोडपी विजोड. त्यांची नावे आज मी सांगत नाही. त्यातला एक पुरुष तर खरोखर फडक्यांचा नायक शोभेल इतका देखणा होता आणि त्याने जी प्रेयसी निवडली, ती अगदी कुरूपातच जमा होणारी होती. पण अजूनही मला वाटते की, आयुष्यात पहिल्यावहिल्या आलेल्या मुलींच्या अनुभवामुळे हुरळून जावे, अशी त्या वेळी परिस्थिती होती. आमच्या कॉलेजातल्या त्या वेळच्या एका प्राध्यापकानेही एका विवाहित स्त्रीवर प्रेम केले

आणि तिच्याशी नंतर संसारही केला. मात्र, एकूण वातावरण थंड होते. गप्पा मारायला या मैत्रिणी म्हणून ठीक आहेत; पण आपल्या लग्नाच्या बायका म्हणून ठीक नाहीत, असेच सर्व जण धरून चालत. शिवाय शरदबाबूंच्या कादंबऱ्यांचा आणि खांडेकरांच्या साहित्याचा एक विचित्र परिणाम आम्हा तरुणांवर झाला होता. खरे प्रेम अशरीरी असते. म्हणून स्त्री प्रत्यक्ष मिळवून तिच्याशी लग्न करण्यापेक्षा दुरून तिच्यावर प्रेम करीत सुस्कारे सोडीत राहणे, ही उदात्त प्रेमाची खरी कसोटी आहे, असे मानले जाई. जी काही थोडी-फार प्रेम-लग्ने झाली, ती बहुतांशी सेवादलात. संघात त्याबाबत काही प्रश्नच नव्हता. आपल्या वरिष्ठांच्या ब्रह्मचर्याचे अनुकरण करण्याची लाट तिथे उसळली होती. शिवाय स्त्रियांना आकर्षक वाटतील असे कोणतेच गुण हिंदुत्वनिष्ठांत नव्हते. देशासाठी समर्पण करायचे याचा इतका चुकीचा अर्थ त्या काळातील तरुणांनी लावला होता की, त्यामुळे समाजातल्या किती तरी गरजांकडे दुर्लक्ष झाले.

या वेळेपर्यंत मी हिंदुत्वनिष्ठांच्या गटात येऊन दाखल झालो. लग्न ठरल्याची वाच्यता झाली होती. शिवाय चांगल्या कुळात जन्म झाला असल्याने तरुण मुलींना मी मुळीच धोकादायक वाटत नव्हतो. तरुण स्त्रियांत तसा माझा वावर होता आणि माझ्या साह्याने एक-दोन मित्रांची लग्नेही तेव्हा जमली. पण मुलींना गटवायचे कसे याचे जे प्राथमिक ज्ञान पुरुषाला असते, त्याचा लवलेशही माझ्यापाशी नसल्याने मी जळात राहून अगदी कोरडा होतो. एक देखणी मुलगी माझ्या संपर्कात आली. माझ्याशी तिचे बरेच संघटन वाढले. दोन-चार मुलांनी दोन-चार मुलींच्या गटाला भेटण्याची प्रथा डावलून ती मला एकटीसुद्धा भेटू लागली. तिने मला स्वतःच्या घरी नेऊन तिच्या आई-वडिलांची ओळख करून दिली. कधी कधी एस. पी. कॉलेजच्या ग्राऊंडवर संध्याकाळी आम्ही गप्पाही मारत बसत होतो. तिचे मन आपल्यात गुंतले आहे, याची मला काहीच कल्पना आली नव्हती. पुढे कालांतराने माझे लग्न ठरले, तेव्हा त्याचे निमंत्रण देण्यासाठी मी तिच्या घरी गेलो; तेव्हा ती थक्कच झाली आणि ती जी आत निघून गेली, ती पुन्हा म्हणून बाहेर परत आलीच नाही. अर्थात, लग्नालाही ती आली नाही. मला अर्थात तिचे न येणेसुद्धा जाणवले नाही. पुढे दहा-बारा वर्षांनी तिचे लग्न झाल्यावर ती आपल्या दोन लहान मुलांना घेऊन रस्त्याने चालताना मला भेटली. ती थांबली– हसली– औपचारिकपणे काही बोलली व निघून गेली. दहा-पंधरा पावले पुढे गेल्यावर ती परत मागे आली. तिला काही तरी बोलायचे होते, पण नक्की शब्द तिला सापडत नव्हते. ती गोंधळली होती. मग माझ्या

लक्षात आले की, आपण नकळत कुठे तरी आघात केला होता.

स्त्रीबद्दलच्या अज्ञानाच्या अनेक गोष्टी सांगता येण्यासारख्या आहेत. त्या काळात मला पुरुषत्वाची जाणीव होऊ लागली होती आणि निसर्गनियमाप्रमाणे त्याचे दृश्य स्वरूपही कधी-कधी दिसत होते. पण त्या पुरुषार्थाचे प्रत्यंतर घेण्याची उत्कट इच्छा निर्माण होत असतानासुद्धा कोणतेही धाडस माझ्यापाशी नव्हते. आता इंग्रजी चित्रपट मला पाहता येत, कामुक साहित्य वाचता येई आणि प्रयत्न केला असता, तर तरुण स्त्री मला वश झालीही असती. पण याबाबत जी एक आंतरिक प्रेरणाच लागते, ती निर्माण झाली नव्हती. शिवाय मी अशा काही राजकीय विचारांच्या कल्लोळात सापडलो होतो की, हे सगळे सोडून देऊन आपण सर्वार्थाने कुठल्या तरी सार्वजनिक जीवनात झोकून द्यावे, ही भावना प्रबळ झाली होती. त्यामुळे अभ्यासाकडे दुर्लक्ष झाले. इंटर सायन्सला मी नापास झालो. सायन्स हा विषय माझ्या आवडीचा नव्हताच, पण माझ्या नापास होण्यामुळे वडिलांना मात्र धक्का बसला. माझ्याबद्दल त्यांच्या खूप अपेक्षा होत्या. पुढे बेचाळीसची चळवळ आली आणि वडिलांची इच्छा नसताना त्या गदारोळात मी सापडलो.

आपल्या जीवनाच्या प्रवासात सांधे बदलण्याची वेळ केव्हा येते, हे काही सांगता येत नाही. केवळ माझी परीक्षा चुकली, यामुळे माझ्यावर काही परिणाम झाला नसता; पण बेचाळीसच्या चळवळीत मला गोळी लागली. वडिलांच्या प्रयत्नामुळे लष्करी कमिशन मिळाले होते, ते हुकले आणि शरीरकष्टांचे सारे मार्ग संपुष्टात आले. त्याहीपेक्षा एक महत्त्वाची गोष्ट घडली– ती म्हणजे, सुशीलाशी असलेले लग्न मोडले. याला भवितव्य नाही, हे पाहून 'हे लग्न होणार नाही' असे सुशीलेच्या वडिलांनी सांगितले.

हे लग्न होणार, असे आम्ही नक्की धरून चाललो होतो, म्हणून मला गोखल्यांच्या घरात मुक्त प्रवेश होता. त्या सुमारास पुण्यात त्यांची बदली झाली होती आणि त्यांच्या घरात मला मुक्तद्वार होते. घरात अन्य कोणी नसताना माझ्यावर आणि सुशीलेवर घर सोपवून गोखले कुटुंब सरळ बाहेर निघून जाई. दोघांना अगदी संपूर्ण एकान्त होता. दोघे ऐन तारुण्यात होतो. त्या एकान्ताचा काही फायदा करून घ्यावा, असे मला चुकूनही वाटले नाही. कारण जे आपलेच आहे, ते ओरबाडून खाण्यात काय अर्थ आहे, अशी माझी धारणा असावी. कदाचित ती मी चूक केली, असेही म्हणता येईल. जर आम्ही शारीरिक दृष्ट्या एकत्र आलो असतो, तर तिने मुळीच विरोध केलाच नसता; आणि पुढे तिच्या वडिलांना लग्नाला विरोध करण्याची हिम्मतही झाली नसती. मग ठरलेले आयुष्य

सुरळीतपणे मी पार पाडले असते. अभ्यासाकडे पुन्हा लक्षही दिले असते आणि पुण्यातल्या एखाद्या कॉलेजात प्राध्यापक म्हणून शांतपणे आयुष्य काढले असते. पुढच्या माझ्या साऱ्या आयुष्यावर अविवेकाने मात केली, पण ऐन तारुण्यकाळात मात्र विवेकाने माझ्यावर विलक्षण ताबा ठेवला. आज जो कोणी आहे, तो मी सुशीलेच्या संगतीत झालोच नसतो यात शंकाच नव्हती. कारण ती एक थंड प्रकृतीची मुलगी होती. तारुण्यसुलभ वासनेने तिचेही डोके जर फिरले असते, तर तिचेही आयुष्य बदलले असते आणि माझेही. पण ते व्हावयाचे नव्हते. मग पुढे पायाला गोळी लागली, पंगुत्व आले आणि तिच्या वडिलांनी आमचे संबंध संपवून टाकण्याचा निर्णय घेतला आणि त्याच वेळी त्यांची बदलीही झाली व गोखले कुटुंब मुंबईला निघून गेले.

सुशीला गमावल्याचे दुःख मला झाले नव्हते; दुःख झाले होते ते मानहानीचे. याच काळात माझ्या हातून काही आततायी कृत्ये घडण्याची शक्यता निर्माण झाली होती. वडिलांशी संघर्ष होऊन मी घर सोडून मुंबईला निघून आलो. ज्यांच्याकडे गोखले कुटुंब एके काळी राहत होते, त्या अण्णा कोटस्थाने यांच्याकडे मला निवारा मिळाला. आणि मिल ओनर्स असोसिएशन, रेशनिंग ऑफिस, एका बुकीकडे वळण नेण्या-आणण्याचे कारकुनी काम मी करू लागलो. मला त्या वेळेस कोणतेच भवितव्य नव्हते. मी शारीरिक कष्ट करायला नालायक होतो. घरचा आधार मी तोडला होता. अगदी सामान्य दारिद्र्याच्या जीवनव्यवहारात मी गुंतलो होतो. एक रूप आणि व्यक्तिमत्त्व याव्यतिरिक्त माझ्याजवळ काहीही नव्हते. सुशीलेच्या घरात मी आशाळभूतपणे जात असे. माझा तिथे अपमान होत नसे, पण विशेष सन्मानदायक वागणूकही तेथे मिळत नसे.

काही दिवस असेच गेले आणि वडील मला परत पुण्याला घेऊन आले. शिक्षणक्रम पुन्हा चालू झाला. कसाबसा मी इंटर सायन्स पास झालो. मनात महत्त्वाकांक्षा खूप होत्या, परंतु नेमके काय करावे हे कळत नव्हते. पूर्वी मॅट्रिकच्याच वर्गात असताना मी ग्रामोफोन रेकॉर्ड भाड्याने देण्याचे दुकान काढले होते; पण या मधल्या कालखंडात मी माझे भागीदार मनोहर लिमये यांना ते विकून टाकले होते. माझी धडपड चालू होती. अधून-मधून मी नोकऱ्याही करत होतो, पण नोकरी करण्याचा पिंड तेव्हाही नव्हता आणि त्यानंतर कधीच निर्माण झाला नाही. माझे वडील १९४५ च्या जानेवारी महिन्यात मुंबईला गेले असताना त्यांचे अचानक निधन झाले आणि घराचे पोशिंदेपण माझ्याकडे आले.

-*-०-*-

: २३ :

वडिलांनी थोडेफार पैसे गुंतवले होते, ते शेअर्समध्ये होते. त्या निमित्ताने माझा शेअर-मार्केटशी संबंध जडला. शेअर्स मला ताबडतोब विकता येत नव्हते, कारण सक्सेशन सर्टिफिकिट मिळविण्यासाठी काही वेळ जाणार होता. पण पुण्यातील डॉ. जोशी, शेअरब्रोकर एन. व्ही. गोखले, शेअरब्रोकर दाते यांच्यामार्फत शेअरचे व्यवहार मी करू लागलो. ह्या व्यवहारात मला थोडे-फार पैसे मिळू लागले. मुंबईचे जाणे-येणे घडू लागले. सुशीलाच्या घरी जाता येऊ लागले. आपल्याला लग्न करणे कसे आवश्यक आहे, हे मी हस्ते-परहस्ते सुशीलाला आणि तिच्या आईला सुचवू लागलो. एकदा तर एक मुलगी पाहण्याचा कार्यक्रमसुद्धा मी गोखल्यांच्या घरी घडवून आणला. ही मुलगी चांगली होती, चांगल्या कुटुंबातली होती. तिचे वडील आपल्या मुलीसाठी पाचएक हजार रुपये खुशीने द्यायला तयार होते. पण मला त्या मुलीशी लग्न करायचेच नव्हते; मला फक्त मुलगी पाहण्याचे नाटक करायचे होते आणि तेही सुशीलाच्या वडिलांना हिणविण्यासाठी. चांगल्या, सुस्थितीतील मुली मला सांगून येतात, हे त्यांना कळावे म्हणून. पण त्याचा काही उपयोग झाला नाही. एक दिवस अचानक एक अपघात घडला आणि त्या अपघातात माझे सारे आयुष्य बदलून गेले.

वडील वारल्यानंतर आई थोरल्या बहिणीकडे– आनंदीबाई भिडे हिजकडे इचलकरंजीला परस्पर निघून गेली आणि माझे लग्न

झाल्याशिवाय ती काही परत येणार नव्हती. थोरला भाऊ नोकरीनिमित्त परगावी होता आणि धाकटा भाऊ कृष्णा माझ्याजवळ शाळेत शिकत होता. आम्ही दोघेही आमच्या बंगल्यातील एक भाडेकरू श्री. आंबेकर यांच्याकडे त्या वेळी जेवत होतो. श्री आंबेकरांना ज्योतिषाचे आणि थोडे वाचाशक्तीचे अंग आहे, असे लोक म्हणत. त्या वेळी कॉलेजातील माझे सहाध्यायी घाणेकर (डॉ. काशिनाथ घाणेकरचे थोरले बंधू) व करंदीकर हे संध्याकाळी आमच्याकडे गप्पा मारायला येत. त्या दोघांचेही कॉलेजमधल्या मुलींबरोबर बोलणे-चालणे किंवा किरकोळ चिठ्ठ्या-चपाट्यांची देवघेव करण्यापर्यंतचे प्रेमप्रकरण होते. एके दिवशी कोणताही विषय निघाला नसताना आंबेकर म्हणाले, ''घाणेकर, तुझे लग्न अमुक-अमुक तारखेला नक्की होणार, त्यानंतर एक महिन्याच्या आत करंदीकर तुझे लग्न होणार आणि या दोघांच्या लग्नात येणाऱ्या मुलीबरोबर गणपती तुझे लग्न होणार.'' आम्ही सारे नुसते हसलो आणि विषय संपला. आम्हाला काही पोच नव्हता. मी मनाशी विचार केला की, आंबेकर एवढे म्हणत आहेत, तर या दोघांच्या लग्नासाठी आपण प्रयत्न करायला काय हरकत आहे? ज्या मुलीवर घाणेकराचे प्रेम जडले आहे असे तो समजत होता, त्या शारंगपाणीच्या आजोबांना म्हणजे श्री. सोहनींना मी एक पत्र लिहिले. पत्रात धमकी वगैरे नव्हती, पण तिच्याकडून आलेल्या प्रेमपत्रांचा उल्लेख होता... आणि आश्चर्य काय सांगावे– दुसऱ्या दिवशी सोहनी खरोखरच माझ्या घरी आले ते लग्नाची बोलणी करण्याकरता! ठरलेल्या तारखेच्या जवळपास ते लग्न झाले आणि करंदीकरचे लग्न मधले सर्व अडथळे दूर होऊन त्याच मुलीशी त्याच सुमारास झाले.

करंदीकरचे सासरे मिरजेचे. त्या लग्नाचे वऱ्हाड पुण्याला आले. त्यात एक मुलगी करंदीकरच्या वाग्दत्त वधूची पाठराखीण म्हणून आली. तिने मला लग्नात हिंडता-फिरताना, बोलता-भांडताना पाहिले होते. तिने माझी चौकशीही केली असणार. मला मात्र तिचे अस्तित्व मुळीच जाणवले नव्हते. दुसऱ्या दिवशी सकाळी टांगा करून ती मुलगी एकटी आमच्या जिमखान्यावरच्या बंगल्यावर आली. मी थोडा चकितच झालो. ''तुमचे लग्न व्हायचे आहे, असे मला कळले. माझे पाहणारे कुणी नाही. माझे वडील नुकतेच वारले आहेत. भाऊ धाकटा आहे आणि दोन सावत्र भाऊ आहेत. त्यांचा-आमचा मिळकतीबद्दल वाद चालला आहे. त्यामुळे मीच माझ्याबद्दल बोलायला आलेली आहे. माझ्या परीक्षेचा निकाल अजून लागलेला नाही, पण मी बी. ए.ला इंग्लिश ऑनर्स घेऊन बसले आहे. लग्नासाठी माझ्या नावावर वडिलांनी पाच हजार रुपये ठेवले

आहेत. पण बाकी आम्हाला काही करता येण्यासारखे नाही.''

खरे सांगायचे म्हणजे, बाकीच्या तपशिलात मला काही रस नव्हता; पण एक बी. ए. पर्यंत शिकलेली पटवर्धन संस्थानिकांच्या कुटुंबातली मुलगी मला आपणाहून लग्नाचे विचारते आहे, ह्या गोष्टीमुळे मी एकदम बावचळून गेलो. मी सर्व प्रकारे समजून सांगितले, ''माझा पाय अधू आहे, माझे शिक्षण पुरे झाले नाही, नोकरी नाही आणि या घटकेला तरी उत्पन्नाचे कोणतेही साधन मजजवळ नाही. शिवाय वडिलोपार्जित संपत्तीवर माझा हक्क आहे, पण ती मी घ्यायची नाही, असं ठरवलंय– याचा तुम्ही आधी विचार करा आणि मग जे असेल, ते मला सांगा.''

''या सर्व गोष्टी मला पूर्वीच कळल्या आहेत, तरीही मी तुमच्याकडे आले– यावरून काय ते समजा.''

''आणखी एक गोष्ट सांगणे आवश्यक आहे. ती म्हणजे, मी वृत्तीने संसारी माणूस नाही. ज्या राजकारणात धोका आहे, असल्या राजकारणात मी पडण्याची शक्यता आहे. त्यामुळे दोन-तीन वर्षांपेक्षा अधिक काळ इतर चारचौघांसारखा मी संसारात रमणार नाही.'' त्यावर ती नुसती हसली. तिचे हसणे 'संसारात पडल्यानंतर बघू तुमचे हे हट्ट कसे राहतात', यासाठी असावे. तिच्या ह्या अकस्मात येण्याने आणि मला घातलेल्या तिच्या मागणीने मी थोडा गांगरून गेलो होतो. सुशीलावर सूड घ्यायला ही चांगली संधी होती, या भावनेने मी पछाडलो होतो. माझा सारासार विवेकही थोडा कमी झाला होता. मी अतिशय उंच, धिप्पाड; ती अतिशय ठेंगणी आणि सडसडीत– हा शारीरिक विजोडपणाही माझ्या लक्षात आला नव्हता. कदाचित असेही असेल– आंबेकरांनी जे भाष्य केले त्याचा, ज्योतिष या प्रकारावर विश्वास नसूनही, माझ्यावर परिणाम झाला असावा. मी तिला दुसऱ्या दिवशी निर्णय सांगतो, असे सांगितले आणि कॉलेजच्या होस्टेलवर तिला भेटण्याचे कबूल केले.

तो सबंध दिवसभर मी वेगवेगळ्या गणिताचे हिशेब मांडून पाहिले. पण संसाराचा मी गंभीरपणे विचारच केला नव्हता. त्यामुळे ती सारी गणिते चुकीची होती. मी ज्या संस्कारांत वाढलो, त्या संस्कारांचा या मुलीच्या संस्कारांशी मेळ बसेल का नाही– असासुद्धा विचार माझ्या डोक्यात आला नाही. शाळेत असणारा बुजरेपणा जाऊन बेचाळीसच्या त्या आयुष्य बदलवून टाकणाऱ्या घटनेने माझ्यात विलक्षण बदल झाला होता. आता मी थोडासा अहंमन्य आणि स्वत:चे निर्णय स्वत: घेण्याइतका सक्षम झालो होतो. आपल्या आयुष्यात सुस्थिरता आल्यावर

मग लग्नाचा विचार केलेला बरा, असे एक मन सांगत होते; तर दुसरे मन सुशीलावर सूड घेण्याचे साधन माझ्यापुढे आणून मिरवीत होते. माझा निर्णय जवळपास ठरत आला. कुणालाही न विचारता मी होकार द्यायचा निर्णय मनाशी ठरवला आणि दुसऱ्या दिवशी त्या मुलीला भेटायला गेलो. कॉलेजमधल्या अनेक मित्रांच्या खोल्या मला उपलब्ध होत्या, कारण कॉलेजात मी आता दादा झालो होतो. शिवाय माझ्या दोन मित्रांची लग्ने माझ्यामुळेच झाली होती आणि अनेक मित्रांचे प्रश्न मी सोडवीत होतो. होस्टेलवर मी गेलो आणि तिची वाट पाहत बसलो. तिने कुठे यायचे, हे तिला आधीच कळवले होते. ती आली. तिने दार बंद करून घेतले. ती बसली. मी माझा निर्णय तिला सांगितला आणि माझा हात पुढे केला. तिनेही शहरी सफाईने तो हातात घेतला आणि मी तिला जवळ घेतले.

स्त्रीचा माझ्या आयुष्यातला हा पहिला स्पर्श. या स्पर्शामुळे माझे अभिवचन आता अगदी पक्के झाले. त्या मुलीला पाहिल्यावर माझ्या सर्व नातेवाइकांनी आणि बापूसाहेब माटे यांच्यासारख्या ज्येष्ठ मित्रांनीसुद्धा नापसंती व्यक्त केली. त्यांची नापसंती यथार्थ कारणासाठी होती, कारण शारीरिक विजोडपण हे तर उघड-उघड दिसण्यासारखे होते. चारचौघांसारखा सरळ-सरळ कोमट संसार करीत राहणारा मी नाही, हेही त्यांना माहीत होते. विरोध नव्हता तो फक्त आईचा. मी लग्न करतो आहे याचाच तिला इतका आनंद झाला की, यासाठी माझी कोणतीही निवड तिला चालली असती. माझ्या भाऊ-बहिणी, सर्व जण लग्नासाठी पुण्यात आले. पण लग्न थाटामाटात किंवा गाजत-वाजत करायचेच नव्हते. एक तर पटवर्धन कुटुंबाची त्या वेळी ऐपत नव्हती आणि दोघांचेही वडील नुकतेच वारले होते. लग्नासाठी तिचा सावत्र भाऊ सी. एन. पटवर्धन मुंबईहून मुद्दाम आला. त्याचा रजिस्टर लग्न करण्याबाबत आग्रह होता. आम्ही रजिस्टर पद्धतीने लग्न केले आणि दुसऱ्या दिवशी पंतसचिवांच्या पिछाडीच्या बोळात गोंधळेकर मास्तरांच्या घरी आमचे वैदिक पद्धतीने लग्न झाले. कोशकार य. रा. दाते यांनी ते लग्न लावले आणि एकूण लग्नाचा खर्च पाच रुपये झाला. लग्नासाठी मी आणि माझा धाकटा भाऊ एवढे दोघेच जण वधूच्या घरी गेलो आणि लग्न झाल्यावर जेवण करून माझ्या बायकोला घेऊन टांग्यातून आमच्या घरी परत आलो. लग्नासाठी कोणाही बहीण-भावंडांना येता आले नाही, याचा राग त्यांच्या मनात होताच; तो त्यांच्याकडून थोडाफार व्यक्त झाला, नाही असे नाही. पण आईने मात्र आपल्या सुनेचे इतक्या मन:पूर्वक स्वागत केले की,

इतरांची नाराजी विरघळून गेली. कु. शशिकला पटवर्धन सौ. शशिकला बेहेरे म्हणून त्या दिवशी आमच्या घरात आल्या. या लग्नाच्या लग्नपत्रिकेत आम्ही सर्वांच्या शुभेच्छा मागितल्या होत्या; पण आश्चर्याची गोष्ट म्हणजे, या पत्रिकेवर आम्हा दोघांच्याच सह्या होत्या. आमच्या कुटुंबात इतक्या साधेपणाने, गाजावाजा न करता किंवा सुधारणांची जाहिरात न करता अल्पखर्चात झालेले हे एकुलते एक कार्य आहे.

-*-०-*-

: २४ :

लग्न झाले; पण लग्नाची म्हणून खास काही नवलाई असते, असे मात्र जाणवले नाही. हनिमूनला वगैरे जाण्याचा प्रश्नच नव्हता. आमच्या बंगल्यात विपुल जागा होती आणि माणसे थोडी होती. एकान्त वाटेल तेवढा होता. परंतु लग्न झाले म्हणून तासन्‌ तास प्रेमकूजन करीत बसलो आहे, असे कधी घडले नाही. माझी खोली कॉलेजच्या वेळेपासून स्वत:ची एकट्याची अशीच राहिली आणि आजपर्यंत ती तशीच आहे. वेळी-अवेळी वाचणे, लिहिणे यामुळे ही सवय मला लागली असे नाही; तर माणसांचा मी कितीही लोभी असलो, तरी दिवसाचा काही काळ तरी अगदी एकट्यासाठी वेगळा असलाच पाहिजे, असे मी मनाशी पक्के ठरवले आहे.

मी अध्यात्ममार्गी नाही, तेव्हा मी साधना वगैरे काही करत नाही; परंतु पुढे येणाऱ्या कोणत्याही प्रसंगाची मनोमन तालीम करण्याची मला सवय आहे. त्यामुळे सार्वजनिक वादविवादात वा भांडणात, कोणत्याही अनपेक्षित प्रसंगात माझी पूर्वतयारी असल्यामुळे मला कोणी अनपेक्षितपणे अडचणीत आणू शकत नाही. बहुतेक सर्व प्रश्नांची उत्तरे या एकान्तात मी तयार करून ठेवत असतो. सुदैवाने मला लहानशा जागेत राहण्याचा प्रसंग फार क्वचित वेळा आला. नवरा-बायकोने किंवा प्रियकर-प्रेयसीने चोवीस तास एकत्र राहणे, ही गोष्ट पाश्चिमात्यांकडून आपण घेतली आहे. त्यामुळे

दोघांचे शारीरिक आकर्षण तर संपतेच, पण फारच थोड्या कालावधीत दोघांचे बोलण्याचे विषयही संपून जातात. दोघांनी स्वतंत्रपणे वागावे, हर्ष-दुःखाच्या कल्लोळात एकत्र यावे, परस्परांना समजून घ्यावे– ह्यात प्रापंचिक जीवनाची इतिकर्तव्यता आहे हे मान्य केले, तरी त्यासाठी रात्रंदिवस– चोवीस तास बरोबर असणे किंवा दोघांची रोज एकशय्या असणे, या गोष्टींची गरज आहे, असे मला वाटत नाही.

पुरुष काय किंवा स्त्री काय, ही सतत प्रफुल्लित असू शकत नाहीत. कित्येक सवयी अशा असतात की, त्या दुसऱ्याला आवडत नाहीत. परस्परांविषयीचे गूढ आकर्षण कायम राहण्यात निसर्गाने चार दिवसांचा दुरावा केला आहे. पण प्रत्येक जोडप्याने अधून-मधून दुराव्याची आराधना केली पाहिजे. पूर्वीच्या संसारात स्त्री-पुरुषांचे मीलन धर्मबंधनांमुळे इतके दुर्लभ असे की, त्यामुळे एकमेकांचा कंटाळा यावा, अशी परिस्थितीच निर्माण होत नसे. घरात वडिलधारी माणसे असत, व्रत-वैकल्ये पाळली जात असत, शुभ-अशुभाचा विचार केला जाई, वेगवेगळ्या कारणांनी स्त्रीचे माहेरी जाणे होई आणि पुरुषाची किंवा स्त्रीची परस्परांविषयीची ओढ किती तरी प्रमाणात राखली जाई. आता हनिमूनच्या निमित्ताने मनाने एकत्र येण्यापूर्वीच स्त्री-पुरुषांची शारीरिक आक्रमकता व उभारी संपुष्टात येते. स्त्री-पुरुषसंबंधात मन नावाची एक अत्यंक नाजूक गोष्ट आहे आणि तिच्या तृप्तीशिवाय संसारयात्रेला काही अर्थ नाही, या गोष्टीचा हल्ली विसरच पडू लागला आहे. लैंगिक वाङ्मयाची पुस्तके आणि पुरुषार्थाविषयीचे भ्रम उत्पन्न करणारे लेख वाचून स्त्री-पुरुषाच्या संख्यात्मक आव्हानाला फार महत्त्व आले आहे. जो पुरुष स्त्रीला खऱ्या अर्थाने संतुष्ट करतो किंवा जी स्त्री खऱ्या अर्थाने पुरुषाला तृप्त करते, त्यांना पातिव्रत्य किंवा एकपत्नीव्रत शिकविण्यासाठी कोणत्याही धर्मबंधनांची किंवा नीतिविषयक कल्पनांची गरज नसते. स्त्री-पुरुषसंबंध हा खऱ्या अर्थाने शरीरभोग नाही, तर तो आत्मभोग आहे आणि तो सुख ओरबाडून मिळविण्यापेक्षा दुसऱ्याला संतुष्ट करून भोगता येतो, याचाच विसर पडत चालला आहे. स्त्रीमुक्ती आंदोलनाची दिशाच चुकीची आहे, असे मी नेहमी म्हणतो याचे कारण स्त्रीला मुक्ती नको आहे, तर प्रतिष्ठित मैत्री हवी आहे. मैत्री ही गोष्ट दोघांनी शरणभाव स्वीकारल्याशिवाय उत्पन्नच होत नाही. स्त्रीचे फक्त शरीर हेच जेव्हा विचारात घेतले जाते, तेव्हा तिच्या शरीराला शरण जाणे किंवा आपल्या पुरुषार्थापुढे तिचे शरीर शरण आणणे– असा चुकीचा अर्थ लावला जातो. काही पुरुषांनाच स्त्रिया वश होताना आपण पाहतो. त्यांच्याबद्दल अनेक

दंतकथाही निर्माण होतात. असे लोक दिसायला फार देखणे असतात, कर्तबगार असतात किंवा फार मोठे श्रीमंत असतात, अशातलाही भाग नसतो. पण या माणसांना स्त्रियांचे मन फुलविण्याची किमया साधलेली असते. शरीराच्या ताकदीपेक्षा योग्य त्या वेळेपर्यंत थांबण्याचा त्यांच्याजवळ संयम असतो, आणि योग्य ती वेळ आणण्यासाठी लागणारी आर्जवशक्ती ही त्यांच्याजवळ असते. कामाग्नी हा हळूहळू प्रज्वलित होणारा अग्नी आहे. लाकडावर लाकूड घासून तपश्चर्या केल्यानंतर अग्नी निर्माण होतो आणि तोच अग्नी यज्ञकुंडाला लागतो, असे म्हणतात. कामयज्ञाची गोष्ट याहून वेगळी नाही.

अर्थात, हे ज्ञान मला फार उशिरा कळले. आरंभी एकंदरच पारंपरिक कल्पनेनुसारच स्त्री-पुरुषसंबंधांकडे मी पाहत होतो. त्यात अलौकिक असे काही आहे, असे मला वाटले नव्हते. त्यात आनंद होता; पण धुंद व्हावे, वेडे व्हावे किंवा पिसाळून जावे, असे काही नव्हते. माझा संसार सुखाचा चालला होता. वडील वारल्यामुळे आर्थिक स्थिती बिघडली होती. रोकड पैसा असा नव्हताच. आम्ही राहून उरलेल्या जागेचे फक्त चाळीस रुपये भाडे येई. लग्न झाल्यानंतर थोड्याच अवधीत माझ्या बायकोला शिक्षिकेची नोकरी मिळाली आणि एक-दोन महिन्यांनी मलाही सेंट ऑर्नेलात अर्धवेळ शास्त्र विषयाच्या शिक्षकाची नोकरी मिळाली. बायकोचा ऐंशी रुपये पगार, माझा साठ रुपये पगार, घरभाड्याचे चाळीस रुपये व कोंड्याचा मांडा करून खाऊ घालणारी आई– अशा परिस्थितीत आमचा संसार तशा अर्थाने सुखाचाच चालला होता. चहाशिवाय कोणतेही व्यसन त्या काळात मला नव्हते. भाकरी, आमटी, चटणी, कधी भाजी असे अगदी साधे जेवण आमच्या घरात असे. पण माझ्या आईच्या हाताला विलक्षण गोडी होती आणि आम्हा सर्वांच्या तोंडातही गोडी होती. चार मित्र घरी यायचे, गप्पाटप्पांत वेळ जायचा आणि आमची संसारयात्रा आनंदाने चालू राहिली. हळूहळू मी इतर काही बारीकसारीक उद्योग करू लागलो होतो. त्यातच माझा शेअरचा व्यवसाय सुरू झाला. त्यामुळेच माझ्या मुंबईच्या अधून-मधून खेपा होऊ लागल्या. सकाळी मुंबईला जाऊन परतायला चांगल्याशा गाड्या नव्हत्या. पण तरीही सकाळी लवकर उठून रेशनच्या गव्हाची पोळी-भाजी बांधून मी मुंबईला जायचो. शेअरबाजारातला थोडा काहीसा व्यवहार करायचो आणि गाडीची वेळ होईपर्यंत मुंबईच्या बाजारपेठेत हिंडून घड्याळाचे पट्टे, फाऊंटन पेन्स, रुमाल असल्या गोष्टी क्रेडिटने खरेदी करायचो आणि पुण्याला आणून त्या विकायचो. या व्यवहारात मला बरे पैसे मिळू लागले. शिवाय विक्रीकलेचेही

मला पाठ मिळू लागले. आपण जी वस्तू विकतो, ती कशी चांगली आहे आणि ती जर तुम्ही घेतली नाहीत, तर तुम्ही आयुष्यातली संधी गमवाल– हे सांगण्यात पुढे मी इतका प्रवीण झालो की, पुण्यात काही कसलेले व्यापारीसुद्धा माझ्याकडून माल घेऊ लागले, त्यांतले नाईक आणि सन्स हे एक व्यापारी होते.

मी पुण्यात असो किंवा मुंबईला गेलेला असो– कामाशिवाय अन्यत्र मी कुठेच जात नसल्याने माझ्या वेळा निश्चित होत्या आणि घरी माझ्यासाठी गरम अन्न तयार असे. आग्रह करून माझी आई माझ्या बायकोला आधीच जेवायला वाढी आणि माझ्यासाठी ताटकळत वाट पाहत राही. माझी आई मुळातच अतिशय प्रेमळ आणि गरीब होती. तिने आपल्या सासवांकडून, नणंदांकडून किंवा नवऱ्याकडूनसुद्धा नानाविध तऱ्हेचा छळ भोगला होता. तेव्हा वास्तविक या सर्वांची कडवट प्रतिक्रिया म्हणून तिने सुनेशी कडवट वर्तन केले असते, तर ते त्या काळाला धरून व क्षम्यच ठरले असते. माझ्या बहीण-भावंडांना माझी बायको पसंत नव्हती; मग तर माझ्या आईला माझ्या बायकोचा छळ करायला एक साधन झालेले होते. पण त्याउलट, माझ्या आईची भूमिका झाली. तिने आपल्या सुनेवर इतके विलक्षण आणि निष्कपट प्रेम केले की, माझी आई असेपर्यंत माझी बायको माहेरीसुद्धा कधी जायला तयार नव्हती. नाइलाजाने एक-दोन दिवसांसाठी तिला जावे लागले, तरी तिचे मन सासरीच जास्त अडकलेले असे. माझ्या आईने जन्मभर कष्ट उपसले, शिळेपाके आपण खाल्ले, पण नोकरांनासुद्धा कधी शिळे किंवा उष्टे दिले नाही; मग सुनेला ती शिळेपाके खाऊ घालण्याची शक्यताच नव्हती. आपल्या धाकट्या मुलाबरोबर, माझ्या बायकोला ती गरम-गरम वेळच्या वेळी जेवू घाली. एवढेच नाही, पण तिला फारसे घरकामसुद्धा करू देत नसे. याचा परिणाम इतकाच झाला की– घरकाम, स्वयंपाक वगैरे गोष्टी जेव्हा शिकायला हव्या असतात, त्या ती कधी शिकलीच नाही. त्यात ती कायमचीच कच्ची राहिली. आणि मग पुढेही जेव्हा स्वयंपाक करण्याची आवश्यकता निर्माण झाली; तेव्हा आपल्यात काही उणीव आहे, या जाणिवेने ती काहीशी खंतावली.

आमच्या घरात त्या काळात येणाऱ्यांत बापूसाहेब माटे, भा. द. खेर, वि. श्री. मोडक यांसारखे लेखक आणि शाळा-कॉलेजातले मित्र असे अनेक पै-पाहुणे येत असत. आमच्या घराची गच्ची चांगली होती. गच्चीवर चांदण्यात गप्पाष्टके रंगत. माझ्या बायकोचा आवाज बऱ्यापैकी होता आणि ती थोडेफार गाणेही शिकली होती. आनंद प्रेसचे दादा जोशी व आमचे इतर शाळासोबती हे

सपत्नीक कधी कधी आमच्या घरी येत, तेव्हा ती मोठ्या सभाधीटपणे वागे. आयुष्यात पुढे जो मनस्ताप तिला भोगावा लागला, त्यामुळे तिचा स्वभाव बदलला. पण तोपर्यंत आमच्या मध्यमवर्गीय जीवनात सर्वसामान्यत: सुखी संसाराला लागणारे सगळे गुणधर्म तिच्यात होते.

आमच्यात शारीरिक असमानता होती, पण ही गोष्ट मला लग्नापूर्वीच माहीत होती. मात्र, परिस्थितीच्या एका स्तबकाबरोबर मी नवनव्या गोष्टी शिकत गेलो. वाचन, संभाषणचातुर्य, आक्रमकता आणि स्वप्नाळूपणा या गोष्टींमुळे माझा परिवार वाढू लागला. मी तसा शाळा-कॉलेजात असल्यापासून लिहीत आलो आहे आणि लेखनाची ही माझी हौस माझ्या रक्तातच आहे. चार पैसे मिळावेत आणि आयुष्याचा स्तर थोडासा उंच व्हावा, असे मला वाटत होते– नाही असे नाही– पण अपरंपार पैसे मिळूनसुद्धा. माझ्या स्वप्नांत एक स्वप्न असे होते की, पुण्यापासून जरा दूर शे-दोनशे कुटुंबांनी एखादी वसाहत काढावी आणि शहरी जीवनापासून दूर राहून एक निरामय असे सामूहिक जग निर्माण करावे. ही कल्पना मी पुष्कळदा बोलून दाखवीत असे. सहजगत्या असाच मी एके ठिकाणी बोलत बसलो असताना मोतीलाल सरेलाल नावाचे गृहस्थ मला म्हणाले, "तुमच्या मनात आहे तशी एक जागा तुम्हाला दाखवितो. तुम्हाला ती आवडली, तर तुम्ही ती घ्या. तुम्हाला एक महिन्याची मुदत देईन. तेवढ्या मुदतीत मला पाच हजार रुपये आणून द्यायचे आणि उरलेली रक्कम सहा महिन्यांत पुरी करायची." रक्कम थोडी नव्हती, जवळपास पन्नास हजार रुपयांची होती. ती जागा मी पाहिली– मला ती पसंत पडली. पस्तीस एकर सलग अशी आळंदी रोडवरची ती जागा होती. लगेच पन्नास रुपये देऊन मी विसार पावती केली आणि माझ्या मित्रांना कल्पना सांगितली. माझ्या दोन-तीन मित्रांनी पाच-पाचशे रुपये दिले. वडिलांच्या दोन वयोवृद्ध मित्रांनी हजार रुपये दिले. माझ्या मामांनी पाचशे रुपये दिले. दोन-तीन दिवसांत पाच हजार रुपयांची रक्कम उभी राहिली. त्या काळात सायकल हे माझे वाहन होते. घरी धुतलेला पायजमा, शर्ट आणि लग्नात शिवलेला पहिलावहिला कोट असे माझे कपडे होते. धनवंतांचे बळ मागे उभे नव्हते, की बापजाद्यांची इस्टेटही नव्हती. फक्त एकच गोष्ट माझ्या साह्याला होती– ती म्हणजे, माझे शब्द आणि मदतीला असेलच तर वडिलांकडून आलेले रूप व डोळे. डोळ्यांचा प्रभाव माणसावर किती पडतो, हे समजण्याची मला तेव्हा अक्कल नव्हती. डोळे माणसाला अभिवचन देतात, आधार देतात आणि स्वप्नही देतात. डोळ्यांत खवळलेला

सागरही असतो किंवा तृप्त सरोवरही असते... माणसाचे भवितव्य डोळे ठरवितात. स्त्रिया पुरुषांना जिंकतात त्या नयनकटाक्षाने, पण पुरुषांच्या बाबतीतसुद्धा हे खरे असते. माझ्या बापाने मला मालमत्ता ठेवली नाही वा ठेवली ती मी घेतली नाही. त्याने दिल्या त्या दोन गोष्टी– एक डोळे आणि दुसरी अस्मिता. दुसऱ्याच्या उपकाराखाली न राहिलेल्या माणसालाच अस्मिता दाखविता येते. म्हणून शक्यतो उपकार घ्यायचे नाहीत, गरजा कमी ठेवायच्या. उपकार घेतले तर ते कर्ज मानायचे– त्याची नोंद ठेवायची आणि त्याची सव्याज परतफेड करायची. आपत्काळात ज्यांनी उपकार केला आहे, ते जरी चुकले तरी शक्यतो त्यांच्या बाजूने उभे राहायचे– त्यांची चूक सुधारायचा प्रयत्न करायचा. कारण जो मनुष्य कारण नसताना उपकार करू इच्छितो, त्या माणसाच्या हातून चुकासुद्धा अजाणता झालेल्या असतात. या त्यांच्या वारशामुळे माझ्याहून बलवान असणाऱ्या शत्रूशी लढतानासुद्धा जिवाला जीव देणारे काही ना काही मित्र मला जोडता आले. डोळे ही तर मागून मिळणारी गोष्ट नाही. एका पंगू, अर्धशिक्षित, निराधार माणसावर लोकांनी विश्वास ठेवला आणि आपल्या कष्टाचे पैसे माझ्या स्वाधीन केले. पैसे देणारे कुणी श्रीमंत नव्हते; त्यांनी मला ते देण्यात धोका पत्करलेला होता. पाचशे रुपयांची रक्कम त्या काळात मोठी होती– त्यांना तरी ती मोठी होतीच होती.

-*-०-*-

: २५ :

या डोळ्यांनीच आपल्या पायांनी माझ्या घरात माझी बायको चालत आली आणि लोकांनी विश्वास ठेवून मला पैसेही दिले. जमिनीचे साठेखत झाले. जमीन ताब्यात घेतली. जमिनीची कागदपत्रे मिळाली. पाच-सहा महिन्यांची उसंत मिळाली. साडेतीन हजार रुपयांत 'घर' या नावाची काव्यात्मक पुस्तिका मी तयार केली. 'साडेतीन हजार रुपयांत घर' अशी मामा दातेंच्या 'काळ' या वृत्तपत्रात एक जाहिरात दिली व काय सांगावे... अवघ्या चोवीस तासांत शेकडो लोक बेलबाग चौकात मी घेतलेल्या एका जुनाट जागेत ऑफिस थाटले होते, तेथे चौकशीसाठी आले! ही जागासुद्धा मला एक पैसाही खर्च न करता मिळाली होती. एक मोडके टेबल, दोन-चार खुर्च्या, हातांनी काढलेल्या प्लॉटच्या विभागणीचा नकाशा आणि इतक्या लोकांना युक्तिवादाने उत्तर देणारा माझ्यासारखा एक तरुण. एवढ्या भांडवलावर दोनशे-पाच ग्राहकांनी माझ्याकडे पैसे दिले. मी नोकरी सोडून दिली. मुंबईहून करत असलेला व्यापार बंद केला आणि कस्तुरबावाडी या माझ्या नव्या वसाहतीच्या योजनेत मग्न झालो. लोकांना जागा दाखवायला घेऊन जाणे– त्यांच्याशी बोलणी करणे– पैशाचे हिशेब करणे– आर्किटेक्ट व वकील यांच्याकडे खेपा मारणे या साऱ्या गोष्टी मी एकटाच करत होतो. भाग्यचक्र बदलले आहे, हे घरातल्या लोकांना कळले. मी दमून-भागून घरी आलो की, आईच्या मांडीवर डोके टेकून दहा मिनिटे

पडून राही. त्या वेळी शेजारी बायको बसलेली असे, भाऊ बसलेला असे. आपल्या आयुष्यात काही कमतरता आहे, असे मुळी मला वाटतच नसे.

अशी दोन-तीन वर्षे सुखाची गेली. अमाप पैसा घरी येत होता. मी केलेल्या योजना यशस्वी होत होत्या. घरात पै-पाहुण्यांची वर्दळ वाढत होती आणि आता नोकरचाकरही ठेवले गेले होते. माझ्या मेव्हण्यांनी मुंबईहून एक सेकंडहँड गाडीही पाठवली. सर्वसामान्यतः मध्यमवर्गीय माणसाच्या आयुष्यात जी सुखे यावीत अशी त्याची अपेक्षा असते, ती सारी सुखे आता माझ्या दारी चालून आली होती. पण त्या काळातदेखील माझी बायको कोणत्याही गोष्टीचा हट्ट धरत नसे. मुळातच ती आत्मसंतुष्ट आहे. वडील वारल्यानंतर आणि घरातील भाऊबंदकीमुळे पटवर्धन कुटुंबाला आर्थिक अडचणीतून जावे लागले. त्यामुळेही तिचा स्वभाव तसा घडला असणे शक्य आहे. पण तेव्हाच्या अत्यंत समृद्ध काळात, त्यानंतर आलेल्या विलक्षण दारिद्र्यात, मानहानीच्या काळात आणि आता परत आलेल्या समृद्धीच्या काळात पैशाची उधळपट्टी करणे तिला केव्हाही आवडले नाही. कधी कधी तर तिची ही काटकसरी वृत्ती कंजूषपणात रूपांतरित होते. अनुकूलता नसली म्हणजे मनुष्य आपल्या आवडी-निवडी मर्यादित ठेवतो, हे बरोबरच आहे. पण पुढे अनुकूलता आल्यावरसुद्धा माणसात किमान बदल झाला नाही, तर सुख भोगणाऱ्या अन्य लोकांची फार कुचंबणा होते– तशी ती सर्वांचीच झाली असली पाहिजे. तिचाही त्याला इलाज नसावा. कारण मध्यंतरी काही काळ मी पुणे सोडून मुंबईला गेलो आणि तेथून माझ्या प्राप्तीतील जमेल तितका भाग मी पुण्याला पाठवीत होतो, पण ती रक्कम कितीही काटकसर केली तरी तिच्या संसाराला पुरण्यासारखी नव्हती. माझी पत्नी त्या वेळी नोकरी करीत होती. तीन मुलांची सर्व जबाबदारी पत्करून पूर्ण वेळेची नोकरी करणे आणि तरी आपली मनःस्थिती प्रफुल्लित ठेवणे, हेही कदाचित तिला शक्य झाले नसावे आणि मी केवळ नोकरी-उद्योगासाठी मुंबईला गेलो नव्हतो, तर सर्वसामान्यतः कोणत्याही स्त्रीला सर्वांत अपमानास्पद वाटेल अशा तऱ्हेने मी दुसऱ्या स्त्रीशी संसार करण्यासाठी मुंबईला राहत होतो. त्या काळातील सर्वच घटनांचा तिच्यावर परिणाम झाला नसेल, असे म्हणणे बरोबर नाही; तो झाला असणारच, आणि त्यामुळेच तिच्या अन् माझ्या संबंधांत काही लिहिताना माझ्या बाजूने काही मर्यादेपर्यंत तरी अपराधीपणाची भावना राहणार.

मी मूळचा एक गृहस्थी प्रवृत्तीचा माणूस आहे. आज जी माझ्याबद्दलची प्रतिमा लोकमानसात निर्माण झाली आहे, असा मी पूर्वी कधीच नव्हतो. मी

कदाचित बऱ्यापैकी लेखक झालो असतो, कदाचित पत्रकारही झालो असतो; परंतु माझ्या आयुष्याला जी एक अकारण चर्चित कडा चिकटली आहे, ती काही मी स्वत:हून कोणत्या लालसेने स्वीकारली आहे असे नाही. आनंदीबाईंसारखी आक्रमी व जिद्दी स्त्री माझ्या आयुष्यात भेटली नसती, तर जो काही माझा कोमट संसार होता, तो मी सहजगत्या निभावून नेला असता. याबाबतीत जे काही इनीशिएटिव्ह लागते, ते माझ्याजवळ मुळात कधीच नव्हते. बाईंच्यापूर्वी माझ्या आयुष्यात डोकावण्याचा प्रयत्न अन्य दोन-तीन स्त्रियांनी करून पाहिला होता. माझ्या आणि माझ्या पत्नीच्या देहांत असलेली विसंगती लक्षात घेऊन मी सहज गळाला लागेन, अशा अपेक्षेने पुण्यातील एका श्रीमंत स्त्रीने माझी ओळख करून घेतली. तीही तशी खानदानी सुंदर स्त्री होती. पुरुषानेच या बाबतीत पुढाकार घेतला पाहिजे, अशी तिची भूमिका असणे स्वाभाविक आहे. पण हे पुढाकार घेण्याचे तंत्र मला अवगतच झाले नव्हते. तिच्याकडून तिने खूप प्रयत्न केला. पण तो समजून त्यानुरूप तिला प्रतिसाद किंवा प्रतिजबाब देण्याइतपत शहाणपण माझ्याठायी मुळातच नव्हते. संसारसुखाच्या ज्या काही भाबड्या व साध्या कल्पना असतात, त्या अर्थाने मी सुखी होतो असे म्हणावयास हरकत नाही. त्यामुळे मध्यंतरी आलेली अरिष्टे माझ्या स्वभावदोषामुळेच आपोआप टळली, असे म्हटले पाहिजे. शिवाय त्या काळात माझ्या उद्योगधंद्याचा व्यापही मोठा झाला होता. दिनक्रमही पुष्कळसा आखलेला. समजा- त्या स्त्रीशी माझा काही संबंध आला असता, तर माझ्या स्वभावधर्माप्रमाणे मी त्याही संबंधाला चिकटून राहिलो असतो आणि मग आनंदीबाईंचे प्रकरण माझ्या आयुष्यात घडलेच नसते. मला हे असे अवैध संबंध लपविताना फार अडचणीचे गेले असते. कारण खोटे बोलण्याची कला अजून मला शिकायची होती, आणि समजा- अशा तऱ्हेचे कुणाशी माझे संबंध आहेत असे माझ्या पत्नीला कळले असते, तर तिनेही फार मोठा गहजब केला असता, असे वाटत नाही. मुळात ती मवाळ प्रकृतीची आहेच; आणि ती ज्या संस्थानी वातावरणात वाढली आहे, त्याला या गोष्टी काही फार अपरिचित नसाव्यात. आईने तर विरोध केला नसताच. कारण ती ज्या परंपरेत वाढली, त्या परंपरेत पुरुषाने एक-दोन लग्ने करणे फारसे गैर नव्हतेच. पुढे आनंदीबाईंच्या व माझ्या संबंधालाही तिने विरोध केला नाही. एवढेच नव्हे, तर तिची तब्येत बरी झाली असती, तर तिने आमच्या मुंबईच्या घरी येण्याचे आश्वासन दिले होते.

माझे मलाच काही गोष्टींचे कळत नाही. आपली समाजरचना पुरुषप्रधान

आहे. पुरुषांच्या सोईने प्रापंचिक सुख-दु:खांचा विचार केला जातो. त्यामुळे स्त्रियांवर व कुटुंबीयांवर अन्याय होतो, असे आज माझे मत झाले आहे. हे माझे मत स्वत: आपण केलेल्या कृत्यामुळे आणि माझ्या इतर पुरुष नातेवाइकांनी केलेल्या वर्तणुकीमुळे प्रत्यक्ष स्वानुभवावर आधारित आहे. केवळ स्वत:च्या सुखाचा विचार करून आपण एका वादळात सापडलो आणि पुढे काही काळ त्या जीवनक्रमाचीच समर्थने केली, ही गोष्ट मला अनुचित वाटते. तेव्हाही कुठे तरी अपराधी मन जागे असेल; पण परंपरागत सवयीमुळे, सुखाच्या हव्यासामुळे आणि अनाहूत आलेल्या निमंत्रणात विवेकशक्ती हरवून बसल्यामुळे हे सारे घडत गेले. जे घडले, त्याचे समर्थन करण्यात काही अर्थ नाही. माझ्या व माझ्या पत्नीच्या मनोवृत्तीत फरक होता, शरीरप्रकृतीत विषमता होती आणि माझ्या आकांक्षा जशा मी वाढवीत गेलो तशा अनेक कारणांमुळे तिला वाढविता आल्या नव्हत्या. या सर्व गोष्टी खऱ्या असल्या, तरी त्यांतल्या काही गोष्टी उघड्या डोळ्यांनी मी आपणहून स्वीकारल्या होत्या आणि काहींना मीच जबाबदार होतो. आमच्या लग्नाच्या वेळी दोन-चार वर्षांपेक्षा मी संसारात रमणार नाही, असे मी बायकोला म्हणालो होतो. याचा अर्थ– संसार सोडून मी अन्य काही क्षेत्रात काम करीन, असा होता. मी दुसरा संसार करीन, असा तर नक्कीच नव्हता.

बाईंची-माझी ओळख झाली, शरीरव्यवहार सुरू झाले; तेव्हा मला प्रथम स्त्री-पुरुषसंबंधांचे खरे रहस्य कळले. पण हे सारे सुरू होण्यापूर्वीचा कालखंड मला अतिशय वाईट गेला. मी माझ्या मनाशी झगडत होतो आणि हा मोह टाळता कसा येईल, याचा विचार करीत होतो. नाना तऱ्हेच्या अडचणी उत्पन्न करून पाहिल्या, पण आनंदीबाईंनी त्याला दाद दिली नाही. त्यांचा निर्धार हेच या साऱ्या घटनांचे बीज आहे. एरवी कोणतीही स्त्री कंटाळून माझा नाद सोडून गेली असती. मुंबईला जायला तर मी मुळीच तयार नव्हतो. तेथेही बाईंनी फार चातुर्याने पावले टाकली. माझ्या बायकोसकट– आईसकट– माझे प्रेम पत्करावयास त्या तयार झाल्या. एवढेच नाही, तर सुशीलामध्ये माझे मन गुंतले होते, त्यालाही त्यांनी दिलासा दाखविला. समर्पणाची एवढी विलक्षण उदार भूमिका त्यांनी घेतल्या कारणाने मी विरघळलो. त्यांच्या नशिबाने आणखी एका गोष्टीची साथ त्यांना मिळाली. त्यांचा संसार मी मोडलेलाच नव्हता; तो फार पूर्वीच मोडला होता. त्यांना पहिल्या संसारातून मुक्त व्हावयास एक जबरदस्त निमित्त हवे होते. माझ्याइतके चांगले निमित्त त्यांना मिळण्यासारखे नव्हते याची त्यांना जाणीव होती. त्यांनी मला अजिबात पकडीबाहेर जाऊ दिले नाही. माझ्या

विचारात काही चलबिचल झाली की, त्या ताबडतोब आपला पवित्रा बदलून घरी येत– आईबरोबर चार गप्पा मारीत आणि पुन्हा एकदा मला त्या वाकड्या वळणावर नेत, मी काही अजाण माणूस नव्हतो. त्यांनी मला भुलवले, या म्हणण्याला काही अर्थ नाही पण मला भूल पडली, ही गोष्ट खरी आहे आणि ही गोष्ट सरळपणे कबूल करण्यावाचून काही पर्यायच नाही. त्यांना जी सर्वांत अनुकूल गोष्ट घडली– ती म्हणजे, भरभराटीला आलेला माझा प्रॉपर्टीचा धंदा अनेक प्रकारांनी अडचणीत आला.

-*-०-*-

: २६ :

टिळक रोडवरील न्यू लकी रेस्टॉरंट एक सावधगिरीचा उपाय म्हणून मी विकत घेतले. तेही कोर्टकचेरीत अडकले आणि इन्कम-टॅक्स डिपार्टमेंटने माझी बँक खाती फ्रीज केली. माझा धंदा एकदम संपुष्टातच आल्यासारखा होता. त्यातल्या त्यात सुज्ञपणाने मी जर एक गोष्ट कोणती केली असेल, तर त्या काळात मुक्त असलेल्या मालमत्तेतून माझी असलेली देणी मी निवारण करून टाकली. धंदा बंद झाला, म्हणजे व्याजाच्या डोंगरात मराठी माणूस बुडतो, तसे माझे झाले नाही. परंतु काही काळ का होईना, एक निष्क्रिय अवस्था मला प्राप्त झाली. माझ्या निष्कांचन अवस्थेतील पराभूत जीवनाचा मागमूस मी बायकोला किंवा आईला लागू दिला नव्हता. त्यांना माझ्या खूप मिळविलेल्या संपत्तीत, कीर्तीत किंवा पराभवात फार मोठा रस नव्हता. मी बाहेरची सुख-दुःखे घरात घेऊन जात नव्हतो, तोपर्यंत त्यांनाही काही कळण्याचा मार्ग नव्हता. त्यातल्या त्यात मला संतुष्ट करण्याचा त्याही प्रयत्न करीत. घरात दोन मुले खेळत होती. त्यांच्या बाललीलांत सारं घर न्हाऊन निघत होतं. मला पहिल्यापासूनच एक गोष्ट साधली आहे. सुख-दुःख, अपमान सारं काही मी लपवू शकतो. घरातले वाद बाहेर नेले नाहीत– बाहेरचे घरात आणले नाहीत. त्यामुळे रात्रीची माझी झोप कधीही बिघडली नाही. एखादी गोष्ट मनाला लावून घेण्यात सोईपेक्षा गैरसोय जास्त असते, कारण त्यामुळे लहान-मोठ्या लढाईत

आपल्याजवळची शस्त्रे बोथट होतात.

या माझ्या मानसिक अवस्थेचा आनंदीबाईंना मात्र सुगावा लागला होता. त्यांचा सहानुभाव हे त्या काळात मोठे वरदान होते. त्याच मानसिक पराभूत अवस्थेत नवीन सुखाचा एक रस्ता दिसला आणि त्या वेडाने मी थोडा झपाटलो. त्या सदैव माझ्याबरोबर राहत. जितका वेळ शक्य होते तितका वेळ वेस्टएंड-शेजारच्या कॉफी हाऊसमध्ये आम्ही किती तरी सकाळी आणि संध्याकाळी एकत्र काढल्या आहेत. माणसाची मने एका क्षणात मोहाला वश होत नाहीत– वशीकरणाचे सारेच रस्ते थोडे वळणा-वळणाचे आणि लांबीचे असतात. त्याच सुमारास केतकर नावाच्या एका गृहस्थाने माझ्यावर एक खोटा खटला भरला, कारण त्याची मिळकत मी कोर्टामार्फत जप्त करवली होती. तो माझे पैसे देणे लागत होता. तो अन्य गुन्हेगारी खटल्यांत सापडून तुरुंगात गेला होता. तेथून त्याने हा उद्योग केला. पोलीस फौजदारी खटला, न्यायालयातील ताठर वागणूक, अटक, जामीन, सुनावणी– या साऱ्याच गोष्टी मला नवीन होत्या. माझ्या हातून कसलाही गुन्हा झाला नसल्यामुळे शिक्षेची मला भीती नव्हती. मी निर्दोष म्हणून त्या खटल्यातून मुक्त झालो. खोटी फिर्याद दाखल केल्याबद्दल शिक्षा का करू नये, असा सवाल केतकर याला विचारला गेला; पण या दोन-तीन महिन्यांच्या कालखंडात मी व बाई अधिक जवळ आलो आणि मी अखेरीस मुंबईला त्यांच्याबरोबर राहू लागलो.

हे राहणे अर्थात उघड होते. त्यात कसलीच लपवाछपवी नव्हती. एक थोरली बहीण सोडली, तर बाकीचे सर्व नातेवाईक आमच्या त्या घरी येत असत. अधून-मधून मी परत पुण्याला येई. संसारात म्हणण्यासारखा कुठलाही व्यत्यय प्राप्त झालेला नव्हता. बाईंशी संसार करावयास लागल्यानंतरसुद्धा माझे सांसारिक संबंध उत्तम होते आणि असाच दुहेरी संसार दीर्घकाळ कदाचित चालूही राहिला असता.

पण बाईंनी एक-एक अडचणी दूर केल्या आणि स्वामित्वासाठी त्या खटपट करू लागल्या. त्या काळात मुकुलचा जन्म झाल्यामुळे तर बाई अधिकच भडकल्या आणि त्यांनी डोक्यात राख घालून घेतली. माझे घरी जाणे-येणे बंदच करून टाकले. या वेळेपावेतो माझी आई मरण पावली होती. मग तिच्या प्रेमाचा धाक वाटावा असा प्रेमळ अडसर उरलाच नव्हता. मी माझ्या पत्नीशी घटस्फोट घेऊन आनंदीबाईंशी लग्न करावे, अशी त्यांची मागणी सतत सुरू झाली. त्यासाठी त्या माझ्या बायकोला भेटल्या. पण तिने त्यांची ही सूचना धुडकावून

लावली. तिला आहे हा नवरा आणि आहे ही परिस्थिती मान्य होती. तिला जर दुसरे लग्न करायचे नव्हते तर तिने घटस्फोट का द्यावा, या तिच्या प्रश्नाला बाईंजवळ उत्तर नव्हते. कोणतेही कोर्ट माझ्या बायकोच्या संमतीशिवाय किंवा योग्य कारणाशिवाय घटस्फोट देऊ शकणार नाही, ही गोष्ट राजरत्न वा. वि. जोशी आणि न्यायमूर्ती व नंतर कायदेमंत्री झालेले ह. रा. गोखले यांनी बाईंना पटवून सांगितली. पण बाईंची समजूत पटणे शक्य नव्हते. वास्तविक, मी त्यांची फसवणूक केली नव्हती किंवा कुणीच त्यांची फसवणूक केली नव्हती. पण तरीही त्यांच्या-माझ्यातले सामंजस्य नष्ट झाले. त्या वेगवेगळ्या प्रकाराने माझा छळ करू लागल्या. माझा छळ करण्याचे कारण अर्थात मी तशाच प्रकारचा माझ्या बायकोचा छळ करावा, हे होते आणि तिच्याकडून डायव्होर्सला कबुली मिळवावी, हा हेतू होता. पण मी तसे काही करू शकत नव्हतो, कारण कोणत्याही प्रकारे बायकोचा अधिक छळ करावयास मी असमर्थ होतो.

आनंदीबाईंचा व माझा बेबनाव होणार, ही गोष्ट सूर्यप्रकाशाइतकी स्वच्छ होती. तरीपण तीन-चार वर्षे मी सारा छळ सहन केला. या काळात मी माझ्या मुलांना भेटत होतो. त्यांच्या लहान-सहान गरजा पुरवत होतो व घरी जमतील तितके पैसे पाठवत होतो. पण बाईंना जर सोडायचे असेल, तर घरी परत जाण्यावाचून काही इलाज नाही; कारण त्या मला एकट्या राहूच देणार नाहीत, अशी माझी खात्री होती. १९५९ मध्ये मी 'पैंजण' मासिकाचा अंक पुण्याहून प्रसिद्ध केला. लेखन, प्रकाशन, संपादन हा व्यवसाय मला जमेल– या गोष्टीचा मला अंदाज आला. पुढे मी नियमितपणे पैंजण मासिक सुरू केले. त्यामुळे पुण्याला जाणे-येणे सुरू झाले. मुलांच्या गाठी-भेटी वारंवार पडू लागल्या. इतर कशासाठी नाही तरी आपण मुलांसाठी परत घरी आले पाहिजे, अशी प्रेरणा वाढू लागली. तेवढ्यात मला टिळक रोडवर कार्यालयाला जागा मिळाली. मासिकही चांगले चालू लागले. पुस्तके निघू लागली. नोकरी सोडण्याचा विचार बळावत चालला. पण ज्याप्रमाणे बायकोला सोडून आनंदीबाईंबरोबर राहण्याचा निर्णय घेताना मला क्लेश झाले, तितकेच क्लेश मला आनंदीबाईंना सोडून परत घरी येताना झाले. कारण दोन्ही निर्णयांत थोडीफार अनैतिकता होतीच. पहिल्या निर्णयात सामाजिक नीतिनियम, विवाहसंबंधांचे पावित्र्य ह्या साऱ्या गोष्टी होत्याच; पण त्याहीपेक्षा महत्त्वाची गोष्ट– माझ्या मन:प्रकृतीला विसंगत असा जीवनक्रम मी पत्करला होता. पण आताच्या निर्णयात त्याहूनही एक महत्त्वाची घटना घडत होती. कारणे कोणतीही असली तरी ती मला सांगता येत नव्हती आणि आजही

नाहीत. कारण कारणे सांगताना नाही म्हटले तरी आत्मसमर्थन येणारच. एका प्रौढ वयात मी माझा पराभव जाणीवपूर्वक स्वीकारीत होतो. जी गोष्ट वास्तविक मी करायला नको होती, ती मी करून बसलो होतो. ती केल्याबद्दल फारसा पश्चात्ताप नव्हता; कारण त्याच घटनेमुळे माझ्यातला खरा पुरुष जागा झाला, माझ्यातले लेखनगुण जागे झाले. आपल्याला भांडता येते, हा नवीनच शोध मला लागला होता आणि त्याहीपेक्षा स्त्री-पुरुषसंबंधांचे खरेखुरे रहस्य मला समजले होते.

परंतु आपण जे परत घरी जात आहोत, त्याचा परिणाम आपल्या एकंदर आयुष्यावर होणार आहे याची जाणीव मला होती. हा निर्णय घेण्यासाठी मला दोन-तीन वर्षे लागली आणि त्यातला काही काळ तर आनंदीबाईंना सोडून मी एकट्याने काढला. हा एकटेपणा फार असह्य होता. शरीरसुखाचा अभाव हे मात्र त्याचे कारण नव्हते; पण आपण कुचेष्टेचा, टिंगलीचा, कुतूहलाचा विषय होऊन अखेरीस काय मिळवीत आहोत, ह्यामुळे उदासीनता आलेली होती. समाजात वखवखलेले पुरुष असतात, तशाच वखवखलेल्या स्त्रियाही असतात. त्या दिसायला प्रतिष्ठित आणि कुलीन असतात. सुरक्षित आणि योग्य पुरुषांचा त्यांचा शोध चालू असतो.

वास्तविक, आनंदीबाई आणि माझी बायको यांच्याशिवाय कोणतीही स्त्री माझ्या आयुष्यात आली नव्हती; पण ज्या उन्मत्तपणाने आनंदीबाईंशी मी बारा वर्षे संसार केला, त्यामुळे माझ्याबद्दल अनेक दंतकथा उगीचच जन्म पावल्या. त्या दंतकथांचा आधार घेऊन ज्या स्त्रियांच्या प्राप्तीची मी कधी वांछा करू शकलो नसतो, त्या स्त्रिया आपणहून मी राहत असलेल्या एकाकी बंगल्याची दारे ठोठावू लागल्या. काहींना मी नाकारले, काही बाईंच्या मैत्रिणी होत्या आणि बाईंनीच त्यांना पाठविले असेल; तर काही रूपाने, वागण्या-बोलण्याने किंवा त्यांच्या आवेगाने माझ्या आवडीत बसणाऱ्याच नव्हत्या. सौंदर्याचा फाजील गर्व असणाऱ्या स्त्रिया मला कधीच आवडल्या नाहीत. त्याचप्रमाणे कुणाला तरी नादी लावून त्याचे खेळणे करून टाकणाऱ्या शिकारी स्त्रिया मला आवडत नाहीत. रूप किंवा गुणवत्ता कमी असली तरी चालेल, पण शरीरापलीकडचा व्यापार जिला समजतो आणि जी मनाने गुंतू शकते, अशी स्त्री मला थोडा तरी मोह घालू शकते. केवळ शरीरव्यवहार ही गोष्ट माझ्या आयुष्यात कधीच घडली नाही आणि मी घडू देणारही नव्हतो, कारण मला ती असंस्कृतपणाची वाटते. आपला व त्या स्त्रीचा काही संवाद घडू शकला पाहिजे; सुख-दुःखाच्या वेळी परस्परांशी

काही सहभाग राहिला पाहिजे आणि पराभवाच्या वेळी सांत्वन करण्याची अपार शक्ती परस्परांत पाहिजे– ह्या माझ्या अशा विक्षिप्त मागणीमुळे खूप संधी मिळाली आणि अनुकूलताही लाभली, तरीपण माझे स्त्रीविश्व फार मर्यादित राहिले. कित्येक स्त्रिया तर अशा की, त्यांचे-माझे संबंध अतिशय जिव्हाळ्याचे राहिले; पण त्यांच्याशी शरीरव्यवहार करावा, असे कधी वाटलेच नाही. शरीर-व्यवहार हा दीर्घकाळ स्नेहाची परिणती आहे; हा स्नेहाचा आरंभ नव्हे, असे माझे मत आहे. असली सुखे ओरबाडून खाण्यात काही आनंदही नसतो; उलट त्यातून एखादी विकृती निर्माण होते. असे अनेक विकृत पुरुष व काही स्त्रिया मला चांगल्या माहीत आहेत.

पण या मध्यंतरीच्या थोडा मुक्त जीवनव्यवहारात आयुष्याला काही आकार नव्हता. नोकरी सोडून मी पुण्यात कायमचा स्थायिक झालोच होतो. बाईंचा रोजचा ससेमिरा आता उरला नव्हता. पण जोपर्यंत मी त्यांच्या प्रभावाखालून निघून त्यांना अपमानकारक असे कृत्य करणार नव्हतो तोपर्यंत त्या अधून-मधून येऊन मला छळत राहणारच होत्या. आमच्यातील वादाचा खरा मुद्दा होता तो त्यांच्या मुलाने आमच्या मुंबईच्या घरात निर्माण केलेला पेचप्रसंग. त्यांची त्याबाबतची काही भूमिका बदलेल अशी आशा होती, पण ती शक्यता दिवसेंदिवस दुरावत चालली. काही तरी घट्ट निर्णय घेण्याची वेळ येऊन ठेपली, पण निर्णय तर घेता येईना. या माझ्या दोलायमान मन:स्थितीत माझी सुटका केली, ती पुरुषोत्तम भास्कर भावे यांनी.

-*-०-*-

: २७ :

पु. भा. भावे हे एकच असे गृहस्थ होते की, ज्यांना मला दोन शब्द सुनविण्याचा काही अधिकार होता. त्यांची आणि बाईंची ओळख मीच करून दिली होती आणि बाईंना घेऊन मी वसुंधराबाईंकडे भाव्यांना भेटावयास गेलो, तेव्हापासून त्यांचे-माझे संबंध विशेष वाढले होते. भावे हे उमदे, व्यवहारी आणि मैत्रीला जागणारे गृहस्थ असल्याने, त्यांनी कळवळून मला सांगितले, ''बेहेरे, तुमच्या लेखणीला तेज आहे. तुमच्याकडून काही चांगले काम होण्याची शक्यता आहे. तुम्ही असे भणंगासारखे एकटे राहिलात, तर तुमचा कोणताही उपयोग होणार नाही. पुरुषाला घर हवे– शक्यतो मुलाबाळांचे आणि बायकोचे; पण निदान प्रेयसीचे तरी. माझे मत म्हणाल, तर तुम्ही घरी परत जा. ते शक्य नसेल, तर आनंदीबाईंकडे परत जा; अकारण इरेला पडू नका.''

भाव्यांचा हा सल्ला मी ताबडतोब शिरोधार्य मानला. त्याच दिवशी संध्याकाळी प्रभात दैनिकाच्या इमारतीत जागा मिळवून ताबडतोब बायको-मुलांसह बिऱ्हाड केले. बायकोने मला स्वीकारण्याचा प्रश्नच नव्हता; तिला मी हवाच होतो. माझ्यासाठी ती कित्येक वर्षे देवधर्म, उपास-तापास करीत होती. जुन्या वळणात वावरलेली ती स्त्री होती. त्यामुळे उद्ध्वस्त झालेला संसार पुन्हा सुरू होत आहे, या कल्पनेने ती सद्‌गदित झाली तर ते स्वाभाविक होते. मुलांचा तर काही प्रश्नच नव्हता. मुले आता अशा वयाला आली होती

की, त्यांच्या रक्षणाची, वर्धनाची व शिक्षणाची जबाबदारी घेणे आवश्यकच होते. शिवाय, त्या सर्वांवरचा एक डाग एकत्र राहण्यामुळे आज पुसला जाणार होता. त्या रात्री पुन्हा एकदा आमचे घर सांधले गेले आणि मुलांना कुशीत घेऊन निश्चिंत मनाने मी संसाराची वाटचाल परत सुरू केली.

माझा निर्णय अगदी अचूक ठरला. मी परत बायकोकडे जाणे आणि संसारी होणे, हा बाईंनी आपला अपमान मानला आणि माझा नाद कायमचा सोडून दिला. मी दिलेल्या भेटवस्तू त्यांनी परत पाठविल्या. त्यात एक फ्रिज होता. पण तो मी घेतला नाही. परत तो त्यांच्या घरी जाऊन स्थिर झाला. वस्तूंची देवाण-घेवाण संपली, तरी असे पूर्वायुष्य थोडेच पुसून टाकता येते? आनंदीबाईंच्या आरंभीच्या काळातील सुखद आठवणी मला त्रास देत. प्रत्यक्ष एकत्र राहत असलो, तरीसुद्धा मी कामानिमित्त मुंबईला गेलो की, माझ्या बायकोला चिंता वाटे. पण माझ्यापुरती मी एक गोष्ट ठरवून टाकली– तिच्यावर तिचा विश्वास बसणे शक्य नव्हते. ती म्हणजे ही की, आयुष्यात कोणताही मोह निर्माण झाला तरी त्याची किंमत यापुढे बायकोला द्यावी लागता कामा नये. एकदा दुधाने तोंड भाजले की, माणूस ताकसुद्धा फुंकून पिऊ लागतो. पुढे कोणत्याही कारणाने कोणतीही स्त्री माझ्या जवळपास आली, तरी तिच्या मनात आशंका निर्माण होई. तिने तरी माझ्यावर विश्वास का ठेवावा? पण या तिच्या संशयी वृत्तीचा उत्तरकाळात उपद्रव होऊ लागला. स्त्री-पुरुषसंबंधात आतून येणारी प्रेरणा हे मोहाचे पहिले कारण असते आणि ह्या प्रेरणेत कुठल्या तरी शारीरिक आकर्षणाचा अवशेष रेंगाळत असतो. ती माझी प्रेरणा मुळातच मी ठेचून टाकली. आकर्षणे नव्हती, असे नाही; ती असणारच. माझ्यासारख्या पुरुषाला तर ती असणारच असणार. एकदा परस्त्रीचा स्पर्श आणि शरीरसुख मिळाले की, शारीरिक गरजा गणिती श्रेणीने वाढत जातात. संसार हा बांधलेला असतो. तो आपोआप थोडा कोमट होत जातो. एकदा अग्नीच्या धगीची चव चाखल्यानंतर मग नुसत्या उबेने समाधान होत नाही. पण माझेही तोंड एकदा पोळले नव्हते काय? मीही एकदा किंमत दिली नव्हती काय? अशा नीतिनियमांच्या बाहेर मिळविलेल्या सुखांची किंमत किती द्यावी लागते, हे चाकोरीबद्ध जीवन जगणाऱ्यांना माहीत नसते; म्हणून ते अशा माणसांचा मत्सर करतात. माझ्या बायकोला हे समजावून सांगणे अवघड होते आणि सांगून तिला समजले असतेच, असे नाही.

एक गोष्ट ताबडतोब घडून आली. ती म्हणजे, निश्चिंत मनाने मी आता माझ्या व्यवसायाकडे लक्ष देऊ शकत होतो. मी आणखी एक मासिक विकत

घेतले. आणखी एक मासिक काढले. एक छापखाना चालवायला घेतला. माणसांची ये-जा वाढली. हळूहळू आर्थिक दृष्ट्याही मला दिवस बरे आले. मुलांच्या संगतीत माझे दिवस फार छान चालले. त्यांच्याकडे मी लक्ष देऊ शकत होतो आणि त्यांची प्रगती समाधानकारक होती. माझ्याबद्दल भलभलते प्रवाद घरात येऊ नयेत, म्हणून घर केल्या-केल्या लगेच मी मुलाबाळांना, बायकोला घेऊन मद्य ही वस्तू काय असते, ते समजावून सांगितले. त्यांनीही मद्याची चव चाखली. पुढे कधी कधी मी एकटाच संध्याकाळी घरी आलो की मुले म्हणायची, "बाबा, तुम्ही बरेच दिवसांत ड्रिंक घेतलं नाहीत, सोडा आणून देऊ का?" मद्य ह्या गोष्टीबद्दल आमच्या घरात कधी कुणाला घृणा वाटली नाही, कारण मी नियमितपणे मद्य कधीच घेतले नाही. एवढेच नाही, तर चुकूनसुद्धा मी कधी बेहोष झालेलो माझ्या बायकोने किंवा मुलांनी पाहिलेले नाही. उलटपक्षी, मद्य घेतले की बाप घरी थांबतो, गोष्टी सांगतो, काही एखादी नवी मागणी केली तर नकार देत नाही आणि घरात एक आनंदाचे वातावरण निर्माण होते– हे मुलांच्या लक्षात आल्याने मुलांच्या मनावर या गोष्टीचा कधी वाईट परिणाम झाला नाही. आमच्या घरात तेव्हाही व आजही लोअर-मिडल क्लास आयुष्यक्रम आम्ही जगलो. आता माझा धाकटा मुलगा धंद्यात लक्ष घालीत असल्याने जी काही थोडी-फार श्रीमंतीची चाहूल आमच्या घरात आली असेल ती– एरवी पुस्तके, वर्तमानपत्रे, लेखक, संपादक, टेबल-खुर्च्यांचे साधे फर्निचर, भात-भाजी-भाकरी असे शाकाहारी जेवण... असा अगदी साधा जीवनक्रम हौसेने आमच्या घरात चालू राहिला. माझ्या घरात चटोर श्रीमंती आलेली मला कधीच आवडली नाही. रंगीत कपडा ही माझी वैयक्तिक आवड. पंगूपणामुळे मोटारगाडी ही माझी गरज आहे. याव्यतिरिक्त बँकेत कधी पाच-दहा हजार शिल्लक आहेत, असे यापूर्वी कधी घडलेले नव्हते. मला संसाराला कधी काही कमी पडले नाही. गरजा उत्पन्न होतील, तेव्हा अचानक पैसे मिळत राहिले.

माझी मासिके जरा बरी चालू लागल्याने आपण एखादे मतपत्र काढावे, असे मला वाटू लागले होते.

-*-०-*-

: २८ :

हे मतपत्र आपल्याला बरेच तोट्यात नेईल, ही मला कल्पना होती. घरात त्यासंबंधी विचारण्याचा प्रश्नच नव्हता, कारण ती माझी प्रथाच नव्हती. चार-दोन मित्रांना विचारून मी ते मतपत्र 'सोबत' या नावाने सुरू केले. 'सोबत'मुळे आरंभीच्या काळात मला सुमारे वीस हजार रुपयांपर्यंत तोटा सहन करावा लागला. पण मला त्यामुळे मिळणारी प्रतिष्ठा 'सोबत' बंद करून तुटणार होती. या प्रतिष्ठेमुळे समाजात माझा थोडा मान वाढला आणि घरातल्या लोकांची माझ्याकडे पाहण्याची दृष्टी थोडी बदलली असावी. हळूहळू 'सोबत' हे स्वयंपूर्ण होऊ लागले. नाटक, सिनेमा या साऱ्या गोष्टी फारसा खर्च न करता पाहणे सुलभ झाल्यामुळे 'सोबत' ही काही तरी उपयुक्त गोष्ट आहे, हे बहुतांशी माझ्या कुटुंबीयांना पटू लागले. मी प्रयत्नपूर्वक माझे वक्तृत्व वाढविले– त्यामुळे गावोगावी फिरणेही मला शक्य झाले. या साऱ्याच गोष्टींमुळे माझा जीवनक्रम गर्दीचा व सुखाचा असा होत गेला.

त्याच सुमारास जनसेवा भोजनालयाचे श्री. गोरे यांनी एका सोसायटीत मला प्लॉट घेता का– विचारले. मजजवळ तसे पैसे नव्हतेच. पाचशे-दोनशे असे करत-करत प्लॉटचे पाच हजार रुपये मी चुकते केले. तोपर्यंत एक मुलगा इंटरसायन्स होऊन मेडिकलला प्रवेश मिळविण्याची धडपड करीत होता. मी जरा खटपट केली असती, तर त्याला मेडिकलला प्रवेश मिळाला असता. बेचाळीसच्या

चळवळीत मला गोळी लागली, या गोष्टीचा फायदा मला त्याला करून देता आला असता; पण का कोणास ठाऊक, अशा तऱ्हेने मागच्या दाराने त्याला प्रवेश मिळवून द्यावा, असे मला वाटले नाही. तसे मी केले असते, तर त्या काळात ते कोणाच्या लक्षातही आले नसते. कारण 'सोबत'ला आणि त्यामुळे मला आज जी प्रतिमा प्राप्त झाली आहे, ती काही त्या वेळी नव्हती. पण माझ्याच्याने हे झाले नाही, एवढे खरे. पुढे मुलाने दंतवैद्यकी महाविद्यालयात मुंबईला प्रवेश मिळवला. मला तो आर्थिक बोजा मला जरा जडच होता, तरी तो मी पत्करायचे ठरविले आणि त्याने आपला अभ्यासक्रम शेवटचे सहा महिने वजाजाता उत्तम प्रकारे पार पाडला. धाकटा मुलगा शिकत होता. तोही अखेरपर्यंत व्यवस्थितपणे परीक्षा पास होत गेला आणि नंतर स्टॅटिस्टिक्स घेऊन बी. एस्सी. पास झाला. त्याने अधिक शिकावे व जमल्यास परदेशी शिक्षणासाठी जावे, अशी माझी फार इच्छा होती; कारण आमच्या घराण्यात कुणी शिकलेच नाही. मी तर ग्रॅज्युएटसुद्धा नाही. पण त्याने माझ्या धंद्यात येण्याची इच्छा व्यक्त केली आणि दोन वर्षे पगारी नोकर म्हणून काम केल्यानंतर मी आणीबाणीत तुरुंगात जाण्याची शक्यता निर्माण झाल्याने साराच व्यवसाय त्याच्या नावाने करून टाकला. तेव्हापासून तो 'अस्मिता प्रकाशन'चा जवळपास सर्वच धंदा एकटा बघतो आणि माझ्यापेक्षा त्याला अधिक चांगली धंदेवाईक दृष्टी असल्यामुळे तो धंदा उत्तम प्रकारे करू शकेल, या खात्रीने मी धंद्यातून जवळपास निवृत्त झालो आहे.

माझी मुलगी अतिशय देखणी व कुणावरही छाप टाकणारी असल्याने ती वयात येताच आणि कॉलेजमध्ये जाताच, तिच्याभोवती मुले घुटमळू लागली. त्या वेळी आम्ही कोथरूडमध्ये असलेल्या सहवास सोसायटीत घेतलेल्या प्लॉटवर घर बांधून तिथे राहायला गेलो होतो. ती सोसायटी जवळपास निर्जन आणि अगदी दूर होती. मला स्वत:ला बागकामाची अतिशय हौस असल्याने अवघ्या छत्तीसशे फुटांच्या प्लॉटवर हेवा वाटावा अशी बाग मी केली होती. तिथे आम्ही दीड-दोन वर्ष राहिलो असू. घर नवे, प्रशस्त आणि अत्यंत सोइस्कर बांधल्यामुळे त्या घरातील वास्तव्य अत्यंत सुखद होते. घर इतके दूर असूनसुद्धा मराठीतले बहुतेक सर्व ज्येष्ठ साहित्यिक त्या घरात माझ्या प्रेमापोटी येऊन गेले आहेत. पण घर दूर होते, ही गोष्ट तर खरीच होती. घरात एकच गाडी होती. त्यामुळे बाकीच्यांना गावात येणे फार गैरसोईचे होते. थोरला मुलगा दंतवैद्य झाला. त्याने दवाखानाही सुरू केला. पण त्याला लष्करी कमिशन मिळाल्यामुळे दवाखाना

बंद करून तो लष्करात निघून गेला. त्यात आमचे कुटुंब लहान– मी, माझी बायको, धाकटा मुलगा आणि मुलगी. माझे परगावी जाणे, रात्री उशिरा घरी येणे– त्यामुळे घरात माणसे थोडी. मुलगाही माझ्या धंद्यात लक्ष घालू लागल्याने त्यालाही रात्री उशीर होऊ लागला. मुलीचे लग्न आपल्याला एकदम नापसंत असणाऱ्या माणसाशी तिने ठरविले तर होणारा मनस्ताप आपल्याला सहन करता येईल, असे मला वाटत नव्हते. प्रेमविवाहात काय होईल, हे सांगता येणे शक्य नव्हते. माझा जावई उस्मान आणि नात रेहाना वगैरे झालेले मला काही चालले नसते. आम्ही राहत असलेला बंगला निर्जन होता, हे लक्षात घेता आपण मुलीचे लग्न लवकरात लवकर करावे, असे मला वाटले. माझ्या मुलीवर माझे विलक्षण प्रेम आहे आणि का कोणास ठाऊक, तिच्याजवळ एक विलक्षण लाघवीपणाही आहे. तिच्याबाबत सारे काही व्यवस्थित व्हावे, ही माझी इच्छा होती. तिला मागण्याही यायल्या लागल्या होत्या. तिचे लग्न थोडे मी लवकर केले, असे कदाचित तिला वाटत असेल. पण ते मी भीतीपोटी केले, हे उघड-उघड मी कबूल करून टाकतो. ती नुकती कॉलेजमध्ये गेली होती आणि अजून चार दिवस मोकळेपणे बागडावे, असे तिला वाटत असावे. तिच्या मैत्रिणींची त्या काळात प्रेमलग्ने झाली, पण ती फारशी सुखावह झाली नव्हती. त्यामुळे मी घेतलेला निर्णय पुढे फारसा चूक ठरला नाही हे सिद्ध झाले, इतकेच. पण शांतपणे विचार केला की असे वाटते की, तिच्यावर मी लग्नाची जबाबदारी अवेळी टाकली. जी काही चार-पाच स्थळे आली होती, ती सगळीच चांगली होती. तिने कोणताही मुलगा निवडावा, एवढेच स्वातंत्र्य मी तिला दिले. तिने ती चारही मुले नाकारली असती, तर मी तिला आणखी हवी तितकी स्थळे दाखवली असती. फक्त कोणत्याही परिस्थितीत लग्न यंदा करायचेच, ही माझी अट होती आणि माझ्या बायकोचाही या माझ्या म्हणण्याला पाठिंबा होता. तिने आलेल्या मुलांपैकी एक मुलगा निवडला आणि तिचे लग्न पार पडले.

माझा जावई अविनाश पालवणकर हा किर्लोस्कर ऑईल इंजिन्समध्ये काम करतो. त्याला फिरतीची नोकरी आहे– गाडी आहे– राहावयास चांगली जागा आहे. प्रथम पुणे, मग राजकोट आणि आता भोपाळ येथे पालवणकर कुटुंब असते. माझी मुलगी मुकुल हिची मुलगी राणी हिने माझ्या आयुष्यातील तीन-चार वर्षे फार मजेदार करून टाकली. ती आमच्याच घरात जन्मलेली आणि लहानाची मोठी झाली. त्यामुळे ती लहान-लहान गोष्टी शिकताना तिच्याबरोबर मी लहान झालो. पेशवे पार्कमध्ये तिच्याबरोबर पशुपक्षी पाहताना किंवा गावाबाहेर

तिला एकटीला घेऊन टेकड्यांच्या उतरणीवर हुंदडताना, तिने जो मला अद्‌भुत आनंद दिला आहे, त्याची बरोबरी कुठलाही आनंद करू शकणार नाही. ती बुद्धिमान होतीच; पण तिच्या बुद्धीला आव्हान देणारे प्रश्न सोडवीत ती घडत गेली, ते पाहणे फारच उद्‌बोधक होते.

मी संसारात योग्य वेळी परतलो, म्हणून माझी तिन्ही मुले योग्य त्या दिशेने मार्गस्थ झाली आहेत. आता सर्वांनाच मुलेबाळे झाली आहेत. सर्वांचीच आर्थिक परिस्थिती उत्तम आहे. अमुक एक गोष्ट करायची राहिली, असे जर मी म्हणालो; तर तो केवळ कृतघ्नपणा होईल. ही नव्याने सुरू केलेली संसारयात्रासुद्धा वीस-बावीस वर्षांपेक्षा अधिक झाली आणि एकंदर संसारयात्रा आता जवळपास चाळीस वर्षांची होईल. मधल्या काही कालखंडात निर्माण झालेला व्यत्यय सोडून दिला, तर ऐहिक दृष्ट्या ती आता सफल झाली आहे, असे म्हणावयास हरकत नाही. मध्यंतरीच्या घटनांमुळे बायकोवर जे काही परिणाम घडले असतील, तेही काळाच्या उदरात हळूहळू पुसट होत गेले आहेत. केवळ कुटुंबप्रमुख म्हणून नव्हे, केवळ साताजन्माचा जोडीदार म्हणूनही नाही; पण 'सोबत'च्या मला मिळणाऱ्या प्रतिष्ठेमुळे एक आकर्षक आणि थोडा कीर्तिमान पुरुष म्हणूनसुद्धा माझ्या पत्नीने मला साभिमान स्वीकारले आहे. संशय, कुरकूर किंवा मूलतःच असणारे भेद यामुळे कधी कधी माझा पारा एकदम फार चढतो. तसा मी आरंभापासून तामसी आहेच. माझ्या पत्नीला जरी घरातले अंतर्गत सर्वाधिकार असले, तरी क्वचित प्रसंगी वादाचा गंभीर प्रसंग उद्‌भवतो. तिला सर्व प्रकारे स्वातंत्र्य आहे. धर्मकृत्ये आणि कर्मकांडे यांच्यावर माझा अजिबात विश्वास नाही; ती करते. मी त्यात सहभागी होत नाही. शक्यतो घरातही थांबत नाही. मी पहाटे उठणारा आणि दिनक्रम लवकर सुरू व्हावा असा आग्रह धरणारा माणूस. माझी बायको-मुले सकाळी सातच्या आत उठतच नाहीत. मीही तिकडे लक्ष देत नाही. माझ्या बायकोच्या आणि माझ्या स्वभावात महद् अंतर आहे. त्यामुळे कटुता उत्पन्न होण्याची शक्यता असते. पण स्वभावतःच ती मवाळ आहे. राग निवेपर्यंत ती माघार घेते आणि मग तिला काय हवे ते करते. तिच्या-माझ्या संबंधांत मला एक गोष्ट कधी विसरता आली नाही– ती म्हणजे, आपल्या पायाने आपणहून चालत आलेली ती लक्ष्मी आहे. माझ्या महत्त्वाकांक्षी स्वभावाला साथ दिली नसेल, पण तिने विरोध कधीच केला नाही. श्रीमंतीच्या काळात ती उन्मत्त झाली नाही; कारण तो तिचा स्वभावच नाही. पण माझ्या अत्यंत प्रतिकूल काळात तिने कोणत्याही ऐहिक सुखस्वास्थ्याची मागणी केली नाही. जे मिळाले, त्यात तिने

संसार बिनबोभाट चालवला. माझ्या आवडी-निवडी तीव्र असूनसुद्धा तिने जे रांधून वाढले, ते-ते मी खाल्ले. अमुक झाले असते, तर काय झाले असते– असा प्रश्न मी विचारीत नाही, कारण त्याचा तादृशदृष्ट्या काही उपयोग नाही. माझ्या आईच्या अखेरच्या कालखंडात माझ्या बायकोने तिची जी विनम्र सेवा केली, तिचेच पारितोषिक तिला मिळाले आहे. तिचाच आशीर्वाद तिच्या कामी आला, एवढे म्हटल्याने माझ्या संसाराचा उलगडा होऊ शकेल. एका स्वैरवृत्तीच्या माणसाला जमिनीवर रोखून ठेवणे सोपे काम नाही. कारण कुठल्या ना कुठल्या तरी कारणासाठी आयुष्य झोकून देण्याची प्रबळ ऊर्मी माझ्या ठिकाणी निर्माण होत असते. आता तीन हार्ट ॲटॅक येऊन गेले आहेत आणि मला अधिक काळ जगविण्याची सर्वांची धडपड चालू आहे.

-*-०-*-

: २९ :

ढोबळ मानाने आयुष्यातील घटनांची नोंद करून झाली, तरीसुद्धा किती तरी गोष्टी अजून लिहायच्या राहून गेलेल्या आहेत. आपल्या आयुष्यातली प्रत्येक घटना आपल्यापुरती महत्त्वाचीच असते; पण तिला दुसऱ्याच्या लेखी कितपत महत्त्व आहे, या शंकेमुळे ती टाळावी असे वाटत राहते. आयुष्यात आपल्यावर एकूण किती लोकांनी महत्त्वाचा परिणाम केला की; ज्यामुळे आपल्या पौरुषाची, कर्तव्याची, सौंदर्याची किंवा समर्पणाची भावना बदलत गेली, याची नोंद करताना फार गोंधळ उडतो. शिक्षकांचा– विशेषत: नानासाहेब नारळकर, पु. ग. सहस्त्रबुद्धे, श्री. म. माटे यांचा परिणाम तर साऱ्याच विद्यार्थ्यांवर झाला असेल. कारण ते त्या पिढीतील अतिशय आदर्श असे शिक्षक होते. गांधी, सावरकर, सुभाषचंद्र, नेहरू, डांगे, रॉय आदी भारतीय नेत्यांचा ठसा प्रचंड जनसमूहावर पडलेलाच होता. पण अगदी ऐन शैशव काळात या नेत्यांचे कर्तृत्व आणि विचारधन समजून घेऊन काही त्यांचे आकर्षण निर्माण होत नव्हते– तर आपल्या निकटच्या आप्तस्वकीयांपैकी किंवा मित्रपरिवारापैकी जो कोणी त्या नेत्याच्या कर्तृत्वाने प्रभावित झालेला असेल, त्याचाच परिणाम आपल्यावर पडतो. माझेही आदराचे विषय हे असेच ठरले गेलेले आहेत. समाजवादी विचारांची किंवा संघविचाराची एक लाट पस्तीस ते बेचाळीस या काळात पुण्यात आलेली होती. आरंभी मी थोडा कम्युनिस्ट विचाराने

भारला गेलो, पण माझ्या वडिलांच्या लेखी लोकमान्य टिळक आणि सावरकर ही दैवते होती. शिवाय तरुण विद्यार्थ्यांना आकृष्ट करण्याची एक आक्रमक पद्धत त्या वेळेस संघप्रचारकांनी आचरणात आणलेली होती. मग हळूहळू माझा कल सावरकरांकडे अधिकाधिक झुकू लागला. हिंदुत्वासंबंधीचे त्यांचे पाखंडी विचार जवळजवळ कम्युनिस्टांशी जुळण्यासारखे होते; आणि त्या वयात देव, धर्म, अंध:श्रद्धा, रूढी यांविरुद्ध आग्रही प्रतिपादन करणारी माणसे एकदम जवळची वाटू लागली. इतरांच्या तुलनेने सावरकरांचा त्याग एवढा मोठा होता की, मी दीर्घकालपर्यंत सावरकरविचाराने भारून गेलो होतो. आज काळाच्या संदर्भात त्यांच्या विचारांत काही उणिवा वाटतात, नाही असे नाही; तरीपण सावरकरांची प्रतिभा, त्यांचे तर्ककठोर विचार आणि त्यांनी केलेली भाकिते यामुळे समकालीन नेतृत्वापेक्षा ते किती तरी मोठे वाटतात. जसजसे प्रौढ वय होत चालले, तसतसे इतर नेत्यांचे कर्तृत्वही ध्यानात येऊ लागले आणि त्यांची व सावरकरांची तुलना करण्याचा मोह अनावर होत चालला. सावरकरांचे श्रेष्ठत्व तर्कशास्त्राने पटते, तरीपण देशाचे लोकनायकत्व स्वीकारण्यात ते कुठे तरी कमी पडले, ही रुखरुख मनात राहतेच.

अगदी लहानपणी मधू लिमये यांचा थोरला भाऊ मनोहर लिमये याचा माझ्यावर विलक्षण प्रभाव होता. त्याला संगीताचे आणि नाटकाचे वेड होते. त्यामुळे माझी दृष्टी एकारलेली न राहता मला जीवनातल्या आणखीनही काही गोष्टींत रस निर्माण झाला. एरवी मित्रांचा माझ्यावर फार प्रभाव पडला, असे म्हणता येणार नाही; संतसाहित्याबद्दल शाळेत पु. ग. सहस्त्रबुद्ध्यांनी आमच्या मनात एक आकस निर्माण केला होता. देशावर परचक्र आले असता ही मंडळी स्वत:च्या मोक्षासाठी टाळ कुटत बसली, असे त्यांचे प्रतिपादन असे. पण बापूसाहेब माटे यांच्या सहवासाचा लाभ झाला आणि संतांचे कार्य, आपल्या परीने त्यांनी केलेले बंड, ज्ञानेश्वर-तुकाराम-रामदास यांनी स्वधर्माबद्दल निर्माण केलेले प्रेम यामुळे धर्मरक्षणार्थ उभ्या राहणाऱ्या शिवाजीचे पाय मजबूत झाले आणि हिंदवी स्वराज्याची स्थापना झाली, असा सिद्धान्त ते मांडीत. संतांच्या जीवनासंबंधीची उत्सुकता त्यांनी निर्माण केली. त्यामुळे अतिरेकी अशा भूमिकांपासून माझी मुक्तता झाली. ह्या समाजात उपेक्षित असा फार मोठा वर्ग आहे आणि त्यांच्या उपेक्षेला आपण सवर्ण कारणीभूत आहोत, हे बापूसाहेब कळवळ्याने सांगत आणि त्यातूनच त्यांच्या 'उपेक्षितांच्या अंतरंगा'चा जन्म झाला. सावरकरांच्या तर्ककठोर विचारांपेक्षाही बापूसाहेबांची कृतिशील अस्पृश्योद्धाराची कल्पना खोलवर परिणाम करून गेली आणि पुढे समाजाचा विचार करीत असताना एवढा प्रचंड समाज उपेक्षित ठेवला

गेला, ही अपराधाची जाणीव सतत कायम राहिली. साहित्याचे प्रेमही याच कालखंडात दृढ झाले. जो काही लहानसा लेखक म्हणून मी नावारूपाला आलो आहे, त्याला गुरुवर्य बापूसाहेब माटे हेच मुख्यत्वेकरून जबाबदार आहेत. त्यांच्याच सांगण्यावरून मी लोकहितवादी विष्णुबुवा ब्रह्मचारी, चिपळूणकर आदी आधुनिक मराठीतील आद्य लेखक वाचले. नचपेक्षा वयाला अनुकूल अशा ना. सी. फडके यांच्या प्रेमकूजनात किंवा सौंदर्यपूजनात मी कायमचा गुंतून पडलो असतो.

१९४२ च्या चळवळीत आलेले पंगुत्व हेही एका तऱ्हेने मला उपकारक ठरले, कारण त्यामुळे प्रत्यक्ष शारीरिक दंगामस्तीपेक्षा वैचारिक दंगामस्तीकडेच मला लक्ष द्यावे लागले. कारण पंगुत्वामुळे शारीरिक दंगामस्ती करायला मी अपात्र झालो. बेचाळीस ते एकूणपन्नास हा कालखंड माझ्या दृष्टीने फार महत्त्वाचा आहे. याच काळात अनिवार्य अशी फाळणी झाली आणि गांधीजींबद्दलचा उरलासुरला आदर नष्ट झाला. हिंदू-मुसलमान प्रश्नाची तीव्रता जसजशी वाढत गेली तसतसा मी कडवा सावरकरवादी बनत गेलो. पुरुषोत्तम भास्कर भावे नावाच्या एका पत्रकाराचा शोध याच कालखंडात मला लागला. त्यांच्या भाषेतील आवेश आणि भारावून टाकणारे शब्द याचा माझ्यावर दीर्घकालीन परिणाम झाला. भाव्यांचे तेव्हाचे लेखन हे खरोखरीच जखमी झालेल्या योद्ध्याचे निर्वाणयुद्ध होते. एकीकडून मला फडके यांची गुलगुलीत मुलायम भाषा मोहात पाडीत होती, दुसरीकडे अत्र्यांचे बलदंड आणि चतुरंग व्यक्तिमत्त्व आकर्षण वाटत होते; तर त्याचबरोबर एकाकी लढाई करणाऱ्या पुरुषोत्तम भास्कर भाव्यांची श्रद्धा व तळमळ मला भारून टाकीत होती. कुणाच्याही भाषेचा विकास एखाद्याच व्यक्तीच्या प्रभावाने होत नाही. अनेक लहान-मोठे प्रवाह त्याला येऊन मिळतात आणि त्या सर्वांचा मिळून स्वतंत्र रंगारूपाचा आणि गुणधर्माचा एक भाषाप्रवाह निर्माण होतो. आपण सर्वांचेच काही घेतलेले असते, पण तसे कुणाचेच काही घेतलेले नसते. ह्या सर्वांचे परिणाम आपल्या विचारांवर आणि भाषेवर इतक्या नकळत घडून गेलेले असतात की, त्यातले काय कुणाचे– असा हिशेब सांगता येत नाही. आणखी काही आकर्षणाचे विषय आपल्या आयुष्यात निर्माण झालेले असतात; परंतु आपल्या प्रकृतिधर्माला ते पेलणारे नसतात, म्हणून त्या आकर्षणाच्या वर्तुळातून जाणीवपूर्वक बाहेर पडावे लागते. वि. स. खांडेकर आणि सानेगुरुजी या दोघांच्याही प्रभावातून मी मुक्त झालो, याबद्दल मला कधीही विषाद वाटला नाही.

-*-०-*-

: ३० :

पण एकूण माझ्या साऱ्या व्यक्तिमत्त्वावर माझ्या वडिलांचा ठसा उमटणे अगदी स्वाभाविक होते. ते करारी, तापट, शिस्तप्रिय आणि थोडे एककल्ली होते. त्यांच्या या स्वभावाचा आमच्या सर्व भावंडांवर विपरीत परिणाम झाला. काहींची वाढ खुंटली, कारण ते प्रतिकार करू शकले नाहीत. मी वडिलांशी प्रतिकार केला; एवढेच नव्हे, तर प्रसंगी सुरक्षित घराचा त्यागही केला. त्यांच्या विलक्षण आक्रमक आणि प्रभावी व्यक्तिमत्त्वामुळे माझ्या आयुष्यातील पहिली काही वर्षे अत्यंत दुबळेपणाने आणि खालच्या मानेने वावरण्यात गेली. आनंदीबाई प्रत्यक्ष माझ्या आयुष्यात येईपर्यंत आणि त्यामुळे समाजाशी भांडण्याचा प्रसंग येईपर्यंत माझ्यात कसल्याही स्वरूपाची आक्रमकता नव्हती. हौतात्म्याचे आकर्षण होते म्हणून नकळत मी गोळीबारात सापडलो, इतकेच; पण स्वत:हून काही निर्णय घेण्याची माझ्यात शक्तीच नव्हती. समाजाला, वडिलधाऱ्यांना– एवढेच नव्हे, तर पूर्वी गृहीत धरलेल्या नीतिनियमांना टक्कर देण्याची हिंमत माझ्यात पैदा होणेच शक्य नव्हते. मी पुष्कळसा स्वप्नाळू होतो. अशक्यप्राय कल्पना सुचणे, हा माझा स्थायिभाव होता. ज्या वेळी सहकारी गृहबांधणी लोकप्रिय झालेली नव्हती, तेव्हा १९४६च्या सुमारास दोन-अडीचशे लोकांनी नुसती एकत्र घरे बांधावीत असे नव्हे, तर पुष्कळसे कौटुंबिक व्यवहार एकत्रितपणे करण्याची समूहजीवनाची कल्पना मी राबविली होती. प्रत्यक्षात ती यशस्वी

झाली नाही. वसाहत अस्तित्वात आली, पण युक्ति-प्रयुक्तीने मलाच त्या वस्तीतून वगळण्यात आले.

खूप पैसे मिळवावेत, अशी कधीही मला आकांक्षा नव्हती; पण लोकांचा विश्वासही बसणार नाही, एवढ्या प्रचंड रकमांचे व्यवहार आजपर्यंत मी आयुष्यात केले. एवढ्या बाबतीत वडिलांची कर्तव्यदक्षता, प्रामाणिकपणा आणि सार्वजनिक पैशाच्या वापरासंबंधी पाळावयाचे कठोर नियम हे मला आयुष्यभर उपयोगी पडले. प्रत्येक सार्वजनिक चळवळीत माझे वैयक्तिक पैसे मोठ्या प्रमाणात खर्ची पडले, पण लोकांचा पैसा मी नेहमीच श्रेष्ठ प्रकारची नैतिक जबाबदारी म्हणून मानला व त्याचे हिशेब मी काटेकोरपणे ठेवण्याचा आग्रह धरला. त्याचा एक फायदा मला सतत झाला की– तेव्हा, त्यानंतरच्या धनहीन अवस्थेत व आता जेव्हा जेव्हा गरज लागेल तेव्हा तेव्हा मला केव्हाही पैसा कमी पडलेला नाही. वडिलांनी एवढे नानाविध प्रकारचे सार्वजनिक उद्योग केले व किती तरी लोकांचे आर्थिक व्यवहार सांभाळले की, त्यांच्या आकस्मिक मृत्यूनंतर मी अडचणीत सापडणार, असे मला वाटत होते. पण त्यांच्या हिशेबाच्या वह्या मी पाहिल्या आणि शेवटच्या दिवसापर्यंतचे पै-पैशांचे हिशेब त्यात विस्ताराने लिहिलेले आढळले. या एका गोष्टीवरून मी एक धडा घेतला की, सचोटी हा गुण नसून ती एक सोय आहे. तुमच्या गरजेच्या वेळी तुमचा प्रामाणिकपणाच उपयोगी पडतो. तुमच्याशी मतभेद असणारी किंवा भांडणे झालेली माणसेसुद्धा तुमच्या अडचणीच्या काळात आपणहून तुमच्याकडे धावून येतात. आता हा गुण दुर्मिळ होत चालला आहे, ही गोष्ट खरी; पण त्याला कारण लोकांची बदलत चाललेली नीती, हेच आहे. अजूनही सत्कार्यासाठी लोकांकडे पैसे मागावेत आणि लोकांनी ते द्यावेत, हाच अनुभव मला येतो. लोकांचे सोडून द्या; पण ज्या सरकारवर मी अत्यंत कडवट टीका करतो, त्या सरकारकडे सार्वजनिक कार्यार्थ मी पैसे मागितले आणि ते मिळाले नाहीत, असे क्वचितच घडले आहे. आपण प्रत्येकाला हिशेब देणे लागतो, ही भावना जागी असेल तर पुष्कळ प्रश्न मिटतात; ही वडिलांनी आचरून दाखविलेली गोष्ट माझ्या जीवनात इतकी उपयुक्त झालेली आहे की, त्यामुळेच जी काही लहान-मोठी कार्ये माझ्या हातून घडली, ती यशस्वीपणे मी पार पाडू शकलो.

प्रत्येक प्राणिमात्राला जगण्यासाठी व्यवसाय करावा लागतो आणि व्यवसायाचे आणि समाजाचे नियम पाळून चरितार्थासाठी द्रव्यार्जन करावे लागते. वडिलोपार्जित कोणतीच मालमत्ता मी स्वीकारलेली नाही आणि त्याची मला आवश्यकताही

वाटली नाही. वडिलोपार्जित मालमत्ता अशी मी एकच वापरली– ती म्हणजे, वडिलांचे नाव. तिचा मला खूप उपयोग झाला. जेव्हा जेव्हा माझ्या आयुष्यात काही यक्षप्रश्न निर्माण होतात; तेव्हा अजूनही माझ्या वडिलांचे भेदक, उग्र डोळे मला धाकात ठेवू शकतात. ते हयात असताना त्यांचा मला फार राग येई, कारण ते आम्हाला फार धाकात ठेवत. माझी आई कल्पनातीत सोशिक आणि गरीब होती. तिलाही त्यांच्या उग्र आणि तामसी वर्तनाचा अतोनात त्रास झाला होता. आम्ही तिन्ही भाऊ वडिलांच्या रूपावर गेलो. जसजसे माझे वयोमान वाढू लागले तसतसे माझे वडिलांशी असणारे साम्य जास्त जाणवू लागले होते. माझ्या बहिणींतली थोरली– जी गतवर्षी कैलासवासी झाली– ती सुंदर (डॉक्टर भिडे, इचलकरंजी– यांची पत्नी) आणि शकुंतला (डॉ. काणे, दापोली– यांची पत्नी) ह्या आईच्या वळणावर गेल्या आणि गंगा (चंद्रशेखर मराठे या लेखकाची आई) आणि यमुना ही इंजिनिअर आगरकरांची पत्नी या दोघी वडिलांच्या वळणावर गेल्या. या घटकेला माझे दोघे बंधू विनायक व कृष्णा (आळंदी आणि पुणे) आणि शकुंतला एवढीच माझी भावंडे हयात आहेत. तशी आम्हा सर्व भावंडांची स्थिती किरकोळ अडचणी सोडल्या, तर चांगली राहिली. थोरले बंधू सोडून सर्वांना मुलेबाळे झाली आणि काहींना तर नातवंडे व पतवंडेही झाली. तसा बेहेरे कुटुंबाचा वृक्ष चांगला विस्तारला आणि फारशी कुरकूर करावी अशी कुणाचीही स्थिती नाही. नाही म्हणायला, माझी सर्वांत देखणी आणि बुद्धिमान बहीण गंगा ही मात्र फारच लवकर वारली. तिला काव्यशक्ती होती आणि रसाळ पद्धतीने गोष्टी सांगण्यातही ती प्रवीण होती. तिचे रूप तर विलक्षण आकर्षक होते आणि त्याहीपेक्षा तिचा स्वभाव मृदू व आर्जवी होता. तिला सासरी खूप जाच झाला. पुढे क्षय झाला आणि त्यात ती वारली. आमच्या घरात मी पाहिलेला तो पहिला मृत्यू! एखादे प्राजक्ताचे फूल उमलता-उमलता चुरगळून जावे, असे तिचे झाले. तिला पाहिल्याबरोबर तिची शालीन वृत्ती आणि सुसंस्कृत डोळे कुणालाही प्रभावित करीत. तिचे माझ्यावर विलक्षण प्रेम होते. वडिलांच्या मारापासून तिने मला किती तरी वेळा वाचविले होते. माझ्या लेखनकलेला लहानपणी तिनेच खतपाणी घातले. मॅट्रिकच्या वर्गात असताना वडिलांना न सांगता जे ग्रामोफोन रेकॉर्ड भाड्याने देण्याचे दुकान मी काढले, त्याला तिनेच ८० रुपयांचे भांडवल दिले. स्त्रियांबद्दल माझ्या मनात अतीव जिव्हाळा आणि आदर निर्माण करण्याचे श्रेय तिलाच आहे. एक १८-२० वर्षांची तरुण रुग्ण मुलगी आयुष्याचा केवढा उदार अर्थ लावू शकते आणि स्वत:चे दु:ख विसरून दुसऱ्याच्या सुखात कशी

रममाण होऊ शकते, याचे गंगा हे उदाहरण आहे. तिने मला कवितांतून लिहिलेली पत्रे पानशेतच्या पुराने नष्ट करून टाकली आणि माझा एक ठेवा हरवला.

कुटुंब म्हणून जेवढी सुखे आणि दुःखे वाट्याला यायची, ती सर्व माझ्या वाट्याला आली आहेत. ज्येष्ठता नसताना घराचे कर्तेपण माझ्याकडे आले, पण माझ्या दोन्ही बंधूंचे प्रेम मला संपादन करता आले नाही. त्या मानाने माझ्या साऱ्याच बहिणींशी माझे संबंध प्रेमाचे आणि सलोख्याचे राहिले. आईच्या मृत्यूनंतर माझी थोरली बहीण माझ्याशी आईच्या नात्यानेच वागली. मला ती रागवायला कमी करीत नसे, पण माझ्या उणिवांवर ती सदैव पांघरूणही घालीत असे. तीही आता गेली आणि खऱ्या अर्थाने माझ्या कुटुंबातली वडिलधारी माया संपून गेली. आता मला सावरणारे कुणी उरले नाही. आता मला एकच बहीण उरली आहे. ती म्हणजे, शकुंतला काणे. ती वास्तविक माझ्यापेक्षा वयाने लहान. माझ्या बऱ्या-वाईट कर्तृत्वाबद्दल तिला विलक्षण आदर वाटतो. वयाने लहान असली तरी ती पुष्कळच प्रौढपणाने वागून माझ्या सर्वच बहिणींची जागा भरून काढण्याचा प्रयत्न करते. जसजसे वय वाढत जाते तसतसे एकमेकांना भेटणे अधिक कठीण होत जाते. तिचीही प्रकृती चांगली नसते आणि माझीही नाही. तेव्हा हा दुरावा अटळ आहे. पण तिचे स्निग्ध पत्र आले की, काही काळ तरी काही वर्षे गळून पडतात आणि पुष्कळसे आजार कमी होतात. जास्त जगण्याचे तोटे हे होणारच. वडिलधारी माणसे एकमागोमाग एक जात राहावीत, मित्रपरिवार कमी होत राहावा आणि हळूहळू एकटेपणाची जाणीव बोचू लागावी– हे अपरिहार्य आहे.

पण हेही तितकेसे खरे नसते. दुःखाचे तडाखे सोसत असतानाच निसर्ग काही इतका निर्दय होत नाही. तो कुटुंबवृक्षाच्या काही फांद्या तोडतो, त्याच वेळेस त्याच वृक्षाला काही नव्या फांद्या फुटू लागलेल्या असतात. या फांद्यांची कोवळी पालवी झालेल्या दुःखाचा परिहार करते, नवी नातीगोती निर्माण करते, नवे भावबंध निर्माण होत जातात आणि काही दुःखांची भरपाई काही सुखांत होते. माझा थोरला मुलगा राजेंद्र हा लष्करात कमिशन घेऊन गेला होता. तो डेन्टल सर्जन आहे. त्याचे लग्न आमच्याच नात्यातला अभ्यंकरांच्या मीनाशी झाले. ती फर्ग्युसन कॉलेजमध्ये आता प्राध्यापक आहे आणि त्यांनाही मुलगा झाल्यामुळे माझ्या कुटुंबाचा वंश पुढे चालू राहिला आहे. राजा माझ्याबरोबर राहत नाही, त्याने आता वेगळा मोठा फ्लॅट घेतला आहे आणि तेथे त्याचा संसार समृद्धीने चालला आहे. सर्व मुलांना एकत्र घेऊन राहावे, अशी माझी

जुनाट कल्पना होती आणि त्याच कल्पनेने मी हिंगण्याला एक घरही बांधले होते. गंभीर स्वरूपाचे कोणतेही मतभेद नसतानासुद्धा तरुण पिढीला वेगळे राहावे असे वाटणे स्वाभाविक आहे; त्याबद्दल माझी तक्रार नाही. पण माझा नातू माझ्या अंगाखांद्यांवर वाढला असता तर माझे म्हातारपण अधिक सुखाचे झाले असते, असे मला वाटते. झाडे वाढताना पाहण्यात जसा मला आनंद वाटतो, तसा आनंद मुले वाढत असताना पाहण्यात वाटतो. पण ही कमताई माझ्या धाकट्या मुलाने भरून काढली. तो माझ्या व्यवसायात असल्यामुळे, तसेच माझ्याबरोबर राहण्याचे त्याने नक्की ठरवले असल्यामुळे त्याचा संसार वाढताना माझे मोठे असणारे घरसुद्धा मला लहान वाटू लागले आहे. आणीबाणीतच त्याच्या हाती प्रकाशनाचा व्यवसाय सोपवण्याचे मी नक्की केले आणि त्याच्या नावावर 'सोबत' सोडून सर्व व्यवसाय करून टाकला. वयाच्या सतराव्या वर्षापासून मी जगण्यासाठी फार धडपड केली, त्याचा मला शीण आलेला होता. आपल्या डोळ्यांदेखत आपल्या मुलाने कारभार करावा, म्हणजे आवश्यक असेल तर त्याला आपला उपयोग होऊ शकतो, असे माझ्या मनात होतेच. लेखकाला निवृत्ती नाही, पण व्यवस्थापकला निवृत्ती असते आणि योग्य वेळी निवृत्त होण्यात शहाणपणही असते. शिवाय आणीबाणीत मी केव्हाही तुरुंगात जाण्याची शक्यता स्वच्छपणे दिसत होती. माझा मुलगा आता माझा व्यवसाय पूर्णपणे सांभाळतो. मी छापखान्यात पाऊलसुद्धा ठेवत नाही. कार्यालयातसुद्धा क्वचित केव्हा तरी जातो आणि त्याने विचारले, तरच एखाद्या गोष्टीवर मत व्यक्त करतो. तो चांगल्या तऱ्हेने व्यवसाय करतो असे लोक म्हणतात, त्यामुळे माझी निवृत्ती ही सुखदायी झाली आहे, असे म्हणायला हरकत नाही. त्यातच योग्य वेळी त्याला मुलगी झाली आणि एक नवा अंकुर घरात वावरू लागला. जगातल्या कोणत्याही सन्मानापेक्षा बोबड्या आवाजातील 'आजोबा' हा सन्मान किती आनंददायक असतो, ही ज्याच्या-त्याच्या स्वानुभवाची गोष्ट आहे. लहानसहान कुतूहलातून एक जीव मोठा होत जातो आणि आपल्या अनेक सुख-दुःखांशी त्याचे नाते जडत जाते. आपल्या अहंकाराला आणि अस्तित्वालाही हळूहळू निरर्थक करणारे चैतन्य निर्माण होत असताना आपल्या बालपणातील उरलेल्या सर्व हौशी तृप्त करून घेण्याची ही सुसंधी असते. छोटीचा संचार घरातील सर्व कोनाकोपऱ्यांतून होतो आणि तिची खेळणी, कपडे वाटेल त्या ठिकाणी ती हक्काने ठेवते. पण ते अतिक्रमण वाटत नाही.

पण ह्या साऱ्या आनंदाचा पूर्वानुभव मला माझ्या मुलीने म्हणजे मुकुलने

पूर्वीच दिलेला आहे. तिचे लग्न जरा लवकर केले, ही खंत माझ्या मनात असतेच; पण तिचा उत्साहभरला संसार ही खंत पळवून लावतो. पूर्वी ती राजकोटला आणि आता भोपाळला असते. पण लग्न झाले, तेव्हा तिचा संसार पुण्यातच होता. तिच्या मुलीचा म्हणजे राणीचा जन्म आमच्या घरातच झाला आणि ती वाढलीही आमच्या घरातच. तिचा विकास तिच्या वयाच्या मानाने फार झपाट्याने झाला. ती चुरचुरीत बोलायची आणि प्रौढ माणसांचे अनुकरण करायची. मुलांवर प्रेम करताना ती लाडावतील याची भीती असते, म्हणून आपण सावध असतो. पण नातवंडांवर प्रेम करताना त्यांना वाढविण्याची जबाबदारी आपल्यावर नसते, शिवाय त्यांना देण्यासाठी आपल्याजवळ वेळ असतो. त्यांच्यावर प्रेम करून खरे तर आपण आपलेच बाळपण पुन्हा उपभोगीत असतो. राणीने मला अपरंपार सुख दिले आणि माझ्यावर अनिवार प्रेमही केले. क्वचित प्रसंगी आपल्या आईपेक्षाही तिने माझ्यावर अधिक प्रेम केले. तिला एक आकर्षक व्यक्तिमत्त्व होते आणि ती कुणावरही प्रभाव टाकीत होती. आता ती पुष्कळच मोठी झाली आहे, त्यामुळे पूर्वीचा तो कोवळा भावबंध शाबूत राहणे शक्य नाही. पण केव्हा तरी अचानक पूर्वीचा उमाळा तिच्या अंत:करणात दाटून येतो. तेवढ्यापुरते मला तिचे बाळपण पुन्हा आठवते आणि वाटते– हे असे बालपण, त्यातील निरागसता, थोडे प्रौढ वाटणारे शहाणपण– हे जतन करून ठेवता येईल का? येईल– नव्हे, येतेच. माणसाला मन कशाला दिले आहे? ते साऱ्या गोष्टींची छायाचित्रे घेऊन ठेवते. शिवाय या छायाचित्रांतून अधून-मधून ताज्या प्रतिमा उमटतात. रवीच्या मुलीची– म्हणजे छोटीची प्रतिमाही त्याला मिळती-जुळतीच बनत चालली आहे.

-*-०-*-

: ३१ :

संसारात विकल्प येऊनसुद्धा सारे काही व्यवस्थित झाले. लायकीपेक्षा यश, समृद्धी आणि थोडीफार मान्यताही मिळाली. अर्थात निंदकही खूप आहेत आणि ते असणारच. एक तर माझ्या लेखनातून मी खूप लोकांना दुखवले आहे. त्यात मित्र आणि शत्रू अशी वर्गवारी मी केली नाही. आपला आणि परका हा भेदभावही मी मानला नाही. त्यामुळे काही काळ तरी जवळचे लोक दुखावले गेले. भांडणे माणसांची नसतात, तर तत्त्वांची असतात– हेच कुणी समजून न घेतल्यामुळे काही राग-लोभ शिल्लक राहिले. आपल्या वाईट गोष्टींची तर लोक टिंगल करणारच, पण कित्येकदा चांगल्या गोष्टींचीही टिंगल झाली. तत्त्वासाठी वाद केले, तेव्हा मन थोडे खंतावले. त्यातल्या त्यात प्रतिभासंपन्न, सेवाव्रती किंवा बुद्धिवंत माणसांनी आपल्याबद्दल तुच्छतेने उद्‌गार काढले, तर त्याचा अन्वयार्थ लावून घेता येतो. पण सार्वजनिक जीवनात क्षुद्र, मत्सरी लोकांचा भरणा जास्त असतो. ती तुमच्यावर जळत असतात आणि तुमच्यावर टीका करायला टपलेली असतात. माझ्या गळ्यात गळा घालणारे माझे मित्रसुद्धा माझ्यामागे काय बोलतात, हे समजण्याचे इंद्रिय मला आहे. पण ह्यांना उपद्रवशक्ती नसते आणि ह्यांच्या मताला समाजात काही किंमतही नसते. केवळ जागा भराव्यात, म्हणून अशी माणसे आपल्या जवळ येऊ द्यावी लागतात. त्यांना टाळता येत नाही. वृत्तीने मी इहवादाचा पुरस्कार करतो, पण अशा वेळेला

माझ्या मदतीला अध्यात्म येते. कर्तव्य म्हणून तू जर एखादे प्रामाणिक कृत्य केले असशील, तर त्याच्या परिणामाची चिंता करू नकोस; तो भार तू माझ्यावर सोपव, असे श्रीकृष्णाने सांगितलेले नाही काय? मग ह्या क्षुद्र टीकेचे आपल्याला दुःख वाटण्याचे कारण नाही, कारण त्यातली बरीचशी टीका केवळ मत्सरापोटी जन्म पावते.

देव हे माणसाला पडलेले सुंदर स्वप्न आहे, असे मला वाटते. जोपर्यंत देव मानवी पातळीवर आणण्याचा आपण प्रयत्न करीत नाही तोपर्यंत देवाचा धाक माणसाला असू शकतो. सर्वसाक्षी परमेश्वर आपले प्रत्येक कृत्य पाहत असतो, म्हणून आपण प्रत्येक कृत्यातील नैतिक-अनैतिक भूमिका शोधण्याचा यत्न करतो– एवढ्यापुरतीच परमेश्वराची कल्पना मला मान्य आहे. तर्क किंवा विज्ञान ह्या दोन्ही गोष्टींनी आस्तिकता आणि नास्तिकता सिद्ध करता येत नाही. देव न मानण्यामुळे कोणताही व्यवहार अडत नाही किंवा मानल्यामुळे कोणत्याही लोकव्यवहारात फरक पडत नाही. प्रार्थना, आराधना, ध्यान, भजन, पूजन, अभिषेक, लघुरुद्र ह्या साऱ्या गोष्टींशी परमेश्वराचा काहीही संबंध नाही. माणसांनी त्या निर्माण केल्या आणि त्यामुळे दुसऱ्याला उपद्रव झाला नाही, तर त्यांना विरोध करण्याचे कारण नाही; पण ह्या गोष्टी केल्यामुळे देव प्रसन्न होतो व आपल्याला ऐहिकदृष्ट्या समृद्ध करतो, असे मानणे म्हणजे परमेश्वर हाही माणसांसारखाच स्तुतीला भाळणारा आहे, असे म्हणावे लागेल.

मूर्ती माणसाने निर्माण केल्या आणि त्या मूर्तीचे रंग, रूप, आकार, शयन, भोजन, निवास आदी व्यवस्थाही माणसानेच केली. ह्यात माणसाचा अहंकार तृप्त होत असेल, पण सृष्टीचे रहस्य समजण्याची क्षमता त्याला प्राप्त होत नाही. ज्याने जग निर्माण केले असे आपण एकीकडे म्हणतो, त्याला चुळकाभर पाण्याने अभिषेक करणे किंवा त्यानेच निर्माण केलेल्या शब्दांचा पाठ म्हणणे आणि कसला तरी नैवेद्य त्याला दाखविणे– ह्या साऱ्या गोष्टी क्षुद्रपणाच्या आहेत. ह्या साऱ्या क्रियेतूनच मठपती, आचार्य, बडवे, भोपे, गुरव वा माताजी, भटजी, उपाध्याय, ज्योतिषी, मांत्रिक अशी सारी पिलावळ तयार होते. ही सारी पोटार्थी माणसे परमेश्वराची कृपा मिळवून देण्यासाठी आपल्याला साह्य कसे काय करणार? मग हळूहळू धर्माज्ञा, प्रेषिताच्या आज्ञा, स्मृतिवचने, शास्त्रवचने ह्या साऱ्यांना अवाजवी महत्त्व प्राप्त होते. देवाने आणि धर्माने माणसाचे प्रश्न सोडविण्याऐवजी देव आणि धर्म माणसाचे प्रश्न गुंतागुंतीचे करतात, मग धर्माचा आश्रय घेऊन उच्च-नीचता निर्माण होते. धर्माच्या नावाखाली दान करणाऱ्या

पापी माणसांना धर्मच संरक्षण देऊ लागतो. म्हणून प्रचलित अर्थाने देव मला मान्य नाही. माणसाचा एक अनामिक मित्र म्हणून देव मला मान्य आहे. सूर्य, चंद्र, पर्जन्य, वायू, पर्वत, सरिता, वृक्षराजी हे सारे निसर्ग म्हणून आपण ओळखतो. त्यात मानवाला फारसा हस्तक्षेप करता येत नसल्यामुळे मला ते सारे देवतास्वरूप वाटते. देव असलाच तर तो व्यक्तीपुरता मर्यादित असावा, सामुदायिक स्वरूपात त्याची बाजारपेठ होऊ नये. म्हणून मी कोणत्याही प्रकारची उपासना कधी केली नाही किंवा कोणत्याही दैवताला साकडे घातले नाही. मला त्याची गरज वाटली नाही. परमेश्वराने मला थोडीफार बुद्धी दिली, संस्कार स्वीकारू शकेल असे मन दिले, करुणेने पाझरणारे हृदय दिले, स्वाभिमानाचा ताठा दिला आणि हे सर्व कार्यक्षम राहावे म्हणून पंचेंद्रिये दिली– यांनाच मी परमेश्वर मानले. आपला हृदयस्थ आत्मा हा नेहमी सत्यच सांगत असतो. पण तो कुणाला विकला जाणार नाही, एवढी काळजी मात्र आपण घेतली पाहिजे. देवाला शोधण्यासाठी राऊळा-मंदिरात, रानावनात, बुवा-महंतांकडे जाण्यात अर्थ नाही. कारण त्याचा जन्म जिथे होतो, ते प्रत्येकाचे मनच त्याचे कायमचे निवासस्थान असते. आपल्या वाट्याला जे विहित कर्म आहे, ते कर्म करताना अंगचोरपणा न करता सुख आणि दु:ख या दोन्हींचा यथोचित स्वीकार करून आपल्या जीवनाची आनंदयात्रा किंवा भोगयात्रा पार पाडायला हवी. हे सारे भोग भोगल्याशिवाय आपली सुटका नसते. मग त्या साऱ्या भोगांना आनंदयात्रेचे स्वरूप का देऊ नये?

-*-०-*-

शब्द
आणि
अनुभव

: ९ :

"आजोबाऽऽ आम्ही आलो– आम्ही आलो!"

दरवाज्यापलीकडून आवाज आला. आवाज ओळखीचा होता, पण हे शब्दप्रयोग नवीन होते. मी लेखनिकाला मजकूर सांगत होतो, म्हणून दार उघडायला थोडा उशीर झाला. तेव्हा दार खडखडा वाजविले गेले आणि पुन्हा पुकारा आला– "आजोबाऽऽ आम्ही आलो!"

मी दार उघडून पाहिलं– तो राणी! माझी नात! नुकतीच उठून दाराबाहेर उभी होती आणि शिरस्त्याप्रमाणे तिची-माझी उठल्याबरोबर गाठ होणे अपरिहार्य होते. आणि उठल्या-उठल्याच ती दरवाजा ठोठावून मला हाक मारीत होती. 'आम्ही आलो' हा शब्दप्रयोग तिनं कुणाकडून तरी ऐकला असावा. तो तिला ऐटदार वाटला असावा. नव्या शब्दांच्या उच्चारांच्या शोधात असणाऱ्या तिला 'आम्ही' ह्या शब्दात काही नवी ऐट सापडली. त्यामुळे ती आपला उल्लेख 'आम्ही' असा करायला लागली. मी दार उघडून तिला कडेवर घेतले आणि परत येऊन खुर्चीवर बसलो. लेखनात व्यत्यय आला होता; पण एक तर हा व्यत्यय गोड होता, निरागस होता आणि टाळताही येण्यासारखा नव्हता. मी तिला समजावून सांगितलं की, मी आता अभ्यास करतोय. ते तिला पटलं. मग ती समोरच्या स्टुलावर गप्प बसून लेखनिकाला मी जे सांगत होतो, ते ऐकत शांतपणे बसली. अभ्यास करणं आवश्यक आहे आणि

तेव्हा खेळायचं नाही, बडबड करायची नाही– हे तिनं मोठ्या नाखुशीनं मान्य केलं. सारखी बडबड करणाऱ्या राणीला अजिबात न बोलताना पाहून मला जरा चुकल्या-चुकल्यासारखं झालं. माझं लेखनातील लक्ष उडायला लागलं. सजीव गोष्ट नि:शब्द होण्यापेक्षा निर्जीव शब्द थांबले तरी चालतील, असं वाटू लागलं. मी लेखन थांबविलं. मी लेखनिकाला रजा दिली. आम्ही दोघंच उरताच राणी एकदम झेप टाकून मांडीवर येऊन बसली आणि म्हणाली, ''अभ्यास संपला?''

''होय.''

''चित्र दाखविणार?''

''हो!'' असं म्हणत मी शेजारचा एक मासिकाचा अंक घेतला आणि तिला चित्रं दाखवू लागलो. खरं म्हणजे, तिच्या अतिरिक्त बडबडीला कंटाळून चित्रं पाहायची गोडी मीच तिला लावली होती; पण चित्रांचं वेड आता इतकं अनावर झालं होतं की, आई-आजी-मामा आणि बाबा ह्यांनाही ती चित्रं दाखविण्यासाठी सतावीत असते. मासिकातील चित्रात तरुण बाई दिसली की ती तिची आई असते, तरुण पुरुष असला की त्यावर झेप टाकून ती म्हणे 'हा बाबा!' अर्थात म्हाताऱ्या माणसांची चित्रे हल्लीच्या मासिकांतून फारशी नसतात, त्यामुळे आजी आणि आजोबा तिला ह्या चित्रांतून सापडत नसतात. पण ही सारी चित्रे तिला फारशी आवडत नसावीत. रीडर्स डायजेस्टच्या फेअरी टेल्सची दोन पुस्तके माझ्याकडे आहेत; पण जणू काही ती पुस्तके आपल्याच मालकीची आहेत, असं राणी समजते. आणि त्या पुस्तकांना ती माझ्याशिवाय कुणाला हात लावू देत नाही. ती पुस्तके म्हणजे जणू काही तिनं माझ्यासाठी राखून ठेवलेला खजिना आहे. त्यातले कोंबडा, हत्ती, जिराफ, चिमणी हे प्राणी तर तिच्या आवडीचे आहेतच; पण त्यात अधून-मधून असणाऱ्या सर्व म्हाताऱ्यांना तिनं आजोबा-आजी करून टाकलं आहे. ह्या पुस्तकातील प्रत्येक चित्र ती आधी मला दाखविते आणि मग ते मला तिला दाखवावे लागते, त्याशिवाय ते पुस्तक तिला पाह्यल्यासारखं वाटत नाही. त्या पुस्तकातील चित्रांच्या रंगांची भाषा तिला चट्कन् समजते. हिरवे, पिवळे, जांभळे, नारंगी असा प्रत्येक रंग पाहताना ती एकदम– 'अरेच्या!' असा आश्चर्योद्‌गार काढते. ती चित्रे पुन: पुन्हा पाहूनही तिचं ते आश्चर्य अजून संपलेलं नाही. नवी पुस्तके आणून दिली तरी या परिकथांच्या राज्यात माझ्याबरोबर हिंडायला तिला आवडत असलं पाहिजे.

पण पाच-दहा मिनिटांत हे ग्रंथवाचन संपतं. माझ्या खोलीवर तिचं स्वामित्व असल्यामुळं ती माझ्या खोलीत कुणाला येऊ देत नाही. माझ्या कॉटवर

कुणाला बसू देत नाही. एवढंच नव्हे, तर ती माझ्या कुठल्याही पुस्तकाला कुणाला हात लावू देत नाही. माझ्या पुस्तकाला चांगला रखवालदार मिळालाय. आता माझ्या खोलीत माझ्या परोक्ष कोणी गेलं असलं, तर मी येताक्षणीच ती साऱ्या तक्रारी आठवून सांगते. काल करून दिलेली नाव, हरवत जात-जात काही उरलेले पत्ते माझ्या खोलीतील कपाटात तिने ठेवलेले असतात. 'पत्ते खेळू या' असा ती आग्रह धरते; पण चार-दोन पत्ते मांडून होताच त्या सगळ्या पत्त्यांचा ती ताबा घेते. तिच्याशी खेळायला येणारी बंगल्यातील अन्य मुलं तिला आलेली आवडतात; पण आपल्या कुठल्याही वस्तूला ती हात लावू देत नाही. त्यामुळे ती मुलं आपापल्याशी खेळत राहतात आणि दोन वर्षांची चिमुरडी राणी दिवाणावर बसून त्यांच्याकडे नुसती पाहत राहते.

सकाळी उठल्यापासून ती घरभर येरझाऱ्या घालीत असते. तिला मी गमतीनं गायत्री मंत्र शिकविला, तो ती न चुकता स्वच्छ म्हणते. ती तिच्याबरोबर म्हणायला लागलो की, ती माझ्या पुढचा शब्द म्हणते. मी आकडे शिकवायला लागलो की, ती पुढचे आकडे म्हणते– शेजारी माझा मुलगा किंवा बायको येऊन बसलेली तिला खपत नाहीच, पण तिची आईसुद्धा येऊन बसलेली तिला आवडत नाही. पहिल्या-पहिल्यांदा ती चक्क त्यांना मारायची! पण आता तिच्या ध्यानात आलंय की, हे मारणं काही बरोबर नाही. कारण ह्या सगळ्यांचीच आपल्याला थोडी-थोडी गरज लागतीय. मग ती आम्हा दोघांच्यामध्ये येऊन बसते आणि हक्क बजावते. तिला विचारले, "तू कोणाची?" तर म्हणते, "आजोबांची!"... "आई कोणाची?" ह्यावर तिचं उत्तर असतं, "आजोबांची नाही आहे." ती एकटीच आजोबांची असते. आणि ते पक्कं ठसविण्यासाठी ती एक लांबलचक यादी म्हणते की– 'मी आईची नाही, बाबांची नाही, मामाची नाही... एकट्या आज्जोबांची आहे!' हे सगळं दिवसभर छान चालतं. पण संध्याकाळ झाली की, हळूहळू ह्या नकारातील आग्रह कमी-कमी व्हायला लागतो. 'आईची नाही' हे म्हणताना आईची नाही, हे अगदी ती नाइलाजाने म्हणते. तिला म्हणताना हे कळत असतं की इतरांची नाही हे खरं आहे, पण आईची नाही हे म्हणणं खरं नाही. कधी कधी ती झोपाळलेली असते, पण तरीही शब्दाला पक्की असते. आईच्या मिठीत असतानासुद्धा, बरं वाटावं म्हणून का असेना ती 'आजोबांची आहे' असं म्हणत असते. तिचा अंत पाहण्यात अर्थ नसतो. मग मी तिला समजून सांगतो की, तुझी आई ही माझी मुलगी आहे आणि तू तिची मुलगी आहेस. तिला तितकंसं ते नीट कळतच नाही. मग मी तिला

सांगतो, तू माझी नात आहेस. मग त्या डोळे पेंगुळलेल्या स्थितीत ती कशी तरी त्या नव्या नात्याशी समजूत करून घेते. गडबडीत त्या नात्यांची उलटापालटही होते. पण तिच्या एवढं ध्यानात आलेलं असतं की, आपली आई आता तीव्रतेनं आपल्याला हवी आहे. आजोबा काही रागावणार नाहीत. मग ती एखादे वेळेस म्हणून जाते, 'मी आईची पण आहे!'

तशी ती अगदी हट्टी आहे. ती कुणाचं ऐकत नाही. एखादी गोष्ट हवी म्हणजे हवी. मग ती भोकाड पसरते. मी घरात असलो, तर मग मी तिला मोठ्यानं हाक मारतो. 'रडायचं नाही– हवं ते मागायचं.' हे मी तिला खूपदा शिकवलं आहे, हे तिच्या लक्षात येतं. सकाळची वेळ असली तर ती समजूतदार असते. ती लगेच रडं सावरते. जणू काही घडलंच नाही, अशा थाटात मी गेल्याबरोबर हसते. समजून सांगायचा प्रयत्न केला, तर समजून घेतल्यासारखं दाखविते. जणू काही आपलं काहीच चुकलं नव्हतं, अशा थाटात ती तुच्छतेनं सगळ्यांच्याकडे पाहते. मग गुपचूप दूध पिते. कपडे काढू देते. जणू काही आपण ह्या गोष्टी सरळ करीत असता वडिलधारी माणसं आपल्याला अकारण त्रास देत होती, असा सूर ती लावते. केव्हा भांडायचं, ह्याचं गणित तिनं ठरविलं आहे. मी बाहेर निघालो, तर ती येण्याचा हट्ट करते. पण मी जर कामावर जातो असं सांगितलं, तर ती निरोप द्यायला जिन्यापर्यंत येते. कामावर जायचं म्हणजे पैसे मिळवायचे आणि पैसे मिळविल्याशिवाय खाऊ, खेळणी आणता येत नाहीत– हे तिच्या डोक्यात पक्कं ठसलेलं आहे. त्यामुळे कामाला जाताना ती अजिबात खळखळ करीत नाही. पण बाहेर जायचा शौक मात्र तिला खूप आहे. मात्र बरोबर कुणी असता कामा नये, कारण मी दुसऱ्याशी बोलायचं नसतं. बाग म्हणजे तिचा अगदी जीव की प्राण. नुसतं नाव काढलं की– लगेच फ्रॉक घेऊन येते, बूट घेऊन येते आणि सांगू ते ऐकते. बागेतसुद्धा तिच्याबरोबर बोलायचे विषय ठरलेले असतात. बागेतील फुलं, त्यांचे रंग, झाडं, त्यांची पानं, हौद हे सारं तिला जवळ नेऊन दाखवावं लागतं. कळलं नाही, तर त्याचं वर्णन करून सांगावं लागतं. गंभीरपणानं ती त्या साऱ्या गोष्टी ऐकत असते. मधेच तिला झाडावरून फुलं तोडायची इच्छा होते. मग ती 'लोकांची आहेत, आपण घ्यायची नसतात' असं सांगितल्यावर 'हो?' असं आश्चर्यानं म्हणते. दुकानात नेले, तर काय घ्यावे आणि काय घेऊ नये ह्याचा निर्णय तिला कधीच घेता येत नाही. दुकानात घेतलेल्या वस्तू घरी गेल्याशिवाय उघडायच्या नसतात, हे ती आता अनुभवानं शिकली आहे. मात्र घरी आल्यावर माझ्याशिवाय त्या वस्तू कोणीच

सोडता कामा नये, असा तिचा आग्रह असतो. एकदा उत्साहाच्या भरात आजीने पेटी उघडली, तेव्हा तिनं आकांडतांडव केलं आणि भोकाड पसरलं. काही केल्या ती थांबेना. आजीला राग येण्याइतका तिनं धिंगाणा घातला. मग ती पेटी पुन्हा बांधावी लागली. आजीला शिक्षा केल्याचं नाटक करावं लागलं. आजीनं रडण्याचंही सोंग केलं. तेव्हा तिचं कुठं समाधान झालं. मग ती पेटी तिच्यासमोर उघडून मी त्यातील एक पेढा तिला दिला. तो तोंडात घालता-घालताच तिच्या लक्षात आलं की, तिच्या आकांडतांडवाने भोवतालची सगळीच मंडळी नाराज झालेली आहेत. मग तिने तो पेढा माझ्या तोंडात घालायचा प्रयत्न केला. मी तो नाकारला, तसाच सगळ्यांनी नाकारला. मग ती एकदम आजीजवळ गेली आणि तिने आजीच्या तोंडात पेढा घातला आणि तिला मिठी मारली. आपलं काही तरी चुकलं होतं, हे तिच्या लक्षात आल्याबरोबर तिनं ते किती झट्कन दुरुस्त करायचा प्रयत्न केला! आजी हसायला लागल्यावर तीही हसू लागली.

कधी कधी माझ्याशी तिचं अतिरिक्त प्रेमाचे नातं हे इतरांच्या रागाचा विषय होणं स्वाभाविक आहे. आजीकडून ती गोष्ट ऐकते. दुपारचं जेवण घेते. आईकडून दुधाची बाटली घेते आणि रात्री तर आईशिवाय तिला झोपच येत नाही. मामा तिला स्कूटरवरून फिरवायला बरोबर लागतो. ह्या सगळ्यांना एकमेकांच्या परोक्ष ती संतुष्ट ठेवण्याचा प्रयत्न करते. एखादा नवा शब्द ऐकला की, तो मोठ्या माणसाच्या धाटणीनं उच्चारण्यात तिला मौज वाटते. मी बाहेरून आलेलं तिला गाडीच्या हॉर्नवरून कळतं. मग ती सर्वांना दार उघडायला सांगते. सगळी जण मुद्दामच अळमटळम करतात. मी आल्याबरोबर, 'ती दार उघडत नाहीत बघ!' अशी सार्वत्रिक तक्रार ती करते. कुणी तरी हसायला लागलं की, 'तो हसतोय बघ– तो बघतोय बघ!' असं तिचं सारखं चालू असतं. तिच्या वयाच्या मानानं ती थोडी दांडगट आहे. तिला नीट रांगता येत नव्हतं, तेव्हा तिच्याबरोबर मी रांगून तिला शिकवायचो. घरातील सारे लोक हसायचे. पण त्यांच्या हे ध्यानात यायचं नाही की– त्यांना जे हास्यास्पद वाटते, तेवढाच भाग राणीला प्रेम करण्यासारखा वाटतो. तिच्याशी बोलताना तिच्याच शब्दांत बोलावं लागतं. तिच्या लकबीनेच तिच्याबरोबर वावरावं लागतं. पऱ्यांच्या आणि राजांच्या गोष्टींपेक्षा तिला तिच्या घरातील राणीची, आजीची, आजोबाची गोष्ट पुनः पुन्हा सांगितली तरी आवडते. कवितांना अर्थ नसला तरी चालतो. पण त्यांना नाद असावा लागतो. आणि हे वयच सुरांतून शब्द शिकण्याचे आहे– शब्दातून सूर शिकण्याचे नाही, ह्याचं भान विसरून कसं चालेल? तिच्याशी भांडायचं म्हणजे

तिच्या पद्धतीनं भांडलं पाहिजे. समजूत काढायची, तर तीसुद्धा तिला पटेल अशीच नको का काढायला?

पाच-सहा महिन्यांपूर्वी ती दीड वर्षाची असल्यापासून मी तिला घराचा बारा-चौदा पायऱ्यांचा जिना चढायला लावतो. माझं तिच्याकडे लक्ष असतं; परंतु माझे तिच्याकडे लक्ष आहे, हे तिला मी जाणवू देत नाही. ती पडेल अशी सर्वांना भीती वाटते, पण मला तसे वाटत नाही. कारण स्वसंरक्षणाची एक नैसर्गिक उपजत जाण असते, ह्यावर माझा विश्वास आहे. खरे तर निखळ सूर्यप्रकाशात, थंडी-वाऱ्यात, पावसा-पाण्यात मुलांनी वाढले पाहिजे. मागेल ती वस्तू त्यांना मिळता कामा नये. ती प्रयत्नपूर्वक मिळवावी लागते; केवळ रडून-भेकून ती मिळत नाही, हे त्यांना समजले की ती आपोआपच प्रयत्नशील होत राहतात. खरे तर प्रत्येक नव्या गोष्टीची एवढी उत्सुकता त्यांच्या डोळ्यांत असते की, त्या कुतूहलाला जगातील सारी सत्ये सहजगत्या ज्ञात होतील.

काही दिवसांपूर्वी ती एकदा गोवराने आजारी पडली. मी तेव्हा गावाला गेलो होतो. आल्याक्षणीच मी माझ्या मुलीच्या घरी गेलो. माझा आवाज ऐकताच राणी उठून बसली. मला पाहताच तिने मिठी मारली आणि आपले अंग, गाल तिने माझ्या अंगा-खांद्याला घासले. गेले दोन दिवस तिने काही खाल्ले नव्हते. पाणीसुद्धा ती घेत नव्हती. आईशी व वडिलांशीसुद्धा ती बोलत नव्हती. मग मला पाहिल्यावर ती आतून उचंबळून आली. मग तिने थोडे दूध घेतले, पाणी घेतले. एकदम ती राणी झाली.

तिची आई मनातून फार रागावली. मुलगी सुखावली, बोलू लागली, खाऊ लागली– या साऱ्याने तिला बरे वाटले; पण आजोबा येताच तिने आजार विसरावा याचे तिला थोडे वैषम्य वाटले आणि मग तिच्या डोळ्यांत पाणीही आले. काही सुखाचे-काही दुःखाचे. तसा माझ्याकडचा राणीचा ओढा आता तिच्या वाढत्या वयाबरोबर कमी झाला आहे, पण त्या आजारात तिचा बालपणातील सोबती भेटल्यावर ती अगदी गदगदून आली, हेच खरे. मलासुद्धा त्याचे आश्चर्य वाटले. आपली नेमकी जागा कुठे आहे, कुठे असावी– ह्या प्रश्नाचे काही धागे उलगडले.

राणीबरोबर एकट्याने झूमध्ये जाणं म्हणजे आणखी एक गंमतच असते. राणी आता हत्तीला हत्तीबाबा म्हणते, कारण त्याच्या अक्राळविक्राळ देहाचे भय आता तिच्या डोळ्यांतून ओसरले आहे. सिंह असा मोठमोठ्याने का ओरडतो, असा तिचा एक प्रश्न अनुत्तरित राहिला होता. एके दिवशी घरात काही कारणामुळे

मी संतापून कुणावर तरी ओरडत होतो. तेव्हा राणी आईला हळूच म्हणाली, 'आजोबा सिंह झालाय बघ– ओरडतोय!' माझा राग एकदम मावळून गेला आणि मला हसायलाच आलं. कारण खरोखरच माझं ओरडणं निरर्थक असलं पाहिजे. सशाच्या पिंजऱ्यापाशी उभं राहताना राणी एकटक पुष्कळ वेळ त्यांच्याकडे पाहत बसते. ते भित्रे, खाली मान घातलेले डोळे तिच्या ओळखीचे असतात. कबुतरांच्या पिंजऱ्यासमोरून ती हलायलाच तयार नसते. ती म्हणाली, 'हे उडत का नाहीत?' तिचे म्हणणे खरे होते. त्या एवढ्याशा पिंजऱ्यातील इतक्या कबुतरांना तेथे उडायला खरोखरच जागा नव्हती आणि पाखरांनी मुक्तपणे उडावं, अशी आपली तरी कुठं इच्छा असते? हरणांच्या कळपाशी आम्ही गेलो, तेव्हा शेजारच्याचे पाहून खाली पडलेली दोन-तीन पाने जाळीतून हरणाच्या तोंडात तिने दिली. मी 'हरीण चावेल बरं का' असं म्हटल्यावर ती म्हणाली, 'हरणं कधी चावतात का?' खरं म्हणजे कोण चावतं, कोण लचके तोडतं– ह्या गोष्टी तिला अपरिचित होत्या आणि हरणांनी चावणं तिला एकदम नामंजूर होतं. खरं तर तिला त्या हरणांच्या पाठीवरून हातसुद्धा फिरवायचा होता.

नंतर आम्ही मोरांच्या पिंजऱ्यापाशी गेलो. थोडी अवेळ होती. पावसाळी हवा होती. मोर खुशीत होता. मोरानं आपला पिसारा फुलविला होता. त्या मोरपिसांवरील रंगांत ती तर अगदी बुडून गेली. तिच्या इवल्याशा डोळ्यांत ते रंग मावत नसावेत. तेथून ते ओघळून तिच्या ओठा-गालांवर, अंगोपांगांवर ओघळत होते. एवढेच नव्हे, तर त्यांतील चार शिंतोडे माझ्याही अंगावर उडाले होते! राणीचा मोर चांगला होता. हा मोर मी पूर्वी कधीच पाहिला नव्हता. तो नाचत होता, हसत होता आणि आतून-बाहेरून रंगानं माखून गेला होता.

घरी आल्यानंतर राणी त्या पाखरांच्या आणि प्राण्यांच्या जगातच वावरत होती. तिच्या लेखी आम्ही कुणीच नव्हतो. त्यातल्या त्यात मी तिच्या अद्‌भुत आनंदाचा एक सहभागी म्हणून तिच्या लेखी मला थोडी तरी किंमत होती. भोवतालची सारी माणसं रंगहीन आणि निरर्थक होती. तिचं जगच निराळं होतं. ह्या जगाच्या काठावर मी उभा होतो. घरातील सर्व शहाण्या लोकांच्या दृष्टीनं आम्ही दोघंही मूर्ख होतो. जेवणाकडे तिचं लक्ष नव्हतं आणि तिच्याकडे लक्ष असल्यामुळे माझंही जेवणात लक्ष नव्हतं. जेवण झाल्यानंतर आम्ही दोघं माझ्या खोलीत आलो. पुन्हा एकदा पुस्तकातील चित्रं दाखवून झाली. आज चित्रांतील प्राणी पाहून ती तितकी रमली नाही, कारण तिनं पाहिलेले प्राणी आणि चित्रांतील प्राणी अगदीच वेगळे होते. मग हळूहळू अंथरुणावर ती आडवी झाली आणि मग

मी तिला राणीची गोष्ट सांगू लागलो– ‘‘एक होती राणी, एक होते आजोबा. राणी कशी होती? छान छान! तिचे डोळे कसे होते? टपोरे! काळेभोर! केस कसे होते? कुरळे!’’ राणीचं वर्णन चालूच होतं. ‘‘मग राणी आणि तिचे आजोबा झूमध्ये गेले. मग तिथं त्यांना हत्तीबाबा भेटले. सिंह भेटला. हरीण भेटलं. पोपट भेटला. ससे भेटले आणि मोरही भेटला.’’ आणि त्या मोरपंखावरून सरकत-सरकत हळूहळू राणी झोपून गेली. ती झोपल्यावर तिची आई तिला तिच्या खोलीत घेऊन गेली आणि मी एकटाच माझ्या कॉटवर पडून राहिलो. काही वाचायची इच्छा उरली नाही. शैशव, कौमार्य, तारुण्य, प्रौढत्व– हे क्रमश: येत जाणारच, ते कोणाला चुकले नाही. लोकांच्या दृष्टीनं मनुष्य दिवसेंदिवस अनुभवसंपन्न होतो, शहाणा होतो; पण तितकाच तो निरुपयोगी होत जातो. ह्या निरुपयोगी होत जाण्याच्या क्रियेलाच म्हातारपण तर म्हणत नाही ना? ह्या निरर्थक आयुष्यातील अर्थ शोधला, तर एखादे दिवशी तो सापडतो. मोराच्या पिसांवरून तो अगदी अलगद पापण्यांवर टेकतो आणि तिथून कळत-नकळत आत गुप्त होतो. आपण कुणाला तरी हवे आहोत– ही जाणीव किती सुखाची असते... मग विझलेले निखारे पुन्हा एकदम उमलतात, फुलतात. मला वाटतं, शैशवाची आणि वृद्धत्वाची गाठ-भेट तेवढ्यासाठीच योजलेली असावी. उद्या सकाळ होईल. मी असाच लेखन करीत असेन. लेखनात व्यत्यय येणारी अशीच एक चैतन्याने आणि कुतूहलाने भरलेली हाक ऐकू येईल,

‘आजोबाऽऽ आम्ही आलो!’

-*-०-*-

: २ :

मी माझं म्हणून जेव्हा काही सांगतो; तेव्हा ते माझंच नसतं, तुमचंही असतं. किंबहुना, जो माझा अगदी व्यक्तिगत अनुभव असेल, तो तुमच्या हृदयात शिरणारच नाही. व्यक्तीला समाजाचा एक स्तर चिकटलेला असतो आणि म्हणूनच व्यक्तिगत सुख-दुःखे अखेरीस सामुदायिक स्वरूपाची असतात. आपलेपणानं मी माझ्या आईबद्दल काही प्रेमळ आठवणी लिहिल्या, तर जोपर्यंत त्यातलं आईपण सर्वांना भावणार नाही तोपर्यंत माझं लेखन अन्य कुणाच्या हृदयात पोचणारच नाही. माझे अहंकार, माझ्या वासना, माझे हव्यास आणि माझ्या लालसा तशा अर्थाने माझ्या एकट्याच्या नसतात. पुष्कळ लोकांना बोलता येत नाही वा लिहिता येत नाही. त्यांच्या वतीने मी जेव्हा लिहितो– तेव्हा मग माझी रक्ताची आई, बहीण, भाऊ अनेकांची आई-बहीण-भाऊ होत असतात. थोडक्यात, ज्या आईपणावर मी लिहितो; ते आईपण सर्वांना भावत असते. मग अनेक लोकांना आपल्याच आईबद्दल लिहिले आहे, असे वाटू लागते.

व्यक्तिगत सुख-दुःखांना सामूहिक स्वरूप देणे, ही फार अवघड कला आहे याची मला जाणीव आहे. म्हणून मी माझी भाषणे, सत्कार किंवा माझ्याबद्दलचा मजकूर 'सोबत'मध्ये येऊ देत नाही. काही वेळा माझे भान सुटत असेल, पण भान सोडण्याची माझी इच्छा नसते. कधी कधी आपल्यावर कोणी अविवेकी प्रहार

केले म्हणून किंवा अनिवार दु:ख भोगावे लागले म्हणून माझ्याकडून आत्मश्लाघा किंवा आत्मगौरव झाला असेल. परंतु ते टाळण्याचा माझा प्रयत्नही आपल्या लक्षात येत असेल. गौरव शब्दांतून उत्पन्न न होता, जर वाचकांच्या हृदयात आपल्या काही कृतीतून उत्पन्न झाला, तर त्याला काही अर्थ असतो.

माझ्या घरातला एक शीतल आम्रवृक्ष नुकताच उन्मळून पडला. या आम्रवृक्षाने आम्हाला सावली दिली; एवढंच नव्हे, तर मनमुराद आम्रफलेही दिली. माझ्यासारख्याच अनेकांच्या घरात असाच आम्रवृक्ष बहरलेला असेल. कधी बहिणीच्या रूपाने, कधी आजीच्या रूपाने, तर कधी एखाद्या चुलत काका-मामारूपाने. मी माझ्या बहिणीबद्दल चार शब्द लिहिणार आहे, ते प्रत्यक्ष माझ्या बहिणीबद्दलच आहेत; तरीही प्रत्येकाच्या वडिलधाऱ्या माय-बहिणींबद्दलही ते असतीलच.

खरं सांगायचं म्हणजे, ती माझी बहीण नव्हतीच; ती अनेकांची बहीण होती. माझे अनेक लेखकमित्र कधी सांगून– कधी न सांगता माझ्या बहिणीच्या घरी जात. परतल्यानंतर त्यांची प्रतिक्रिया हीच असे. कै. बा. भ. पाटील यांच्या शब्दांत सांगायचं असेल तर 'तुमच्या बहिणीच्या घरी राहून आलो, पण समाधान झालं नाही बुवा! दोन-चार दिवस तरी राहायला पाहिजे होतं. मला त्यांनी बोलावलंय, मी आता त्यांच्या घरी पुन्हा जाणार आहे.'

पुण्यातले विक्षिप्त लेखक-फोटोग्राफर देवीदास बागूल यांच्याशी माझं इतकं कडाक्याचं भांडणं झालं होतं की, पुन्हा तुम्ही माझ्या ऑफिसात येऊ नका, असे मी त्यांना बजावून सांगितले होते. एक दिवस ते चाचरत-बिचकत माझ्या ऑफिसात आले आणि माझ्याकडे न बघताच म्हणाले, ''मी फक्त एकच गोष्ट सांगायला आलोय–'' त्यावर त्यांचं वाक्य तोडून मी त्यांना म्हणालो, ''बसा हो, तुमच्या विक्षिप्त वागण्यामुळे मी तुम्हाला येऊ नका असं म्हणालो, तो राग गेला. आता ते भांडण संपलं. पुन्हा काही घडलं तर पुन्हा बघू! का आलात, हे सांगा.''

ते म्हणाले, ''परवा मी इचलकरंजीला तुमच्या बहिणीकडं गेलो होतो. काय घर आहे हो! आणि माणसंही काय अजब आहेत! मला राहावलं नाही, म्हणून ते एवढंच सांगायला आलो.''

इचलकरंजीला माझी बहीण गेली साठ वर्षे राहत होती. तिचं घर काही राजवाडा नाही. माझे मेव्हणे डॉक्टर. त्यांनी जे काही मिळवलं, ते स्वत:च्या कष्टावर मिळवलं– तेही गोरगरिबांचा दुवा घेत. तेव्हा ते काही मोठे लक्षाधीश

होते, असे नाही. इचलकरंजीच्या जहागीरदारांकडे साठ रुपये पगारावर त्यांनी नोकरी केली. तेथपासून ते हजारो रुपये घरात येऊ लागेपर्यंत, त्या-त्या श्रीमंतीनुसार माझ्या बहिणीने संसार केला. पैसे असोत वा नसोत– काही माणसं तृप्तीचं वरदान घेऊन येतात. माझ्या मेव्हण्यांनी एक पैसासुद्धा कधी स्वत:जवळ ठेवला नाही. सारा अर्थव्यवहार बहिणीजवळच असे. दारिद्र्यात कधी ती वाकली नाही किंवा संपत्ती आली म्हणून तिला कधी मस्तीही चढली नाही.

त्यांच्या गावात कुणीही पाहुणा येवो– तेव्हा काही रेस्टहाऊस नव्हते, गेस्टहाऊस नव्हते– भिड्यांचे घर हे त्या काळापासून आजपावेतो एक सार्वजनिक गेस्टहाऊस होते. अनेक खाँसाहेबांपासून ते वसंतराव देशपांड्यांपर्यंत अनेक गानसम्राट त्यांच्याकडे राहून गेले. पण धर्म, जात किंवा त्या व्यक्तीची आर्थिक क्षमता या घराने कधी विचारात घेतली नाही. केवळ हवापालटासाठी आणि ताईंच्या हातचं सुग्रास जेवण्यासाठी काल-परवापर्यंत अनेक लोक इचलकरंजीला जात असत. अब्दुल करीम खाँ, अप्पासाहेब फडके यांसारख्या माणसांपासून ते वसंत पोतदार, बिंदुमाधव जोशी यांसारख्यांपर्यंत या घराने सर्वांना सुखाने सामावून घेतले. या घरात प्रायव्हसी अशी कधी कुणालाच नाही. घरात खोल्या नाहीतच. आहेत लांबलचक सोपे. त्यात पाहुणे म्हणून आलेले पण आता कुटुंबातले झालेले साहित्य, संगीत क्षेत्रातील दिग्गज मी वर्षानुवर्षे पाहत आहे.

सर्व जगाने ओवाळून टाकलेली माणसेसुद्धा हे घर सामावू शकते व या माणसांना सभ्यता शिकवू शकते. याचं कारण या घराची स्वामिनी. तिच्या वात्सल्ययुक्त प्रेमामुळे आलेल्याचा पाय घराबाहेर पडत नाही आणि निरोप घेताना त्यांचे डोळे जसे पाणावतात तसे घरातल्या पाच-पंचवीस माणसांचेही डोळे पाणावतात. मी रात्री बारा वाजता कित्येकदा पाच-सहा माणसांना घेऊन या घरात गेलो आहे. पण दार उघडल्याबरोबर जणू काही आमची वाटच पाहात होते, असे या घराने सर्वांचे स्वागत केलेले आहे. एका रात्रीच्या मुक्कामासाठी आलेली माणसे मग आपल्या कामाचे भान हरवून या घरातल्या प्रत्येक व्यक्तीबरोबर गप्पांत रंगतात आणि मुक्काम वाढवतात.

ही सारी किमया केवळ संपत्तीमुळे होत नाही; समृद्धीबरोबर मनाचा फार मोठा उमदेपणा लागतो. भिडे कुटुंबापेक्षा इचलकरंजीत शेकडो कुटुंबे अधिक श्रीमंत आहेत, तीही आपल्या परीने चांगलीच असतील. पण भिडे कुटुंबात आलेला माणूस असल्या स्वागताने गारच होतो. आपापल्या उद्योगात मग्न असलेली ही भिडे कुटुंबीय सतत एवढी ताजी टवटवीत कशी असतात, हा

सर्वांना प्रश्न पडतो. या घराला फुलांचे वेड आहे– पण त्याहीपेक्षा फुलांना या घराचे वेड आहे, असे म्हटले पाहिजे. डॉक्टर झालेला मुलगा किंवा डॉक्टर सून झोपेतून जागी होऊन आलेल्या माणसांचे स्वागत करतील, तेव्हा त्यांच्या चेहऱ्यावर वैताग दिसणार नाही. चहापाणी, स्नानाची व्यवस्था, भोजनाची सिद्धता हे सर्व करणारे अदृश्य यंत्र या घरात वावरत असते. माझ्या बहिणीने जर काही मिळवले असेल, तर आपल्या पाच (आता चार) मुलांचे हास्य. हे हास्य अर्थात अनंत कष्टांतून लाभलेले आहे, म्हणूनच ते चिरतरुण आहे.

माणसे केव्हा तरी मरणारच असतात. योग्य वेळी आणि सन्मानाने ती मेली, तर दुःख वाटत नाही. माझी ही बहीण बहात्तराव्या वर्षी अहेवपणी मृत्यू पावली, याचे खरे तर आम्हाला सुखच आहे. कारण अर्धांगासारख्या रोगाने ती खितपत पडली नाही. आयुष्यभर ज्या हाता-पायांनी कष्ट केले, त्या हाता-पायांना आपला लाडका भाऊ आला तर उठता येत नाही, गरम भाकरी करून घालता येत नाही, म्हणून तिच्या डोळ्यांत अश्रू जमा झाले. तिच्या आजाराच्या किंवा शारीरिक यातनांच्या दुःखापेक्षाही तिच्या डोळ्यांतील असमर्थतेचे दुःख अधिक क्लेशकारक होते. म्हणून वाटते– ती आता गेली, हे तसे बरेच झाले. पण तिने घराला जो वारसा दिला आहे, तो या बदलत्या परिस्थितीतही कायम राहील– आणि तो राहिला, तरच तिच्या आत्म्याला संतोष होईल.

घर म्हणजे काही निवारा नसतो किंवा घर म्हणजे जगापासून कोंडून घेण्याचा कोंडवाडाही नसतो. आम्हा बेहेरे कुटुंबाचे सर्व आजार भिडे कुटुंबाने काढले, याचे आश्चर्य नाही; कारण आम्ही आप्तसंबंधी होतो. पण ज्यांचा कसलाही संबंध नाही, अशा किती तरी कुटुंबांचे आजार या घराने काढले आहेत. दुर्धर रोग्यांना घेऊन मिरज हॉस्पिटलच्या खेपा केल्या आहेत. तसे ते घर नव्हतेच; कधी त्या घराला देवळाची, तर कधी तपोवनाची कळा येत असे. पण खरं म्हणजे, हा एक समाधान आश्रम होता. येथे यावे, शारीरिक व्याधी माझ्या डॉक्टर मेव्हण्यांना सांगाव्यात व मानसिक व्यथा माझ्या बहिणीला सांगाव्यात आणि दुःखमुक्त होऊन परत जावे. येथे काही पंचपक्वान्नांचे जेवण मिळत नसे, पण पदार्थांना चव येते ती करणाऱ्याच्या आत्मीयतेने. साधी भाजी-भाकरी असो– हास्यकल्लोळात पंधरा-वीस माणसांच्या संगतीत तेथे खरोखरच ते यज्ञकर्म म्हणूनच चाले.

हे घर म्हणजे गोकुळ होते. पाच मुलगे आणि एक मुलगी– ही झाली भिडे कुटुंबाची कमाई; पण बेहेरे, भातखंडे, रसूल मास्तर आणि इतर अनेक

कुटुंबांतील मुले-माणसे या गोकुळात सुखाने नांदली. तसे फार मोठे शिक्षण भिडे मुलांनी कधीच घेतले नाही. एक मुलगा परदेशी जाऊन आला, पण आपल्या एम. बी. बी. एस. पदवीत त्याने कोणतीच भर घातली नाही. आपल्या मुलाने खूप शिकावे, असे ताईला वाटत असे. तिची तीन मुले पुण्याला आमच्या घरी शिकायला होती. आमच्या घरी त्या वेळेस दारिद्र्य मी म्हणत होते. वडील वारलेले, माझे लग्न झालेले. चाळीस रुपये घरभाडे, साठ रुपये माझे शिक्षकवेतन आणि बायकोला मिळणारे शिक्षिकेचे ऐंशी रुपये वेतन– ही आमची एकूण आमदनी होती.

त्या वेळेस माझी आई हयात होती. तिच्या हाताला विलक्षण गोडी होती, हेच खरे काय ते आमच्या घराचे खरे वैभव. कुरकूर, तक्रार, अप्रसन्नता तिच्या चेहऱ्यावर कधी दिसली नाही. आहे ते गोड करून घ्यायचे आणि असेल त्यात सर्वांना तृप्त करायचे, हे कानडी मुलखात जन्म पावलेल्या माझ्या वेड्याबागड्या आईला व्रतासारखे वाटत होते. वडील कर्दनकाळ आणि ती सोशिकतेची प्रतिमा– अशा कात्रीत आमचे बालपण गेले. वडील वारल्यामुळे घराला पोरकेपणा आला, पण आईचे उदार छत्र आमच्यावर होते. तिची थोरली मुलगी म्हणजे ताई. दिसायला आईसारखीच. सावळी, थोडी ओबडधोबड. माझे मेव्हणे डॉ. भिडे हे अतिशय देखणे, प्रिन्स चार्मिंग. त्यांनी तिला कसे काय पत्करले, कुणास ठाऊक! पण त्यांचा संसार माझ्या बहिणीने इतका समृद्ध आणि सुंदर केला की, रूपातला विजोडपणा त्यांना कधी जाणवलाच नाही. त्यांच्या त्या सुखी संसाराला आपुलकीचे अस्तर होते.

रोजच्या रोज दुपारी दीड-दोन वाजता अगदी गोपीचंदाप्रमाणे माझी बहीण मेव्हण्यांना अभ्यंगस्नान घाली. दोघे मिळून संध्याकाळी हिंडायला जात, एकत्र प्रवास करीत आणि शक्य तितके एकत्रच राहत. माळावरच्या बागेतील फुलांची निगराणी करीत. तिने मेव्हण्यांच्या खाण्यापिण्याची, कपड्यालत्त्यांची अपूर्व अशी देखरेख ठेवली. घरात कितीही पाहुणे असले तरी त्या दोघांचे म्हणून जे भावजीवन होते, ते अखंडपणे गुपचूप चालत होते.

माझ्या आईने आपल्या सोशिकतेचा आणि सुगरणपणाचा वारसा आपल्या मुलीला दिला; पण माझ्या आईसारखी ती शरणवृत्तीची नव्हती, स्वाभिमानी होती. उगाच कोणाचा अगोचरपणा ती सहन करीत नसे. शब्दाला शब्द देण्याचा प्रसंग तिच्यावर आलाच नाही. नजरेचा धाक इतरांची तोंडं गप्प ठेवत असे. रोज रात्री भोजनोत्तर त्यांच्या घरात दरबार भरे. माझे मेव्हणे गोष्टीवेल्हाळ आणि

गप्पिष्ट. टिंगलटवाळी करून घेण्यासाठी गावाने ओवाळून टाकलेली दुर्दैवी माणसे या मैफलीत सामील होत. रात्रीचा दरबार मध्यरात्रीपर्यंत चाले. पण पाच वाजण्यापूर्वीच गृहाचा स्वामी आणि गृहस्वामिनी उठून कामाला लागत. स्वयंपाकघर, देवघर, माजघर लखलखीत करण्याचं काम ताईचं असे; तर शौचकूपापासून ते बाहेरच्या दरवाजापर्यंत सर्व काही निर्मळ करण्याचं कार्य मेव्हण्याचं असे. ज्या काळी त्या गावात पाण्याचे दुर्भिक्ष होते, त्या काळातही या घरात तळमजल्यापासून ते तिसऱ्या मजल्यापर्यंत अनेक फुलझाडे डवरलेली असत. त्यांना मोठ्या कष्टाने पाणी घालावे लागे. झाडाचं वाळलेलं पानसुद्धा कधी जमिनीवर पडलेलं कुणाला दिसलं नाही.

पहाटेसच पाहुण्यासकट नोकरापर्यंत सर्वांच्या पादत्राणांना माझे मेव्हणे चकचकीत पॉलिश करीत, तेव्हा आलेले पाहुणे लज्जित होत. त्यावर मेहुणे हसून म्हणायचे, ''हे गाव धुळीनं भरलेलं आहे आणि गावात बूटपॉलिश करून मिळत नाही.'' यावर पाहुणे खालच्या मानेनं म्हणायचे, ''तरीसुद्धा आपल्यासारख्या थोर डॉक्टरनं असलं हलकं काम करणं बरं नाही,'' तेव्हा ते नुसते हसायचे आणि म्हणायचे, ''सूट चढवून दवाखान्यात जाऊन बसलो म्हणजे मी डॉक्टर. तोपर्यंत मी फक्त एक गृहस्थ आहे, आणि गृहस्थानं आपलं घर स्वच्छ ठेवलं पाहिजे. पाहुण्यांना सुखी आणि सुंदर ठेवलं पाहिजे.''

भिड्यांच्या घरात खाण्यापिण्याचा आग्रह सदैव चाले. केळी, शेंगा, हरभरा, ऊस यांचा तर तेथे नेहमीच खच पडलेला असे. पण ड्रेनेज नसलेल्या गावातील निर्मळ आणि स्वच्छ शौचकूपात एक पाटी लावलेली असे–

'एकापेक्षा अधिक वेळा येथे यायला लागले तर आपले काही चुकते आहे, असे समजून तोंडावर नियंत्रण ठेवावं.' ही पाटी पाहिल्यावर पाहुणे आपोआपच शहाणे होत. या घरात बाह्य गोष्टीच तेवढ्या स्वच्छ आणि सुंदर असत, असे नाही. इंजेक्शन देण्यासाठी डॉक्टरांना कायमचा स्टोव्ह लागे. तो घासून-पुसून इतका स्वच्छ ठेवलेला असे की, त्याचा आरशासारखा खुशाल उपयोग करावा. घरात सर्वत्र फुलांनी भरलेले फ्लॉवरपॉट्स असत. शारीरिक स्वच्छतेसाठी मुलांनी नागड्यानं अंघोळ केली पाहिजे, यावर त्यांचा कटाक्ष असे. सर्वच गोष्टी स्वच्छ, सुंदर आणि भरपूर असल्या पाहिजेत– हा या घराचा आग्रह होता आणि आग्रहाचं केंद्र अर्थात माझी बहीण होती.

भारतीय कुटुंबात केवळ पुरुष कर्तृत्ववान असून भागत नाही, कारण स्त्रीचे कार्यक्षेत्र संपूर्णपणे तिच्या अखत्यारीत असल्यामुळे घराचा संपूर्ण कारभार

सांभाळण्याइतके कर्तृत्व तिच्यात असावे लागते. त्यातून जर मुलाबाळांनी भरलेले, पाहुण्यांनी गजबजलेले आणि जुन्या परंपरा मानणारे मोठे घर असेल, तर स्त्रीत्वाची परीक्षा असते. डॉक्टरीसारखा व्यवसाय करणारा नवरा असला म्हणजे त्याला घराकडे फारसे लक्ष देता येत नाही. मुलांचे संगोपन, शिक्षण, पाहुण्यांचे मान-सन्मान, लहान गावामुळे प्रतिष्ठित कुटुंबाला स्वीकाराव्या लागणाऱ्या सामाजिक जबाबदाऱ्या, घरात येणाऱ्या संपत्तीचे संरक्षण-संवर्धन आणि सर्व कौटुंबिक गरजांची पूर्तता या साऱ्याच गोष्टी गृहिणीला कराव्या लागतात.

आपल्याला मिळालेला पैसा माझे मेव्हणे बहिणीकडे आणून टाकीत आणि त्या पैशाचा सर्व विनियोग बहीण मोठ्या चातुर्याने करीत असे. खर्चाला तोंडे एवढी असत की, सर्व खर्च इतमामाने भागवून कारणापुरती संपत्ती संचित करणे, ही गोष्ट अवघड होती. आमच्या मेव्हण्यांचे एक जुने वडिलोपार्जित कौलारू घर होते. ते पाडून माझ्या बहिणीने त्या ठिकाणी एक भव्य वाडा बांधण्याचे ठरवले. ती स्वतःच मेस्त्री, आर्किटेक्ट, इंजिनिअर आणि कॉंट्रॅक्टर बनली. एवढेच नव्हे, तर ह्या घराला उपयुक्त असणारे सर्व अद्ययावत सामान ठिकठिकाणी जाऊन तिने स्वतः खरेदी केले. घर आकाराला येत गेले. एक मजल्याचे घर दुमजली झाले. दुमजली घराचे तीन मजली झाले. पाच मुले, एक मुलगी, पै-पाहुणे आणि दोन-तीन नोकर ह्या सर्वांचा समावेश करू शकेल, एवढ्या मजबूत बांधणीचे घर उभे राहिले. किती तरी दिवस हे घर बांधले जात होते. गरजेनुसार घरात बदल होत गेले. वैद्यकीय व्यवसायासाठी, रुग्णांना बसण्याची जागा, तपासण्याची खोली, ऑपरेशन थिएटर अशी डाव्या अंगाला स्वतंत्र व्यवस्था करण्यात आली. वर्षाचे धान्यधुन्य साठविण्यासाठी तिसऱ्या मजल्यावर स्वतंत्र व्यवस्था करण्यात आली. स्वच्छतेची कमालीची आवड असल्यामुळे अंघोळघरे व स्वच्छतागृहे त्या काळातील अद्ययावत व्यवस्थेप्रमाणे बांधण्यात आली.

हे घर पुरे होते न होते तोवर त्यांच्या वाटणीचे मागच्या बाजूला एक पडके घर होते, तेही दुमजली बांधून काढण्यात आले. ह्या वेळी कामावर ठेवलेले गवंडी आणि सुतार यांना गुंतवायचे, म्हणून माळावरती एक चार-चार खोल्यांचे ब्लॉक्स असलेली दुमजली इमारत उभी करण्यात आली. संस्थानाधिपती बाबासाहेब घोरपडे यांनी अल्पमोलाने माळावर आणखी एक जमीन दिली होती. तेथे छपरी म्हणून एक लांबलचक एकमजली इमारत बांधण्यात आली. ही सारी बांधकामे पंधरा-एक वर्षे तरी चालली असतील. तोपर्यंत आरंभी ठेवलेले कामगार

तसेच कामावर होते. पुढे लोक ताईच्या ह्या कॉन्ट्रॅक्टिंग धंद्याबद्दल गमतीने चेष्टा करू लागले, म्हणून बांधकामे थांबली. पण तिची हौस मुळीच कमी झालेली नव्हती.

इचलकरंजीत राहणाऱ्या प्रत्येक सुखवस्तू माणसाने पॉवरलूमच्या धंद्यात लक्ष घातलेच पाहिजे, असा जणू तिथे संकेत आहे. म्हणून प्रत्येक मुलाच्या नावाने असे पाच-पंचवीस माग माळावरच्या छपरीत आवाज करू लागले. पुढे या पॉवरलूमच्या धंद्यातच ताईचा थोरला मुलगा अनंतराव भिडे याने मोठे नाव काढले आणि डेक्कन को-ऑपरेटिव्ह स्पिनिंग मिल व इतर अनेक सहकारी संस्थांत महत्त्वाचा भाग घेतला. पण त्याची ही सुरुवात ताईच्या ह्या उद्योगातूनच झाली. कसलेही तांत्रिक ज्ञान नसताना ताईने हा अचाट उद्योग कशाच्या बळावर केला, हे तिचे तिला माहीत. तिच्याजवळ असेल, तर एकच मोठे भांडवल होते. ते म्हणजे, कोणत्याही गोष्टीत मन घालून तळमळीने काम करत राहण्याची वृत्ती आणि माझ्या डॉक्टर मेव्हण्यांनी सेवाव्रती वृत्तीने वैद्यकीय व्यवसायात मिळवलेली प्रतिष्ठा. डॉक्टरांच्या वैद्यकीय प्रतिष्ठेमुळे गावात त्यांचा मोठा लौकिक होता. त्या काळात गाव तसे लहान होते. माणसे जोडण्याच्या दोघांच्याही असामान्य कौशल्यामुळे या गोष्टी तिला शक्य झाल्या, यात शंकाच नाही. पण माणसे जोडण्याची तिची आणि डॉक्टरांची भूमिका मात्र वेगवेगळी होती. डॉक्टरांप्रमाणे केवळ गोड बोलून ती सगळ्यांना खूश करत नसे, तर प्रसंगी कठोरही होत असे. खेडेगावात राहणाऱ्या माणसांना केवळ खुशामतीने जगता येत नाही, तर आपल्या योग्यतेची जाणीवसुद्धा इतरांना पटवून द्यावी लागते.

ताईचे जेव्हा लग्न होऊन ती भिड्यांच्या घरात गेली, तेव्हा डॉक्टरांचे वैद्यकीय शिक्षण पुरे होत होते. एक मोडके घर आणि इचलकरंजीकरांच्या शिष्यवृत्तीतून झालेले शिक्षण– एवढ्या बळावर डॉक्टरांनी आपल्या जीवनाला आरंभ केला होता. शिष्यवृत्ती घेतल्यामुळे इचलकरंजी संस्थानची सेवा करणे डॉक्टरांना क्रमप्राप्त होते. त्यामुळे आरंभीची काही वर्षे डॉक्टरांना इचलकरंजी जहागिरीतील आजरा या दूरस्थ गावी, अगदी सामान्य पगारावर नोकरी करावी लागली. मुलगा जगावा म्हणून डॉक्टरांच्या वडिलांनी संन्यास घेतला होता. सासू नव्हतीच. एका अल्पवयीन मुलीला संसाराचे सारे शिक्षण स्वत:च घेऊन संसार सफल करायचा होता. आरंभीचा काळ तरी विलक्षण दारिद्र्याचा होता. त्या परिस्थितीत झगडत-झगडत तिने मार्ग काढला.

सासऱ्याने घेतलेला संन्यास हा काही संसाराला वैतागून घेतलेला नव्हता.

त्यामुळे संसारातून त्यांचे मन उडालेले नव्हते. हळूहळू मुलाचे वैभव वाढत होते आणि ते वैभव डोळा भरून पाहावे, अशी बापाची इच्छा असणे स्वाभाविक होते. अधून-मधून ते नरसोबाच्या वाडीहून मुलाकडे येत. संन्यासधर्माचे पालन करायचे म्हणून त्यांना तेथे राहताही येत नसे. मुलाने अवाजवी श्रम घेऊ नयेत, अशी त्यांची इच्छा असे. वेळी-अवेळी पेशंट्स येऊन त्रास देऊ लागले, तर ते परस्पर पेशंट्सना बाहेर हाकलून देत. पण डॉक्टरांना तर ते आवडत नसे. मग मागील दाराने ते पेशंट ताईला हाक मारीत आणि वेळ कोणतीही असो– डॉक्टर व्हिजिटला जात. पुढे वार्धक्यामुळे विकलांग झालेले सासरे घरात येऊन राहू लागले. सासऱ्याचा लहरी स्वभाव सांभाळून व नवऱ्याच्या वैद्यकीय सेवेत व्यत्यय येऊ न देता सर्वांना सांभाळून आणि सगळ्यांकडून आदर मिळवून ताईने दीर्घकाळ संसारसुख भोगले. तिला एकूण सहा अपत्ये झाली. आपापल्या परीने प्रत्येक जण गुणी आहे, पण प्रत्येकाकडून काही ना काही मनस्ताप ताईंना आणि दादांना भोगावा लागला.

आज अनंतराव भिडे उद्योगाच्या क्षेत्रात मोठे नाव काढून आहेत आणि जातीने ब्राह्मण असूनसुद्धा कोल्हापूर जिल्हा काँग्रेसचा तो काही काळ अध्यक्ष होता; असे संघटनाचातुर्य त्याच्यापाशी आहे. त्याने आपणहून यावे, चौकशी करावी, ही ताईची इच्छा काही पुरी झाली नाही. तरुणपणी उद्योगाच्या आरंभिक अवस्थेत त्याच्याकडून काही गलथानपणा झाला आणि डॉक्टरांना काही हजारांचा फटका बसला. त्या वेळी त्याला जी वागणूक मिळाली, ती त्याच्या मनातून गेली नाही. तेच इतर मुलांच्या बाबतीत घडत गेले.

ताई धार्मिक वृत्तीची आणि तशा अर्थाने मी पाखंडी. संसारातून निवृत्त होणे म्हणजे काय, या गोष्टी मी तिला समजावून सांगाव्यात आणि आमचे तासन्तास जावेत, हे थोडे आश्चर्यकारक आहे. इचरकरंजीच्या माझ्या प्रत्येक मुक्कामात असे होऊ लागले– तिनं मुलांविरुद्ध नानाविध तक्रारी सांगाव्यात आणि मुलांचे वैभव पाहण्यात व लौकिक ऐकण्यात तिने धन्यता मानायला शिकलं पाहिजे, असे मी समजून सांगता पहाट उजाडावी. आज तिचा डॉक्टर मुलगा मोठा लौकिकवान, यशस्वी झाला आहे. अखेरच्या आजारात तिची आणि तिच्या मृत्यूनंतर दादांची तो मन:पूर्वक सेवा करतो. मुलांकडून आपण भलत्याच अपेक्षा करतो आणि म्हणून दु:ख पदरात पाडून घेतो, असे मला वाटते. मुले सर्वार्थाने कर्तृत्ववान असूनसुद्धा ताई थोडीफार नाराज होती, याचे मला अतीव दु:ख वाटे.

ताई केवळ गृहस्थिनी होती. तिला प्रवासाची आवड नव्हती किंवा फार मोठ्या वाचनाची हौस नव्हती. तिचे घरावर, परिवार-कुटुंबावर निरतिशय प्रेम होते. सामाजिक कार्यासाठी मुक्त हस्ताने ती पैसा खर्च करी आणि तिची मुलेही तिचे अनुकरण करतात, हे पाहून बरे वाटते. ती समितीची कार्यकर्ती होती. लहान-मोठ्या सामाजिक उपक्रमांना तिचा पाठिंबा असे. 'सोबत' ती निष्ठापूर्वक वाचत असे. माझा आजार किंवा आपत्ती कळली की, तिचे एखादे तरी खूप मोठे पत्र आल्यावाचून राहत नसे. वास्तविक, ती नीतिनियमांच्या बाबतीत अगदी कडवी होती. 'सोबत'मुळे असेल, पण तिने माझ्या अनेक प्रमादांकडे दुर्लक्ष केले. ती माझी आई झाली आणि नि:संकोचपणे माथा टेकवावा, अशी एक जागा तिने मला निर्माण करून दिली. माझ्याबद्दल तिला खूप अभिमान असावा, कारण माझ्याबद्दल तक्रारी घेऊन जाणाऱ्या आमच्याच नातेवाइकांना तिने झापलेले मला माहीत आहे. प्रत्येकाला आधारासाठी असा वटवृक्ष लागतो. ती माझा वटवृक्ष झाली. माझाच नव्हे, अनेकांचा की– ज्या वटवृक्षाच्या सावलीत निवांतपणे बसण्याचा हक्क आपल्या कर्तृत्वामुळे नव्हे, तर त्या वृक्षाच्या औदार्यामुळे निर्माण होतो.

विद्वत्ता, प्रतिभा किंवा कलात्मकता ह्या गुणांची महती नाही असे नाही; पण हे नसूनसुद्धा काही माणसे महान होऊ शकतात. जीवनविषयक निष्ठा, परमतसहिष्णुता आणि दधिची ऋषीसारखी झिजण्याची वृत्ती माणसाला वेगळे स्थान प्राप्त करून देते. भावनेने माणूस खूप उंच नेता येतो. आता इचलकरंजीत ताईचे घर आहे. तिची प्रेमळ मुले आहेत, आणि मुख्य म्हणजे, भिडे कुटुंबाचे आधारस्तंभ दादासुद्धा आहेत. या वृद्धावस्थेतही त्यांचा दिनक्रम बदललेला नाही. आता दादांशी काय बोलायचे, हाच प्रश्न उत्पन्न झाला. परवा इचलकरंजीला गेलो आणि ते प्रचंड घर ओसाड वाटले. दादांना नमस्कार केला आणि समोर बसलो, पण बोलायला शब्दसुद्धा स्फुरत नव्हते आणि लक्षात आले, ज्योती अधांतरी पेटत नाहीत; त्यांना कशाचा तरी आधार लागतो. तो माझा आधारच गळून गेला होता. स्वयंपाकघरात जेवलो. ताईने केले असते, ते-ते सर्व सुनेने केले होते; पण फक्त ताईचे डोळे जेवताना भेटत नव्हते.

गेल्या वर्षी १७-१८ जूनला ताई वारली. त्या दिवशी तिची सर्व मुले घरी जमली होती म्हणे. कदाचित एखादी अमूल्य वस्तू हरवली म्हणजे तिचे मोल समजते, तसे झाले असेल. पण हीच सर्व तिच्या रुग्णशय्येशेजारी आली असती, तर कदाचित तिच्या गात्रांतले गोठलेले चैतन्य पुन्हा जागे झाले असते.

हे मी केवळ अदमासाने म्हणत नाही; याचा मीच अंदाज घेतला आहे. तिच्या मृत्यूपूर्वी चारच दिवस मी इचलकरंजीला गेलो होतो आणि मला पाहिल्याबरोबर एकदम तिच्या गात्रांना स्फुरण चढले आणि तिने उठण्याचा प्रयत्न केला. ती काही तरी बोलायला लागली. तिची हालचाल आणि शब्द बंद झालेले मला कळले होते; मग तिच्यात हे चैतन्य कुठून आले? भावनाशील माणसाला जगण्याचे प्रयोजन सापडावे लागते. माझ्या रूपाने तिला एक माहेरचा दुवा दिसला होता. तिच्या आई-बापांची तिला आठवण झाली होती. साऱ्या भाऊ-बहिणी तिच्यासमोर गोळा झाल्या. मृत्यूच्या वाटेवर निघालेल्या ताईने मृत्यूचा हात सोडून दिला आणि ती परत जीवनाकडे येऊ पाहत होती.

काही असो– ते अस्तित्व आता संपले आहे. आमच्या घराण्यातील रक्ताचा ज्येष्ठ धागा तुटला आहे. भिडे आणि बेहेरे या दोन कुटुंबांतील अनेक सुख-दु:खे तिने पाहिली. माझ्या लेखी अहवेपणी कृतार्थ होऊन ती मृत्यूला सामोरी गेली. एवढा मोठा वटवृक्ष उन्मळून पडला, पण कसलाही आवाज झाला नाही. आवाजाचे कारणच नव्हते.

-*- ० -*-

: ३ :

ती वस्तू, व्यक्ती, स्थळ, हौस, क्रीडा... जीवनाला नवा अर्थ देते. रोज मरू पाहणाऱ्या आत्म्याला संजीवनी देते. बहुतेकांच्या आयुष्यात अशी एक विसाव्याची जागा असतेच. नचपेक्षा स्वाभिमानी, प्रतिभासंपन्न, महत्त्वाकांक्षी, पराक्रमी, अहंकारी माणसांना या दुनियेत जगताच आले नसते. कोडगी माणसे केवळ सवयीने जगतात. पण माणसाची तेजस्वी ज्योत विझता-विझता नव्या इंधनाने पुन्हा पेटते– जणू काही ती सतत पेटतच होती. स्वाभिमानी माणूस त्याच्या स्वाभिमानी स्वभावाला न पेलणारे तडाखे झेलतो ते केवळ अशा विसाव्याच्या आधारानेच.

आता हा विसावा प्रकृतीनुसार ठरतो. संगीताच्या मैफली, शिकार, रहस्यकथांचे वाचन, प्रवास, पत्रे, टेनिस, स्केटिंग, चित्रपट, नाटके, प्रिय मित्र-मैत्रिणींशी संभाषण, वनभोजन, कामतृप्ती... अनेक प्रकारचे विषय मनाला भुरळ घालतात; ओढ लावतात. आयुष्याच्या सहारातले ओॲसिससुद्धा सारे आयुष्य सुसह्य करते.

माझे आयुष्य मी सहारा कधीच मानलेले नाही. मला ती नेहमीच पायवाट वाटते. अखेरीस सारे काही मानण्यावरच असते, की नाही? दुःखामुळे मला दीर्घकाळ त्रास होऊ शकत नाही. पायवाटेवर कधी दगड, कधी काटेही येतात; पण आपल्यापुरती भली वाट मिळते. मी ती वाट शोधतो. रस्ता चुकला म्हणून खंत मानली नाही आणि कळून-सवरून चुकलेल्या रस्त्यावरून परत

फिरण्याचे प्रयत्नही केले नाहीत. कुठे तरी चालायचेच! मग इथे काय, तिथे काय– हा हिशोब मी मानला. त्यामुळे त्या-त्या क्षणाच्या सुखावर मी संतुष्ट असतो.

आयुष्य सुंदर असते. किती तरी सुंदर, आकर्षक, चित्तथरारक आमिषे सदैव रेंगाळत असतात. त्यांना नाकारणे हे खरे पुष्कळ वेळा आनंदाचे असते, तसेच त्यांना स्वीकारणेही आनंदाचे असते. सुखाची दुनिया निर्भेळ सुख आणीत नाही, म्हणून नेमके सुख वेचून घ्यायला शिकावे लागते. मला वाटते, मी ते शिकलो आहे. त्यातूनच पुष्कळशा दु:खांचा मला स्पर्शच झालेला नाही.

ही गोष्ट खरी की, हे सारे करावयाचे, त्यासाठी आपले स्वत:वर थोडे प्रेम असायला लागते; विश्वास असावा लागतो; आपली म्हणून काही शुद्धाचाराची कल्पना असावी लागते. स्वत:चा विश्वास असणारी कोणतीही जीवनपद्धती हाच खरा सदाचार होय. पुष्कळ वेळा तीच आपण उल्लंघतो. मग मात्र अनाचार होतो. मन सांगत असते की, हे काम भले नाही; तरी आणिक अतिरेकी मोहात मन गुरफटते. तिथे व्यभिचार होतो.

आणि म्हणून, जीवनातील सर्व मोह एका मर्यादेपर्यंत जीवनोपयोगी असतात; सदाचारच असतात. मद्य वाईट असते हे ज्याला पटते, त्याने मद्य पिता कामा नये. ज्याचे मन परस्त्रीगमन हे निंद्य आहे असे आक्रंदूत कोकलते, त्याने ते करू नये. पण मद्यपान काय, सुंदर स्त्री काय– मुळात वाईट गोष्ट नसते. तुमच्या मनाच्या तोलकाट्यावर तिचे माप ठरते.

मला स्वत:ला म्हणूनच अमुक पाप, तमुक पुण्य असा निवाडा करत येतो. फारसा पश्चात्ताप करावा लागत नाही. अर्थात पुष्कळ लोकांच्या मते, मी बेफाम माणूस आहे. मद्य तर मी पितोच, पण स्त्रीसुख हेही मी पाप मानत नाही. मी स्वत:हून कोणास काहीही करावयास उद्युक्त केलेले नाही किंवा कोणाचे घर बसविलेले नाही. जे सुख माझ्या दरवाज्याशी आले, मला रुचले, माझ्या शरीराला आणि मनाला सुखकारक वाटले; ते मी त्याज्य मानलेले नाही. पाप-पुण्याच्या पुस्तकी कल्पनांवर माझा विश्वास नाही. पुढच्या जन्मी काय होईल याच्या चिंतेत हा जन्म मी सुतकीपणाने आणि भेकडपणाने जगायला तयार नाही.

याचमुळे मी अनेकदा साहसांना उद्युक्त झालो. अनेक नोकऱ्या केल्या, व्यवसाय केले. अनेकदा अंगावर यावीत एवढी साहसे केली. पण माझ्या या जीवनदृष्टीमुळे मी त्यातून कोणताही वाईटपणा न येता बाहेर पडलो. आजही मला त्या जुन्या यश-अपशाने गदगदून येत नाही. ते संपले आहे, ही भावना जागी राहते. माझ्या आयुष्यातल्या अनेक उत्पातांत एक अनपेक्षित कलाटणी

आनंद यात्रा / १९५

मिळाली. माझा संपन्न संसार सोडून मी एका व्यक्तित्वसंपन्न स्त्रीच्या प्रेमात पडलो. सगळे पडतात, तसाच पडलो. पण ती केवळ घटकाभराची करमणूक मानली नाही. मी बारा वर्षे एका विवाहित स्त्रीबरोबर नवरा-बायकोसारखा संसार केला. तो करताना माझ्या कुटुंबीयांवर मजकडून अन्याय झाला असेल. जगाच्या रूढ अर्थाने ते पाप होते, थोडी बेजबाबदारी होती. पण आज जो कोणी मी आहे, त्याची अनुभवसृष्टी मुळी त्या कालखंडातच जन्म पावली; त्याला काय करणार? मी चारचौघांसारखे जीवन जगून माझे कुटुंब सुखी केले असते. पण मग आजचा 'मी' हयात नसतो. तो जगावेगळा संसार मला मोडावा लागला, तेव्हा मी खूप मनस्ताप सोसला; पण माझ्या भल्या-वाईट कल्पनांनुसार मला तो करता येईना आणि संघर्षातच अडकून पडावे, मनोदौर्बल्यातच खिचपत राहावे, हे मला मानवण्यासारखे नव्हते. मोठ्या ईर्षेने मांडलेला तो संसार अगदी नाइलाजाने मला मोडावा लागला. पण तेथेही मला वाटते, मी स्वत: निर्माण केलेल्या 'भल्या-वाईट' आचारसंहितेशी इमानच राखले. परिणामी, या घटकेला त्या संसाराची आठवण येते, सोडल्याबद्दल हळहळ वाटते; पण पश्चात्ताप वाटत नाही.

त्या मानसिक अवस्थेत एका स्त्रीचा माझा परिचय झाला. एका दिवंगत नटमित्राची ती प्रेयसी होती. अर्थात मित्राची पत्नी, प्रेयसी, रखेली माझ्या लेखी वर्ज्य. जग खूप मोठे आहे. आपल्या शक्तीच्या मानाने जग फारच मोठे आहे; मग मैत्रीशी बेईमानी करण्याची गरज काय? ही स्त्री एक गणिका होती. अगदी बाजारात मिळणारी ती वस्तू नव्हती, पण देहाचा अखेरी ती व्यापारच करीत होती. का कुणास ठाऊक, मला व्यापारी पद्धतीने स्त्रीशी देव-घेव करण्याचे कारण पडले नाही आणि जमलेही नाही. वाटेल त्याने यावे आणि तोंड खुपसावे– इतक्या सार्वजनिक ठिकाणी रमण्याइतका उदारपणा किंवा कोडगेपणा मजजवळ नाही. माझे मित्र सांगतात की, खरे स्त्रीसुख अशाच ठिकाणी मिळते. कदाचित खरेही असेल; पण मला जमले नाही, एवढे खरे.

त्या स्त्रीचे शिक्षण बेताच होते. पण गणिकेला मनुष्यस्वभावाचे जे ज्ञान असते, ते मोठमोठ्या मानसशास्त्रज्ञांना नसते. ही स्त्री चतुर खचित होती. चैतन्यदायी होती. उंच होती. सडसडीत होती. तिच्या त्वचेची मुलायमता खरोखरीच अपूर्व होती. रंगरोपणे किंवा सुगंध फासल्याशिवाय ती देखणी व गंधित होती. अशा स्त्रिया दुर्मिळ असतात. सौंदर्याची मापने फक्त चेहऱ्यात करण्यात आपली फसगत होते.

अशी ही स्त्री बोलताना फारच छान दिसे. तिला बोलके करायला मला

मुळीच प्रयास पडले नाहीत. तिला बुद्धी आहे, कथनकला आहे, तिला हितगुजाची आवड आहे– याकडे पुरुषजातीचे दुर्लक्ष झाले होते. सारे येत, ते तिच्या देहाशी झोंबत. शिक्षणाच्या अभावामुळे तिला असंस्कृत मानत आणि म्हणून रतियुद्धापलीकडे तिच्याकडून पुरुषांच्या अपेक्षा नव्हत्या, म्हणून माझी तिच्या देहाबद्दलची अनासक्ती तिला अपूर्व वाटली. माझी तिच्याशी हितगुज करण्याची इच्छा तिला एकदम आवडली, असे वाटले.

मुंबईला त्या काळात मी नेहमी जात-येत असे. कामे संपली आणि डेक्कन क्वीन गाठायला वेळ असला, तर मी तिच्याकडे जात-येत असे. नुकतीच ती झोपेतून उठून आळसावून वाचत बसलेली असे. मी जाताच माझे ती मनभरून स्वागत करी आणि चहाचे घुटके घेत आमच्या गप्पा सुरू होत. तिचा जीवनपट तर तिने मला उलगडून दाखविलाच; पण तिच्याशी संपर्क आलेल्या अनेक पुरुषांची तिने जी तपशीलवार सखोल व्यक्तिचित्रे माझ्यापुढे उभी केली, त्यापुढे तर मी-मी करणाऱ्या लेखकांनी हात टेकावेत.

मला तिने अनेक कथाविषय पुरवले. मी स्वत: त्यावर कथा लिहिल्या. माझ्या तरुण लेखकमित्रांनाही कथाबीजे दिली. आपल्या कथनात काही साहित्यगुण आहेत, असे तिला मुळीच वाटत नव्हते; पण तिच्या भाबडेपणातच जीवनसत्त्व होते. दु:खाला खोली होती.

तो एक माझा विसावा होता. काल-परवापर्यंत तरी होता. माझा तो मित्र अपघातात वारला, तेव्हा तर एखाद्या पतिपरायण स्त्रीप्रमाणे ती किती तरी दिवस अस्वस्थ होती. एकदा मी तिच्याकडे गेलो असताना ती घरी नव्हती. तीच काय– तिची आई, भाऊ कुणीच नव्हते. चौकशी करता कळले की, तिची आई आजारी पडल्याने ती सर्व जण हॉस्पिटलमध्ये गेली आहेत. का कुणास ठाऊक, एरवी कुणासाठीही हॉस्पिटलमध्ये न जाणारा मी पत्ता शोधत हॉस्पिटलमध्ये गेलो. मला पाहताच ती एकदम आश्चर्यचकित झाली आणि रडायला लागली. ही सहानभूती तिला अनपेक्षित होती. तिच्या दुखावलेल्या अंत:करणाला कुठे तरी स्पर्श झाला होता आणि ती माझ्या अधिकच जवळ आली.

पण आता ती काही पुन्हा भेटणार नाही. ती कुठे तरी अदृश्य झाली. माझ्या आयुष्यात ती विसावा म्हणून वावरली; पण ती तिच्या आयुष्यात विसावा असेनच, असे नाही. या जबरदस्तीत अर्थही नसतो. मी तिचा तपास घेणार नाही, कारण मला भेटायचे असते तर ती मला भेटू शकली असती. कदाचित तिला अशा तऱ्हेने संबंध ठेवणे गैरसोईचे झाले असेल. काय असेल ते असो– ती

आता मला भेटणार नाही.

पण ती भेटली नाही म्हणून काय झाले? तिने काही काळ मला विसावा दिला, हे मी विसरता कामा नये. तिचे एक मोडके-तोडके पत्र मजजवळ आहे. मी तिला हॉस्पिटलमध्ये भेटल्यानंतर लिहिलेले. जुनी कागदपत्रे चाळताना ते कधी-मधी हाती येते. त्या पत्राच्या दर्शनाने माझे आजचे बेडौल शरीर सुंदर होते, वार्धक्य गळून जाते– मला माझ्या सुंदर आयुष्यातली पायवाट दिसू लागते. वाटते... ती म्हणे त्याप्रमाणे मी तिला एकदा आपली म्हणायला हवी होती. ती म्हणाली होती, 'तुम्ही काही माझं गिऱ्हाईक नाही; माझे मित्र आहात. हे सारे तुमचे आहे. तुम्ही इन्कार करू नका...'

मी हसून जाई. मी इन्कार केला नव्हता, तरी स्वीकारही केला नव्हता. तिला शरीरापेक्षा स्पर्शाची भाषा समजत होती. तिच्या देहाची पायवाट मी एकवार तुडवावी, अशी तिची इच्छा होती.

पण ज्याचे-त्याचे रस्ते निराळे असतात आणि म्हणूनच मी जीवनाला पायवाट मानतो– कुठे तरी गडप झालेली आणि कुठून तरी येणारी. दोन्हीही अज्ञात. म्हणून असतो तो क्षण सत्य. एखादे झाड दिसले तर तिथे रमावे, कोणी साधू भेटला तर विरक्तीचा क्षण यावा, कोणी बालक भेटले तर बालपण यावे– त्याच्याशीच खेळावे, कोणी वृद्ध भेटला तर त्याला आधार द्यावा, कोणी कामांगी भेटली तर तिला डोळा घालावा अन् आडोशाला न्यावे, येईल ते त्या-त्या मर्यादेने भोगावे... पण फार रेंगाळू नये, फार गुंतू नये. गुंतावा गुंतवळा होतो. साऱ्या शक्तीचा चुराडा करतो.

विसाव्याचा शोध करून तो लागत नाही, तर आहे तोच विसावा मानला पाहिजे आणि नेमके आपल्याजवळ काय आहे याचा अंदाज घेतला पाहिजे. गम्मत आहे ती हीच की, सर्व सुखे हात जोडून या म्हणत असताना ती आपल्याला दिसत नाहीत. अज्ञात सुखाच्या रंगीबेरंगी मृगजळाचा मोह तेवढा अनावर होत जातो आणि आपोआपच आपला कारवाँ ओॲसिस शोधत भटकतो– अंतापर्यंत. आणि मग हाती उरते केवळ तप्त वाळू. त्यापेक्षा आपला कारवाँ हाच ओॲसिस मानला, अकारण तृष्णा लागूच दिली नाही किंवा लागणार असेल तर आपल्या गरजेपुरते जल जवळ बाळगले; तर तो ओॲसिचा वृथा शोध थांबेल.

पण मग कदाचित पुष्कळांना प्रवासच नकोसा वाटेल.

-*-०-*-

: ४ :

फार वर्षे झाली आहेत– चांगली तीस-पस्तीस वर्षे. मन उघड्यावर पडलेले असते, तर उन्हा-पावासाने झिजून गेले असते किंवा धुळीने माखून गेले असते. पण मुळातच ते फार खोल आहे– थांग न लागण्याइतके. वर्षे कितीक गेली वा शल्ये जळून गेली तरी ते टवटवीत राहते. कधी कधी काळाला जे नष्ट केले असे वाटते, ते जसेच्या तसे अगदी फ्रिजमध्ये ठेवल्यासारखे मनाच्या गाभाऱ्यात टिकून राहते. हिरवेगार-टवटवीत– अगदी झाडावरून नुकत्या खुडलेल्या फुलासारखे.

माझे आयुष्य तसे फार सुखाचे गेले, असे म्हणता येईल. पण लोक म्हणतात तशा अर्थाने सुखाचे नाही. संपत्तीत मी लोळत पडलो नव्हतो, कीर्तीच्या शिखरावर आरूढही झालो नव्हतो, स्त्रियांचा मी प्रिन्स चार्मिंग नव्हतो; तरीही मी सुखी होतो. कारण वर नमूद केलेल्या सर्व स्थानांच्या जवळपास मी पोचलो होतो. पैसे मी पाहिले– खूप पाहिले. लक्षावधी रुपये आणि तेही अगदी तरुणपणी. स्वकष्टार्जित 'कीर्ती' तशी अनेक अर्थांनी कमावली, गमावलीदेखील आणि मी प्रिन्स चार्मिंग नसलो, तरी पुष्कळांना आवडावा असा होतो. (भूतकाळात बोलले म्हणजे आत्मश्लाघा होत नाही म्हणतात) मी जे-जे अपेक्षिले, ते बहुतेक मला मिळाले; पण मला टिकवता मात्र फारसे आले नाही. पैसा मी चुकीच्या औदार्यात गमावला, कीर्ती मी रूढार्थाने चंट वागून गमावली

आणि आकर्षकपणा केवळ वयाने गमावला. हे सारे घडले, म्हणून माझ्यावर अन्याय झाल्याचा दावा नाही. फक्त त्या गमवण्यात काही वेदना होत्या, त्या वेदना केव्हा केव्हा सलतात. ज्याचे लहानपण गर्दीत जाते, त्या-त्या माणसाला झगडत मोठे व्हावे लागते. आमच्या वाड्यात चांगली पन्नास मुले होती– त्या मुलांच्या समुदायात वावरावे लागे. शारीरिक सामर्थ्य, सौंदर्य, सांपत्तिक परिस्थिती, हजरजबाबीपणा याची तेथे परीक्षाच होई. एवढ्या मुलांत उठून दिसण्यासाठी फार यातायात पडे. त्यामुळे बालपणीच केवळ अस्तित्वासाठी खूप झगडावे लागले. घरच्या बाळबोध वागण्यामुळे अंगी चुटचुटीतपणा नव्हता. फाजील शिस्तीमुळे कपडालत्ता, खाणे-पिणे याबाबतीत अनावश्यक पारतंत्र्य होते. वडिलांनी डोळे वटारले तर सर्व भांवडे मुतावीत, असा वडिलांचा दरारा होता; आणि तो केवळ घरात नव्हता, तर सर्वत्र होता. त्या काळच्या इंग्रजी हापिसातसुद्धा होता. आणि म्हणून आमच्या शैशवाच्या पक्ष्याचे पंख नेहमीच कापलेले दिसत. वडील घराबाहेर पडले, म्हणजे एक प्रकारचे स्वातंत्र्य आम्हाला गवसे.

त्या वाड्यात अर्थातच मुलीही होत्या. त्यांत अगदी फार देखणी कुणी नसावी. होत्या साध्याच. खणाच्या चोळया घालणाऱ्या– धारवाड, इचलकरंजी, नागपूर इथल्या पेठांची लुगडी नेसणाऱ्या– वाचनाचे ज्ञान शिवलीलामृत, फार तर महिपती येथपर्यंत असणाऱ्या बायकांच्या त्या मुली; जास्तीत जास्त हेडक्लार्क पदावर पोचलेल्या कारकुनाच्या मुली. त्या अशाच सुखवस्तू घरात जाणार होत्या. काळाशी भांडून थोडी-थोडी कपात करीत हातभार लांबीचे पोलके सुतासुताने कमी करून फार तर कोपरापर्यंत आणणारा होत्या आणि स्लीव्हलेसचा जमाना येईल तेव्हा तरुण पिढीला शिव्या देणार होत्या. ब्राह्मण– त्यातही कोकणस्थ ब्राह्मण, त्यातही मध्यमवर्गीय ब्राह्मण– शिवाय पुणे. पेशव्यांच्या गोखले सरदाराचा वाडा.... छे: छे:! म्हणजे, खरे तर या वाड्यात आधुनिकतेला मुळी वावच नव्हता.

त्या वेळेस मी निळ्या रंगाच्या अर्ध्या चड्ड्या वापरी. त्यांचा रंग पहिल्या दोन धुण्यात जाई. पण खाकी रंगापेक्षा त्या बऱ्या दिसत. त्यावर रेघांचा एक पिवळट सदरा असे. पायांत येरवड्याच्या चपला असत. चपला ही त्या काळातली चैन होती. चेहऱ्यावर एक सखोल बावळटपणा असे. डोक्यावर शेंडीच्या जागी शेंडीच्या खुणा असत. थोडक्यात, त्या वाड्याच्या संस्कृतीला शोभणारा एक गबाळा मुलगा– असे माझे तेव्हाचे वर्णन होऊ शकले असते. त्यातच गुडघ्याला, पायाला पडून-झडून झालेल्या जखमा-खपल्या... माझे मलाच आज हसू येते.

पण अशा मुलांची कुठल्या तरी वाड्यातल्या मुलीवरून चेष्टमस्करी होई. त्यांपैकी कुणाचेही, कुणाशीही, कसलेही लफडे झाले नाही वा लग्न झाले नाही. पण मुलीवरून चेष्टा करायची, ही वाईट खोड घरादारांतून त्या वेळी होती. कधी कधी तिचे स्वरूप मात्र जीवघेणे होई.

आमच्या वाड्यात एक कुटुंब राही. आजचा समाजवादी कार्यकर्ता मधू लिमये याचे ते मामा होत. मधू लिमये हासुद्धा एक बावळट, सदा रडणारा, दुबळा असा माझा बालमित्र. त्या कुटुंबातील एक जण परप्रांतात चांगल्या हुद्द्यावर नोकरीला होते. त्यांची सारी नोकरी क्वेट्टा, लाहोर, जम्मू– एवढेच नव्हे, तर परदेशातही झाली होती. समृद्धी व सत्ता यामुळे त्यांचा खूप दबदबा होता. त्यांचा थोरला मुलगा क्वेट्ट्याच्या भूकंपात वारला. त्यांना एक मुलगी होती. तिला आम्ही छगूल म्हणत असू. या नावाचा अर्थ मला कळला नाही, पण अजूनही त्या नावाने रोमांच उठतात. ही मुलगी तेव्हा कशी होती, हे आता सांगता येणार नाही. कारण आता तेव्हाचे डोळे नाहीत. आजच्या डोळ्यांनी खूप दुनिया पाहिली– खूप लावण्ये पाहिली; त्यामागचे सामन्यपण पाहिले. तेव्हाचे डोळे निराळे होते. कसलेही सळसळणारे तारुण्य, कोवळेपणा, आकर्षकता मनाला एकदम हळवं करून जाई. छगूल या नावात मी तेव्हा अडकलो होतो. खरे तर आजही अडकलो आहे.

आमच्या घरी रात्री दरबार असे. त्याला आमचे नातेवाईक– बहुश: वडिलांनी नोकरीला लावून दिलेली मंडळी– मामा, आतेमामा असे असत. वडील लोडाला टेकून बसत. मग तेवढ्यापुरते आपल्या तापसी दुनियेतून ते खाली उतरत. जरा खेळीमेळी, चेष्टा-मस्करी होई. त्या अशाच बैठकीत छगूलचे सुटीवर आलेले आई-वडीलही सामील होत. बोलता-बोलता मला मांडीवर घेऊन त्यांनी सांगितले की, हा शेंडीवाला जावई आपल्याला पसंत आहे. चेष्टेची मस्करी पुढे एवढी वाढली की, माझा खरोखरीच जावई म्हणून उल्लेख होऊ लागला. कौतुक होऊ लागले. चेष्टा नको असली तरी तिच्या आईने दिलेले पेढे, द्राक्षे, काजू गोडच लागत.

ही चेष्टा पुढे एवढी नित्याची झाली की, तिला थोडे गंभीर स्वरूप आले. छगूल त्या वेळी भोंबेमास्तरांकडून गाणे शिके. तिचे 'करमदिया' किंवा 'स्वकुल तारक सुता'चे सूर अजून माझ्या कानात गुणगुणतात. तिचा आवाज चांगला होता. पण पुढे काय झाले, कुणास ठाऊक; तो आवाज ती विनाकारण हरवून बसली. खरोखरीच तिला तिच्या आवाजाची किंमत कळलीच नाही अन् तिची

स्वत:चीही किंमत किती, तेही समजले नाही.

तिचे गाणे, तिचे वागणे, तिचे असणे– खरे म्हणजे चांगल्या श्रीमंत कुलाचे होते. ही वस्तू आपल्यासाठी नव्हे, असे मला वाटे. माझ्या आणि तिच्यात एवढे जमीन-अस्मानाचे अंतर होते की– छगूल माझी बायको, ही चेष्टा मला क्रूर वाटे. पण ती चेष्टा नव्हती; तिच्या आई-वडिलांची सद्‌भावना होती. माझे बावळट दिसणे वरवरचे आहे, असे त्यांना वाटत होते.

वाड्यातील मुले अर्थात माझी चेष्टा करीत. त्या चेष्टेत खूप-खूप कुचेष्टा असे. आज मला कळतंय की, ती सारी मुले फार मूर्ख होती. माझ्यासारख्या पुरुषाला छगूल अगदीच सहजसाध्य होती. पुरुषाच्या चेहऱ्यावरचे बावळेपण फार काळ टिकत नाही. कर्तृत्वाला धुमारे फुटले की, पुरुष तर निराळे रूप धारण करतो. आज बाजू पलटली आहे; पण तेव्हा समवयस्क मुले मला फाडून खात.

एकदा परत गेल्यावर छगूलचे आई-वडील पुष्कळ दिवसांनी परत येत. ते जाऊन खूप-खूप दिवस झाले होते. माझी चेष्टा प्रतिदिनी होत होती. एक दिवस 'बापू आले' असे कोणीसे म्हटले म्हणून, मी तडक दिंडी दरवाज्याशी गेलो. दोन घोड्यांच्या बग्गीतून बापू उतरत होते. दोन घोड्यांच्या बग्गीतून आम्ही फक्त संस्थानिक वावरताना पाहत असू. त्या काळी फॅशनमध्ये मोडणाऱ्या कपड्यांत छगूलची आई उतरत होती. कोरे करकरीत कपडे, हँडबॅग, थर्मास, कॅमेरा, वॉकिंग स्टिक आणि होल्डॉल... सारेच चकचकीत, परीटघडीचे. वास्तविक, प्रवासाचा आणि मळकटपणाचा एवढा अविभाज्य संबंध माझ्या मनात होता की, ही साजिऱ्या कपड्यांतली अन् सुंदर माणसे मुळी या भूमीवरची नव्हतीच आणि मग छगूल बग्गीतून खाली उतरली.

पांढराशुभ्र फ्रॉक– पांढरा म्हणजे किती? टिनोपॉलयुक्त– तेव्हा टिनोपॉलचा शोध लागला नव्हता, तरीही! दोन वेण्या होत्या– पुढे ओढलेल्या. त्यात फुले होती विलायती. म्हणजे नावे माहीत नसलेली. हातात रंगीत, चकचकीत अशी, एक गमतीदार पर्स होती. पर्स हा शब्द आज कळला. तिची मान ताठ होती. कण्यात आणखी ताठा आणणाऱ्या उंच टाचेच्या सँडल्स होत्या. त्याही पांढऱ्याशुभ्र होत्या. छगूल मूळची सावळी. पण लाहोर-सियालकोटच्या थंडीने गोरी दिसत होती आणि त्यात मुक्त हस्ताने तिने पावडर लावली होती.

तिच्यात आणि माझ्यात कसलं साम्य होतं? मनात हिरमुसला होत आ वासून मी तिच्याकडे बघत होतो. ती खाली उरतली. टप्‌टप्‌ सँडल वाजवीत

मुलांच्या घोळक्यात निघून गेली. मला पाहून तिने न पाहिल्यासारखे केले.

स्त्रीची नजर किती कुचेष्टेची असू शकते, हे त्या चिमुरड्या वयात मला एकदाच आणि अखेरचे कळले.

अजूनही कोठलीही स्त्री परिचयाची झाली की– प्रथम बालपणी माझ्या समोरून चालत गेलेली, माझ्या नजरेचा अव्हेर करणारी, चौदा वर्षांची गोरी-गोरी दिसणारी छगूल मला आठवते. तिने मला केलेली ती जखम आठवते आणि मग एरवीचा माझा मऊपणा, खेळकरपणा एकदम संकोचतो आणि स्त्रीशी मी पुरुषासारखा ताठरपणे वागतो.

-∗- ० -∗-

: ५ :

कोणत्या तरी एखाद्या हट्टासाठी जगण्याचे भाग्य लाभावे, अशी माझी देवाजवळ प्रार्थना असते. इंधनाशिवाय जशी ज्योत प्रकाशत नाही; त्याचप्रमाणे काही तरी ईर्षेशिवाय जीवन उजळत नाही, हेच खरे. आणि त्यामुळेच काही तरी मला जाळीत असावे आणि माझे आयुष्य सदैव पेटते असावे, अशी माझी इच्छा असते. तसे जर पाहिले, तर आपल्याला ओळखणारे खरोखरी फारच थोडे लोक असतात. नीट यादी केली, तर पाच-पन्नास माणसेही आपल्याला नीटशी ओळखत नाहीत. आपले बरे-वाईट झाले, तर एखादा सुस्कारा सोडणारे शे-पन्नास असले म्हणजे लौकिक दृष्ट्या आयुष्य यशस्वी झाले, असे आपण म्हणतो. या शे-पन्नास माणसांचा समुदाय खरे म्हणजे त्या माणसाचा समाज असतो. या समुदायाच्या लहरीवर सामान्य माणूस आपले जीवन बेतीत असतो. आपली जीवनविषयक कल्पनासुद्धा या एवढ्या छोट्याशा समाजाच्या खुशीपुरती मर्यादित असते. एखाद्या माणसाच्या परिवारात व्यापारामुळे जर गुजराती, सिंधी, मारवाडी मित्र असतील; तर खोटी जाहिरात करणे, माप खोटे लावणे अनीतिकारक मानले जात नाही– पण खोटे वायदे देणे अनीतिकारक मानले जाते. त्याचे मध्यमवर्गीय, शिक्षक, कारकून मित्र असतील; तर त्याच्या नीतीविषयक कल्पना बहुश: स्त्रीसंबंधांपुरत्या मर्यादित राहतात. माणसाच्या मनाचे पतन वा उत्थापन म्हणूनच तसे पुष्कळसे सापेक्ष असते. सत्याची,

नीतीची, बंधुत्वाची अबधित अशी व्याख्या कधीच नसते.

आपल्या भक्ष्यावर लक्ष ठेवून त्याच्या अत्यंत नाजूक क्षणी ते गिळंकृत करणे आणि जीवन व्यतीत करणे, हा जंगलाचा कायदा आहे. माणूसही पुष्कळ अंशी पशू असला, तरी तो एकांडा नाही. त्याच्या जीवन-मरणाचा लढा हा एकाकी नसतो आणि म्हणून आपले भक्ष्य केवळ सावजाच्या नाजूक क्षणाशी त्याला निगडित करता येत नाही. एवढेच नव्हे, तर आपल्यावरही तसाच अनपेक्षित प्रहार होणार नाही, याविषयीच्या खात्रीने तो जगात वावरू शकतो.

आणि म्हणून, आपली नीतिमूल्ये पुष्कळदा भयापोटी उत्पन्न पावतात. रस्त्यावरून जाताना जेव्हा एखादी गौरवर्णी पुष्टांगी आपल्या तारुण्याचे मस्तवाल दर्शन करीत बेदरकारपणे जात असते, तेव्हा विव्हल न होणारे मन केवळ दुर्दैवी होय; पण ही घायाळ मन:स्थिती लपवून माणसे तेथून नजर उचलतात– केवळ भयाने. जर जनशक्तीचे किंवा दंडसत्तेचे भय नसते, तर कोणतीही लोभनीय वस्तू, व्यक्ती किंवा वृत्ती ही नेहमी स्पर्धेचा विषय होईल आणि समता किंवा समान वाटपाचा न्याय धुडकावून देऊन बलवंताच्या मालकीची होईल.

म्हणजे, आपले पावित्र्य किंवा नीतितत्त्व हे काही स्वयंसिद्ध नव्हे तर! ज्याने सुख-दु:खाच्या किंवा मोहाच्या स्थानाकडे हेतुपुरस्सर पाठ फिरवली, असे विरक्त किंवा तृप्त आत्मे सोडले; तर बाकीच्यांचे काय?

त्यांची पतने होत असत. त्यांच्या जिभा लाळावत असतात. त्यांच्या मनात अनंत गढूळ विचार घोंगावत असतात. पण भयाने त्यांच्या स्नायूंचे बळ गेलेले असते. वखवखलेल्या जिभा नाइलाजाने आत-आत ओढीत हे लांडगे पुन्हा अंधाऱ्या गुहेत जाऊन घोरत पडतात.

पण मी तर यालाही पतन म्हणत नाही. प्राण्याला भूक लागली तर त्याने खाल्ले पाहिजे, त्यासाठी जीवन-मरणाचा लढा दिला पाहिजे. म्हणजे, त्या भुकेची तृप्ती अपरिहार्य आहे– तो धर्म आहे. धर्मच कसा अधर्म होईल? मग पतन तरी कोणते?

स्त्रीसुखापासून वर्षानुवर्षं वंचित असणारा नौसैनिक जेव्हा वेश्यागमन करील, तेव्हा फार तर त्याला संयम नाही किंवा त्याची रुची चांगली नाही, असे म्हणता येईल. भुकेलेल्याने रस्त्यावरचे सडके फळ खाल्ले तरीही त्याने फार मोठी पाप केले, असे म्हणता यावयाचे नाही.

मग पतन कोणते आणि असे पतन घडते तरी कसे?

आरंभी म्हटले की, कोणत्याही एखाद्या हट्टासाठी जगायचे मला भाग्य

लाभावे, अशी माझी प्रार्थना आहे. ती अशासाठी की, हट्टाविना-ईर्षेविना माझे आयुष्य बेकार होईल. पुष्कळ अभागी त्यावाचून जगतात. मला आजपावेतो तसे करावे लागले नाही, हे माझे भाग्य आहे. पण या हट्टाला तडा जाण्याजोग्या गोष्टी घडल्या. त्या आठवल्या की, मी स्वधर्म का सोडला, याबद्दल मला फार फार वाईट वाटते. आणि त्याबद्दलची खंत माझ्या मनातून मुळीच जात नाही.

मी वयाने २३ वर्षांचा होतो. वडील वारलेले होते. ४२ च्या चळवळीत गोळी खाल्ल्यामुळे शारीरिक कष्टाची कामे करून नाव काढणे सुतरामसुद्धा शक्य नव्हते. कुटुंब उभे राहावे, या अभिप्रायाने विवाहही केला होता. जीवनात काही भली-वाईट स्वप्ने बांधली होती. पु. ग. सहस्रबुद्धे, बापूसाहेब माटे यांनी कुठे तरी ठिणगी टाकली होती आणि अंतर्यामी मन धुमसत होते. व्यवसाय होता शिक्षकाचा; पण उडी होती फार मोठी. इष्टमित्रांच्या एकत्र निवासासाठी गर्दीच्या शहरी जीवनापेक्षा उपनगरासारखी वस्ती करावी, अशी माझी कल्पना होती. त्यासाठी मी जमिनीच्या शोधात होतो. घालवण्याजोगे काही नसल्यामुळे कोणत्याही साहसाला मन तयार होते. एके दिवशी सहज बोलत असता मोतीलाल सरेलाल नावाच्या एका व्यापारी मारवाड्याची गाठ पडली. ते म्हणाले, "मी देतो तुम्हाला एक जमीन." गाडीत घालून ते मला पुणे-आळंदी रस्त्यावर घेऊन गेले. त्यांनी दाखवलेली जमीन चांगली पस्तीस एकर होती. मी म्हणालो, "माझ्या खिशात या वेळेला सत्तर रुपये आहेत. तुमची ही एवढी जमीन मी घेणार कसा?" ते म्हणाले, "तुम्हाला ही जमीन आवडली असेल आणि तुमच्या उपयोगाची असेल, तर तुम्ही आता करार करा; पैसे सवडीने द्या." मी केवळ हसलो. कारण सत्तर रुपये खिशात असताना मी पन्नास हजार रुपयांची जमीन घेण्याची भाषा बोलत होतो. मला हे त्यांचे प्रपोजल प्रथम चेष्टेचे वाटले. ते म्हणाले, "तुम्ही हसू नका. ही सर्व जमीन मी तुम्हाला १०५० रु. एकरप्रमाणे देतो. मी तीनशे रुपयांप्रमाणे घेतली आहे. जमीन सुरक्षित आहे, चांगली आहे. तुम्ही उत्साही आहात, तुमच्या हाताला यश आहे. मी तुमच्या हातावरच्या रेषा पाहून सांगतो की, तुम्ही यशस्वी व्हाल. आज तुम्ही ५० रुपये देऊन करार करा. आजपासून पंधरा दिवसांत तुम्ही पाच हजार रुपये उभे करा आणि जमिनीचा ताबा मी तुम्हाला ५००० रु. देताच देईन."

तसे घडले. मी तो करार केला. माझ्या लेखनशक्तीचा पहिला हुंकार मला तेव्हा मिळाला. मी काढलेल्या पहिल्या पुस्तिकेत एका आदर्श वसाहतीचे मी स्वप्नचित्र उभारले होते. त्यावर लोक लट्टू झाले. अवघ्या पाचशे रुपयांत

एक प्लॉट याप्रमाणे २५० प्लॉट्स विकले गेले. मजजवळ धड फर्निचर नव्हते, जमिनीचा नकाशा नव्हता, स्टाफ नव्हता. अवघ्या पाच दिवसांत एका जाहिरातीला म्हणून आलेल्या ५०० माणसांच्या अर्जांतून अडीचशे प्लॉट्स विकले गेले. स्कीम यशस्वी झाली.

मग खरेदीपत्र झाले. उद्घाटनाचा मोठा समारंभ झाला. वैकुंठभाई मेहता अध्यक्ष होते. ११००० फुटांची प्लॉटची मर्यादा केवळ माझ्यामुळे ५००० फुटांपर्यंत आली. तसा आदेश (जी. आर.) मुंबई सरकारच्या रेव्हेन्यू खात्याने केला आणि वसाहतीच्या नफ्याच्या पैशातून मी माझ्या 'असोसिएटेड ट्रेडर्स' या संस्थेचा व्यापाही वाढवला.

या सर्व प्लॉटधारकांची सहकारी सोसायटी केली, तर त्यामुळे घरबांधणी सोपी होईल– स्वस्त होईल, या कल्पनेने मी एक सहकारी सोसायटी निर्माण करावयाचे ठरवले. मला या व्यवहारात सुमारे ५० हजार रुपये फायदा कागदोपत्री दिसत होता. तो सर्वांना ज्ञात होता. तो गृहीत धरूनच सर्वांनी प्लॉट घेतले होते. मी नफा न घेता सहकारी तत्त्वावर संस्था चालवावी, असे मागाहून काहींना वाटले. अर्थात, ते मला मंजूर का असावे? त्यामुळे त्यांचे पैसे परत घेऊन ते निघून गेले.

कायद्याचे यथास्थित ज्ञान नसल्याने सोसायटी रजिस्टर करावयासाठी त्या दिवशी जे हजर होते, त्या चौदा लोकांच्या मी सह्या घेतल्या. संस्था रजिस्टर झाली. तोपावेतो सर्व गुण्यागोविंदाने चालले होते. पण सरकारी मान्यता मिळताच त्यांतली काही अगदी जवळची मंडळी कायद्याची भाषा बोलू लागली. अर्थात कायद्याने काही होणार नव्हते, पण गुंतागुंत मात्र वाढणार होती. वसाहतीच्या जमिनीची मालकी माझी; पण नकाशा सोसायटीच्या नावे मंजूर झालेला. त्या चौदा सभासदांचे पैसे सोसायटीकडे वर्ग केलेले आणि घरची समजली जाणारी माणसे (नातेवाईक आणि जिगरी दोस्त) मत्सराने पेटलेली... मजजवळचा सर्व पैसा त्या नव्या जमिनीत अडकलेला... प्लॉटधारकांची प्लॉट ताब्यात लवकर देण्याची निकड... या सर्व प्रकारात शब्दाशब्दी, पत्रोपत्री होऊ लागली व काही अधिकाऱ्यांचे दडपण येऊ लागले. धमक्या दिल्या जाऊ लागल्या. जी माणसे खरे तर परवा-परवापर्यंत माझ्या समोर बसायला भीत असत, ती आढ्यतेने मला तुरुंगात घालायच्या धमक्या देऊ लागली.

माझ्या भलाईला ही भलतीच फळे आली. आरंभी काही तशी कल्पना नव्हती. भल्या बुद्धीने मी सोसायटीचा मांड मांडला. त्यासाठी माझे एके काळचे

स. प. कॉलेजमधले लेक्चरर यांना त्यांच्या विनंतीवरून सोसायटीचे अध्यक्ष केले; पण याच माणसाने पलटी खाल्ली आणि मला धोक्यात आणले. त्यांना त्या वेळेस पैशाची गरज होती. त्यांनी माझ्याकडे पाचशे रुपये लाच मागितली आणि ती दिली तर आपण हे प्रकरण मिटवू, असे सांगितले. आजच्यासारखा त्याही दिवसांत मी भांडखोर होतो, हट्टी होतो. त्यामुळे त्यांची ती मागणी मी नाकारली.

त्या चौदा लोकांच्या सोसायटीत माझे एक जवळचे नातेवाईक होते, तेही त्या मंडळींना सामील झाले. त्यांचे म्हणणे– ''न्याय-अन्याय आम्हाला माहीत नाही. आज तुम्ही कोंडीत आहात आणि सोसायटीजवळ पैसे नाहीत. आमच्या पैशावर तुम्ही फायदा मिळवला आहात; तो आम्ही तुम्हाला पचू देणार नाही!'' ते नातेवाईक जवळचे होते, अगदी जवळचे होते. मत्सराने तेही पेटले होते. एवढ्याशा वयात मी हजारो रुपये मिळवावेत, हे त्या मिलिटरी अकाउंट्मधल्या कारकुनाला कसे रुचावे! वास्तविक, त्यांचा माझ्या व्यवसायाशी कवडीचा संबंध नव्हता. मी फुकट दिल्यामुळे त्यांचे नावे प्लॉट होता. त्याबद्दल संध्याकाळी त्यांचे ऑफिस सुटल्यावर ते मला थोडीफार मदत करीत. मदत म्हणजे, मला भेटावयास आलेल्या माणसांशी मी भेटेपर्यंत गप्पा मारीत बसणे. त्यांचे म्हणणे– 'माझ्या या उद्योगात ते माझे सहकारी होते.' त्यांनी या प्रकल्पात एक पैसाही घातला नव्हता; उलट माझ्या पैशाने चहापाणी करण्याची त्यांची उत्तम सोय झाली होती. बुडालो असतो तर सहानुभूतिदर्शक असे दोन शब्दसुद्धा त्यांनी काढले नसते. उलटपक्षी, 'खाशी जिरली' अशा आनंदातच ते वावरले असते. पण केवळ वेळ घालवण्यासाठी माझ्या ऑफिसात येऊन बसणाऱ्या या माझ्या नातेवाइकाला पैशाचा लोभ सुटला. मी अडचणीत सापडलो, तर आपोआपच त्यांचे साह्य मागेन यासाठी त्यांनी आपले कायदेबाज डोके माझ्याविरुद्ध वापरले आणि मग हे चौदा सभासद व उरलेले दोनशे सभासद अशा दोन फळ्या पडल्या.

कायदा माझ्या बाजूला होता; तरी सरकारमान्य संस्थेच्या पदाधिकाऱ्यांना त्रास देता येईल, असे करता येण्याजोगे खूप होते. मला असे दिसू लागले की, या नातेवाइकांमुळे ही वसाहत होणार की नाही? भरलेल्या लोकांना पैसेही मिळणार नाहीत आणि प्लॉटही मिळणार नाहीत; माझ्या नशिबी मात्र केवळ बेइज्जत येईल.

माझ्या पतनाचा हाच क्षण होता. सारे आयुष्य समोर होते. धंद्यात जम

बसत होता. हक्क, कायदा याबद्दल हट्ट धरायचा आणि मुकाबला करायचा; की एका सामान्य घरभेदी नातेवाइकाला शरण जायचे! मग जायचेच तर माझ्या लाचखाऊ शिक्षकांना का नाही शरण गेलो?

घरातूनही दडपण येत होते. डिपॉझिटर्सचा ताण वाढत होता. मी अख़ेर त्या नातेवाइकापुढे तडजोडीचा हात केला.

त्याला रोख रुपये तीन हजार मला द्यावे लागले. त्याच्या एका सामान्य नाटकाचा मला निर्माता व्हावे लागले. त्यात माझे काही पैसे गेलेच होते. त्याचे पुस्तक मला काढावे लागले. त्यातही काही पैसे घालवले होते. त्यांची कुरकुर आणि पिरपीर कायमची गप्प करावी, एका घरभेद्याला शांत करावा, सौभाग्यवतींना संतुष्ट करावे; म्हणून मी आयुष्यात हार घेतली– केवळ सुस्थिरता पाहिली. पण ती सुस्थिरता तशी विकत मिळत नाही, हे मला कळायचे होते. करू नये ती तडजोड केली. स्वास्थ्यमय भविष्याकडे पाहून तत्त्वच्युत झालो. कोणताही अधिकार नसताना त्या माणसाला तीन हजार रुपये दिले आणि त्याच्या प्रीत्यर्थ दोन हजार रुपये खर्च केले.

तत्त्व सुटले की, मग थांबता येत नाही; कारण मग तुमची घसरगुंडी होते. मी दिलेल्या पैशाने काहीच झाले नाही. वाद धुमसत राहिला. पैसे घेऊन हा माणूस नामानिराळा राहिला. तडजोडीसाठी म्हणून आणखी एक गोडबोल्या माणूस या वादात पडला. त्याचे नाव परदेशी. त्याने तर मला साफ कापला. माझ्या वतीने तडजोड करायला जो पुढे झाला, तोच नेमक्या वेळेस प्रतिपक्षाला सामील झाला.

सरकारी डिपार्टमेंट्स परस्परविरुद्ध निर्णय देत होती. लोक मात्र हवालदिल झाले. एका तरुण माणसावर विसंबून लोकांनी रुपये गुंतवले होते. नुकतेच टिळक पोल्ट्री फार्मचे प्रकरण झालेले होते. मनातून त्यामुळेच मी थोडा बावचळलो होतो. त्याच वेळेस मी न्यायालयात जायला हवे होते. पण तो दीर्घसूत्रीपणा मला नको होता. मला सोन्याची खाण सापडली होती, धनवंत व्हायचे होते. आणि आणखी एक पतनाचा क्षण आला. वास्तविक, मुळात मी या सर्व कामात घट्ट कुठे उभा राहिलोच नाही. पुढे कोर्टाने माझ्या बाजूने न्याय दिला– पण फार पुढे. मी तेव्हा कोर्टदरबाराला घाबरलो, हे खरे. आणि एक तडजोड झाली. त्यात ५००० रुपये त्या सोसायटीस देणगी द्यावी व २०,००० रु. चा ट्रस्ट करावा, असे मला मान्य करावे लागले. एकूण ५०,००० रु. फायदा झाला तेव्हा तो निम्मा-निम्मा वाटावा असे ठरले. म्हणजे, २५ हजार सोसायटीला मिळाले.

सहकारी सोसायटी अशा तऱ्हेने धंदे करू शकते का, हा विचार तेव्हा मनात आला नाही. कोठून तरी हे मिटवावे व धंद्याला लागावे, या विचाराने ग्रासून मी अव्यवहार्य गोष्टीला तयार झालो.

पैशाला गळती लागली की हाती फक्त कसा राहतो– पैसा गळून जातो. या कस्तुरबावाडीच्या योजनेत अंती मला दहा-पंधरा हजार रुपयांचे नुकसान झाले आहे. त्या प्रकरणाचे कस्तुरबावाडी कोर्टदरबार अजून चालूच आहेत. सोसायटीच्या पदाधिकाऱ्यांच्या बापाचा पैसा खर्च होत नाही, म्हणून त्यांचे ठीक आहे; पण मी पदरचा खर्च करून आता भांडतो आहे. पैशापरी पैसा गेला आणि वाईटपण तेवढे उरले. माझे सच्चे मित्र प्लॉटवर घर बांधू म्हणून वाट पाहत मरून गेले. ज्या अर्थी मी फायदा वाटून द्यायचे तत्त्व कबूल केले, त्या अर्थी सोसायटीचाच हा सर्व फायदा होता– असे म्हणणारे लोक आपोआपच निर्माण झाले.

आयुष्यात एक धडा मी शिकलो आहे. तो हा की– न्यायाला पर्याय नसतो, सत्याला तडजोड नसते. हक्कांना कर्तव्ये असतात. त्याची गल्लत केली तर पदरात फक्त मानहानी पडते. वयाच्या पंचविशीत लक्षावधी रुपये मिळवून पुन्हा मी कोरडा ठणठणीत राहिलो.

–आणि सर्व भलाईची किंमत फक्त वाईटपणात घेऊन मी या धंद्यातून बाहेर पडलो. माझा हट्ट घट्ट ठेवून मी उभो राहिलो असतो, तर माझे कोणी वाकडे करणार नव्हते! आणि समजा– सर्वनाश झाला असता, तर काय बिघडणार होते? तो नाही तरी झालाच. ही सारी संपत्ती माझ्या ओंजळीतून गळून गेलीच. मी भणंग झालोच. पण माझे पतन झाले, मी तत्त्वाला मुरड घातली; ते चुकले. मी न्यायापेक्षा अन्यायी लोकांना शरण गेलो, हे शल्य उरलेच आणि मनात येते... परमेश्वराने पुन: पुन्हा असे मोहाचे प्रसंग किंवा स्वास्थ्याचे आमंत्रण आणावे आणि त्या वेळेस मात्र त्यासाठी घट्ट उभे राहण्याचे बळ द्यावे. जे गळले ते माझे तारुण्य, ती उभारी... पुन्हा येणार नाही; पण तो बंडखोरपणा मात्र प्रतिदिनी वाढतो आहे. पतनाची ती जाणीव अजूनही अंगात सणक आणते आहे.

-*-o-*-

: ६ :

मध्यंतरी जेव्हा लेखननिर्बंध आले, तेव्हा माझे सारे अवसानच गळाले. खरे तर माझ्या सर्वच लेखनावर निर्बंध आलेले नव्हते. मी पुष्कळ प्रकारचे लेखन करतो. मी तसा फार मोठा लेखक नाही, याची मला जाणीव आहे. पण मी जेव्हा लिहितो, तेवढ्यापुरते मला तसे वाटत नाही. लेखनावर निर्बंध आले ते मुख्यत्वेकरून राजकीय स्वरूपाच्या लेखनावर. म्हणजे, माझा साराच लेखनव्यवहार आटोपला होता, असे नव्हे. परंतु लेखनावर निर्बंध आले आणि मी बावचळून गेलो. क्षणभर वाटले, आपला श्वासोच्छ्वास कोणी तरी बंद केला आहे. पहिले काही दिवस मी भ्रमिष्ट अवस्थेत काढले. मला काही सुचेनासे झाले. सारे काही थांबवून टाकून लेखणी मोडून टाकावी, असेसुद्धा काही काळ मला वाटून गेले. परंतु काळ हा सर्वच गोष्टींवरील उत्तम औषध आहे. माणूस चांगला कोडगा असल्यामुळे तो वाटेल त्या परिस्थितीशी जमवून घेऊ शकतो. जसजसे निर्बंध अंगवळणी पडले तसे त्यातील मर्यादेत लिहिण्याचे मी माझ्या शब्दांना शिकवू लागलो. माझे माझ्या शब्दांवर अनिवार प्रेम आहे. तसे ते सर्वांचेच असायला हवे– असतेही. त्यामुळे मी मग ललित लेखन केले. काही कादंबऱ्या लिहिल्या, एक नाटक लिहिले, काही कथाही लिहिल्या. त्यातही मी थोडा रमल्यासारख्या झालो. पण तो मुळातच एक कोंडी फोडण्याचा यत्न होता; म्हणून कोठे तरी हुरहूर होती, पांगळेपणाची जाणीव

होती. अगतिकता प्रत्येक शब्दा-शब्दाआड समोर येऊन उभी होती. तेथेच मग माझे शब्द मला आवडेनासे होऊ लागले. ज्या शब्दांवर मी अनिवार प्रेम केले, तेच शब्द मला शत्रूप्रमाणे वाटू लागले. आपले मित्र असणारे जेव्हा शत्रू होतात, तेव्हा त्यांच्याशी केवळ मुकाबला करता येत नाही. कोठे तरी स्नेहाचे धागे आपले हात-पाय बांधून टाकत असतात. हे अनिवार युद्ध, युद्ध राहतच नाही. हे भांडण, भांडण उरत नाही; तर त्यांचा संवाद होतो. मैत्रीचे चिवट धागे हे अडचणीचे होतात. पण त्याचबरोबर हे भांडण मिटले नाही, तर विचित्र प्रसंग उभा राहतो.

एक तर मित्राला आपली सारी वर्मे माहीत असतात आणि त्याने जर मैत्रीचे पथ्य सोडले, तर हल्ला कडवट होतो. वर्मी घाव बसतो. आपण विव्हळ होतो. विव्हळ केवळ त्या घावानेच होतो असे नाही, तर मैत्री हरवल्यामुळेही होतो. मैत्री काही अशी रोज-रोज बाजारात मिळणारी वस्तू नाही. प्रथम ती गवसते, तीसुद्धा फार प्रयत्नाने. मग ती मिळाल्यानंतर जोपासावी लागते, तिचे अनुरंजन करावे लागते. लाचारीने मैत्री होती नाही, तशीच अहंकारानेही मैत्री टिकत नाही. गुलाबाच्या फुलासारखी मैत्री असते. म्हणजे काटे काही गुलाबाला टोचत नाहीत, तशीच एकाची मैत्री दुसऱ्याला टोचता कामा नाही. काट्याचे काटेपण आणि फुलाचे फूलपण अबाधित राहूनही दोघांची मैत्री होऊ शकते.

माझी माझ्या शब्दांशी अशीच मैत्री आहे. माझे शब्द जेव्हा कठोर असतात, तेव्हा मी विवेकी राहण्याचा प्रयत्न करतो आणि जेव्हा माझे शब्द मुलायम होतात, तेव्हा मी त्रयस्थासारखा अलिप्त बनतो. खरे तर लेखकाचे शब्द, गायकाचा स्वर, चित्रकारांच्या रेषा हे त्यांच्या आत्म्याचे झंकार असतात; तरीही त्यांना वेगळेपण असते. राधा-कृष्णाचे मीलन हे निरिच्छ एकत्वाचे रूपक म्हणून आपण मानतो; पण राधा निराळीच आणि कृष्णही निराळाच. एकत्व म्हणजे शरण जाणे नव्हे किंवा विलीन होणेही नव्हे, तर दोन गोष्टींच्या संयोगाने तिसरे व्यक्तिमत्त्व निर्माण होणे होय. माझे शब्द निराळे आहेत आणि मीही वेगळा आहे; त्यांचे पुष्कळदा एकरूपत्व होते. तेव्हा आपली आपल्यालाच दादही मिळते. कोणी सांगावे लागत नाही. आपले आपल्यालाच कळते.

पण आज जे माझे माझ्या शब्दांशी भांडण चालू आहे, त्यामुळे मी बैचेन झालो आहे. शब्दांना स्वतःचा अर्थ असतो, परंतु त्या अर्थाबरोबर आणखी एक अर्थ आपल्या मनातून येऊन त्यांना चिकटतो. किंबहुना, हा आतला अर्थच शब्दांचा खरा अर्थ असतो. जेव्हा काही शब्द आपल्या लेखणीतून उरतात, तेव्हा

कळत-नकळत आपल्या मनाच्या पायऱ्यांवरून यथार्थ अर्थ या शब्दांना बिलगण्यासाठी तत्परतेने येतात. पण हे अर्थ जेव्हा कोणाला समजत नाहीत, तेव्हा लेखकाचे शब्दांशी भांडण सुरू होते.

आज असे अनेकदा घडते की, मी लिहितो त्यातला वरवरचा मर्यादित अर्थ लोकांना समजतो; परंतु अर्थापाठीमागचा दुसरा अर्थ पुष्कळांना समजू शकत नाही. मग मला सारे माझे लेखन निरर्थक वाटते. जो दुसरा अर्थ शब्दांना लगटून यायला हवा, तो का बरे येत नाही? माझ्या शब्दांचे माझ्या मनातून येणाऱ्या दुसऱ्या अर्थाला लगटून घेण्याचे सामर्थ्य तर मी गमावून बसलो नाही? यात चूक कोणाची– माझी, माझ्या शब्दांची की ते शब्द वाचणाऱ्या वाचकांची? काही असो– हे सामर्थ्य मी गमावले आहे खास! अशा वेळेला मी शब्दांशी न भांडावे, तर करावे तरी काय?

खरे तर माझे भांडण कोणा सत्ताधीशाविरुद्ध नाही, कोणा झुंडशाहीविरुद्धही नाही, भयभीत झालेल्या लाचारांबरोबरही नाही, तत्त्वशून्य झालेल्या समाजाबरोबरही नाही; माझे भांडण माझ्या शब्दांबरोबरच आहे. कारण या शब्दांच्या पालखीतूनच माझ्या आत्म्याची महायात्रा निघायची आहे. हे शब्द पूर्वीइतके इमानदार राहिलेले नाहीत. वाटते की– हे शब्द आपली पालखी मधेच तर टाकून देणार नाहीत? हे शब्द मला सोडून तर जाणार नाहीत? आणि असे जर ते मला मधेच सोडून गेले, तर मी जगू तरी कसा शकणार? माझा आत्मा उन्हातान्हात तळमळत पालखी हलविणाऱ्या भोयांची वाट पाहत किती काळ बसणार? का पालखी फेकून देऊन, त्याची त्यालाच उरलेली महायात्रा पुरी करावी लागणार?

ही महायात्रा कोणालाही चुकलेली नाही; फक्त हवी तेव्हा, हव्या त्या इतमामाने ती यात्रा करायची असते. पण जेव्हा सारा इतमाम पायदळी तुडविला जातो; तेव्हा निदान भोयांनी– शब्दांनी– बेइमान होऊ नये, एवढी इच्छा असते.

आज तरी माझे माझ्या शब्दांशी भांडण चालू आहे. त्याची अखेर ठाऊक नाही. पण एक दिवस हे भांडण संपेल... हेच मलूल झालेले शब्द पुन्हा एकदा उभे राहतील... आणि माझ्या यात्रेला शोभा आणतील...

तोवर शब्दांशी मी भांडतच राहणार आहे.

-*-०-*-

: ७ :

बऱ्याच दिवसांनी मी कार्यालयात आलो आहे. काही दिवस आजारी होतो आणि बराचसा उत्साह मावळून गेला होता.

नाही म्हटले तरी वाढते वय शरीर वापरीत जाते आणि शरीराची चैतन्यशक्ती उणावत जाते. हे अपरिहार्य आहे, हे सर्वांनाच माहीत असते; परंतु आपले तारुण्य सांभाळणे प्रत्येकाला आवश्यक होऊन बसते.

कलपाने केस काळे होतात. स्नो-पावडरने चेहरा तुकतुकीत दिसतो. नव्या पिढीची नक्कल करून नवे अद्ययावत कपडे घातले की, दहा-पाच वर्षांचं आयुष्य मागे सरकल्यासारखं वाटतं. त्यातली काही नाटके यशस्वी होतात. पण शरीरातल्या अणू-रेणूंना हे नाटक जाणवत असते. एरवी स्पर्शाने जे थरार अंगावर उठावेत, ते आता जुन्या आठवणींना उजाळा देऊनच अंगावर आणावे लागतात. धुंद स्वरांनी होणारी अस्वस्थता आता इतिहासात मागे जाऊन शोधून आणावी लागते. एखाद्या पराक्रमी कृत्याने भरकटलेले डोके आपल्या आयुष्यात घडलेल्या व पाहिलेल्या तशाच पराक्रमी कृत्याची वाट पुसत जाते. शहारे अंगावर येतात, ते वर्तमानातल्या घटनांच्या दर्शनाने; पण अनुभवाने नव्हे, तर भूतकाळात घडलेल्या तशाच घटनेच्या आठवणीने! म्हणून तर कित्येक अद्भुतरम्य, क्षुब्धकारक, चैतन्यदायी गोष्टी वाढते वय मचूळ करून टाकतात. एखाद्या सुंदर तरुणीचा विभ्रम मग चाळा वाटतो. एखादी चांगली

साहित्यकृतीसुद्धा शब्दांचा 'खेळ' वाटते. नव्या गायकाने केलेला एखादा सुरांचा 'खेळ' पोरकट वाटतो.

हे सारे थोपविण्याचा मी आटोकाट प्रयत्न करीत आलो आहे. आनंद भोगण्याची सारी इंद्रिये लखलखीत राहिली पाहिजेत, असा माझा कटाक्ष आहे. सुदैवाने माझा व्यवसायही असा आहे की, वर्तमानालाच मला मिठी मारावी लागते. अजूनही ती मिठी माझ्या हाडांना टोचत नाही. काय वाट्टेल ते करून मी माझ्या रसास्वादाची, धुंद होण्याची, शरण जाण्याची सारी शक्ती टिकवून धरण्याचा प्रयत्न करतो आहे.

पण त्यालाही मर्यादा आहेत. जलाशयात पाणी साठविण्याच्याही मर्यादा असतात. त्याप्रमाणे मनाचा जलाशय कितीही मोठा असला, तरी वर्तमानाचा महापूर नवनव्या गोष्टी आणून या जलाशयात सारख्या फेकत आहे. उन्नत होण्याचं नि उन्मत्त होण्याचं माझं सामर्थ्य कधी कधी लटकं पडतं आहे की काय, अशी मला भीती वाटते आहे. एकटा असलो की... हो, आणि मी तसा नेहमीच एकटा असतो... मग दीर्घकाळपर्यंत बाळगलेले हे अनेक वर्षांचे ओझे कळकट वाटू लागते– शब्दसुद्धा फिके झाल्यासारखे वाटतात. दुःख व सुख ग्रहण करण्याची संवेदनासुद्धा थोडी मलूल होते. अशा वेळेला हवी असते एखादी संजीवनी. मचूळ न झालेली– टवटवीत, ताज्या विचारांची, तेजाळ-ज्ञानवंत डोळे असणारी, आयुष्य समर्पण करून टाकणारी एखादी व्यक्ती... दाहक डोळे, ज्ञानभाराने स्फुल्लिंग झालेले कटाक्ष, मधाळ हास्य, अविवेकी विवेक... असं काही भेटतंच, असं नाही. मागणी करून मिळणाऱ्या या गोष्टी नव्हेत; तो योगायोग असतो. वैराण झालेल्या तप्त धरित्रीला हवा असतो पाऊस, झाडांना ल्यायची असतात हिरवी वस्त्रे, पाखरांना काढायचे असतात मंजुळ स्वर, आकाशाला डोळ्यांत घालायचं असतं काजळ; पण पाऊस येतोच असं नाही. उलट, पावसासाठी आतुर झालेल्या साऱ्या अचेतन आणि सचेतन सृष्टीला काळवंडलेले आकाश अधिकच निरुत्साही करते, पण तरी सृष्टी आपला धीर सोडीत नाही. सृष्टीचा चातक मान वर करून सलिलाची प्रतीक्षा करतो.

मीही तशी प्रतीक्षा करतो आहे. या देहात चैतन्य आहे, तोपर्यंत हा देह सर्व स्पंदनांनी जिवंत राहिलाच पाहिजे. मी उसने बळ आणतो. साऱ्या भूतकाळातील चैतन्यविशेष शोधशोधून आठवतो आणि अनेक अर्धी राहिलेली किंवा कधीच प्रत्यक्षात येऊ न शकलेली स्वप्ने डोळ्यांसमोर आणू लागतो.

पण तरीही शोध असतो एखाद्या संजीवनीचा– एखाद्या निमंत्रणाचा.

आनंद यात्रा / २१५

असाच मी ऑफिसात येऊन बसलो. कार्यालयाचे दर्शन तरीही मला सुखावहच वाटत होते. कार्यालयात अडचणी असतात, उणिवा असतात, कलह असतात; तर एखादी स्नेहमिठीही असते. तगादे असतात, तसेच तगादे करण्याचीही गरज असते. हे सारे मिळून माझा व्यवसाय होतो, त्यामुळे त्याची खंत आणि खेद फारसा मी बाळगीत नाही. कौतुकभरल्या शब्दांनी मी फारसा फुशारतही नाही. सुख-दुःखाच्या या पसाऱ्यात माझ्या अस्तित्वाला अर्थ येतो, म्हणून कार्यालयाचं दर्शन मला नेहमीच सुखदायक वाटतं.

माझ्या खोलीत दोन फोटो आहेत. एक बुद्धी जागती ठेवणारा सावरकरांचा आणि एक दुःखावर फुंकर घालणारा लता मंगेशकरांचा. माणसाला दोहोंची संगत सतत हवी असते. कोण कोणाची देणी लागतो, ह्याचा हिशेब मला करता आलेला नाही. पण हे दोघेही माझं देणं लागतात आणि मीही त्यांचं देणं लागतो. या दोघांच्या संगतीत मी माझा तोल सांभाळीत आलो आहे. पण कित्येकदा– विशेषतः अलीकडच्या पत्रकारितेच्या व्यवसायाच्या अवस्थेत– वयाची चाहूल लागलेली असताना, त्यातही आजाराने माझ्या चैतन्याला शोषून घेतलेले असताना, एवढाच आधार मला पुरत नाही. आपले दुबळे मन आपल्यालाच खाऊ लागते. अंधार आपल्याला गिळू लागतो. सरावानं काही गोष्टी घडत राहतात, नाही असे नाही; पण त्याला तजेला नसतो. सकाळी खुडलेल्या फुलांचा माध्यान्हकाळी तजेला जावा आणि सूर्य कलू लागल्यावर रंग व गंधही जावा– असं काहीसं होत असतं. शरीर कोठे तरी आतून थकलेलं असतं. मनाची उभारी संपलेली असते. आयुष्यभर जमा केलेल्या संजीवनीचा मंत्र ऐन युद्धाच्या वेळी रथचक्र गिळून टाकलेल्या आणि ब्रह्मास्त्र विसरलेल्या कर्णासारखा आपणही विसरलेला असतो. खुशीच्या पत्रांनी संतोष होत नाही, शिव्या-शापांच्या पत्रांनी संताप येत नाही; अशा वेळेला कार्यालयाच्या आपल्या देवघरातून उठून जावंसं वाटतं. आपणच आपले वैरी होतो. आपले शब्द आपल्याला टोचू लागतात– जे शब्द आपण किती प्रयासानं हिऱ्या-मोत्यांसारखे जपून ठेवले, ते शब्द पै-पैशाला मिळणाऱ्या नकली मण्यांसारखे वाटतात.

मला वाटतं, याही अवस्थेची प्रत्येकाला गरज आहे. जसा अहंकाराचा गरुड पंख पसरून आकाशात उडण्यासाठी सिद्ध हवा; तसाच शल्य उरी घेतलेला, मातीशी स्नेह करू पाहणारा ससाणा प्रत्येकाजवळ केव्हा ना केव्हा असायला हवा.

–आणि नेमका या वेळेला फोन वाजतो. तसा आवाज ओळखीचा

असतो, पण ओळख पटत नाही. अगदी नाजूक-मधाळ आवाज असूनसुद्धा तो एकदम अपरिचित वाटतो, कारण त्याचा हिशेब करणारं मन कामचुकार झालेलं असतं.

"कोण बोलतंय?"

माझ्या प्रश्नाला उत्तर मिळतं– एक निरागस, खळखळणारं हास्य. ह्या नादमय हास्यचक्राचा वेध घेण्याचा प्रयत्नात असतानाच प्रश्न येतो,

"ओळखलं नाहीत? कमाल आहे!"

खरं तर या वेळेपर्यंत मी त्या हास्याची मालकीण ओळखलेली असते. मग पुन्हा एकदा असंच खळाळून हास्य कानावर येतं. मी स्वत:ला सावरतो म्हणतो, "फोनवर आवाज नीट ऐकू येत नव्हता, म्हणून..."

'छे: छे:– खोटं! तुम्ही माझा आवाज विसरलेले आहात, एवढंच!"

"नाही गं! तुझा आवाज विसरेन कसा? आता ही गोष्ट खरी, तुझा चार-सहा महिन्यांनी केव्हा तरी फोन येणार...!"

"बरोबर आहे! खूप फोन रोज तुम्हाला येत असणार– एवढ्या वेगवेगळ्या आवाजांतून नेमका माझा आवाज तुमच्या कसा लक्षात राहणार?"

"छे: छे:– भलतंच काही तरी बोलतेस!"

"भलतंच कसं? तुम्ही काय बाई, मोठे लोक!"

"कसला कपाळाचा मोठा!"

"हे आपलं उगीच काही तरी तुम्ही बोलता! ते जाऊ दे– तुमची तब्येत कशी आहे?"

"माझी तब्येत ठीक नव्हती, हे तुला कोणी सांगितलं?' '

"कमाल आहे! हे सगळ्यांना माहीत आहे?"

"कुणाला माहीत असण्याचं कारण नाही– काही तरी थापा मारू नकोस!"

"अहो, खरंच सगळ्यांना माहीत आहे! मी पुण्याला येणार म्हटल्यावर पुष्कळांनी मला तुमची चौकशी करायला सांगितलं!"

"हे पुष्कळ आहेत तरी कोण, हे मला एकदा बघायला पाहिजेत!"

पुन्हा एकदा हास्याचा खळखळाट– सावध नसणाऱ्या माणसाला बुडवून टाकील असा.

"ते जाऊ द्या– तुमची तब्येत कशी आहे, ते तर सांगा?"

"ठीक आहे. आज प्रथमच ऑफिसमध्ये आलो आहे. मधे चांगला बेदम आजारी होतो. वाटलं की, आता सारं संपलं."

"असलं काही तरी बोललंच पाहिजे का? आणि इतक्या लवकर संपून कसं चालेल? आम्हाला तुम्ही अजून हवे आहात."

खरं म्हणजे, हे नुसतं लाघवी बोलणं होतं. ही तरुण स्त्री माझ्या अनेक दिवस परिचयाची आहे. माझ्या मुलीच्या लग्नालाही ती आली होती. वेळी-अवेळी मी तिला खूपदा भेटलो आहे. तिच्याकडून माझी कसलीही अपेक्षा नाही, हे लक्षात आल्यामुळे ती माझ्याशी अधिकच मोकळेपणाने वागत आली आहे. ती एक विलक्षण देखणी आणि चतुर मुलगी आहे. तिच्या प्राप्तीसाठी धडपडणारे अनेक लहान-मोठे लोक मला माहीत आहेत. पण एक तर ती चांगली चलाख आहे, शब्दांचं लाघव तिच्याजवळ अपार आहे– तिच्या सौंदर्यपेक्षाही! माझ्याशी ती वाट्टेल त्या विषयावर बिनदिक्कत बोलते– कधी चावरं, कधी चाळवणारं, कधी सुखावणारं. ती आपणहून कधी थोडी लगटसुद्धा करते; पण तिच्या डोळ्यांत वा वागण्यात वासनेचा स्पर्शसुद्धा नसतो. जर ठिणगी पडणार नसेल, तर अग्नी पेटणारच कसा! आणि, इतके ज्वालाग्राही पदार्थ जवळ बाळगूनसुद्धा ती कधी ठिगणी पडू देत नाही. तिला मोठं भवितव्य आहे. जो काही माझा थोडासा बदलौकिक आहे, त्याची तिला कधी भीती वाटली नाही. आपल्या देशात बदलौकिक व्हायला कारणही लागत नाही. तुम्ही जगावेगळे एकदा वागता अन् जगाचे नियम तुमच्या हातातून एकदा का मोडले गेले की, सदासर्वकाळ तुमचे मूल्यमापन त्याच सुरात होऊ लागते. तुमच्याबद्दल अनेक दंतकथा जन्म पावू लागतात. ज्यांना मोहाची संधीच कधी मिळाली नाही किंवा ज्यांच्यावर कोणी मोहित होण्याची शक्यताच नाही, अशी माणसे स्वत:ला चारित्र्यवान समजून दुसऱ्याच्या चारित्र्याचा पंचनामा करीत राहतात. खरे तर तो एक विकृत आनंद असतो. थोडा मत्सराचा, थोडा कर्तृत्वशून्यतेचा! मोहाला काही कोणी निमंत्रण धाडीत नाही. ते टाळता आले, तर उत्तमच; परंतु ज्यांच्या आयुष्यात मोहाचे प्रसंगच नाहीत, त्यांना माणसे मोहवश का होतात, हे कसे कळणार? आणि प्रत्येक मोहाची किंमत द्यावी लागते, हे कळल्यानंतर मोह जेवढे सुख आणतात तेवढे दु:खही आणतात, हे कळले तर जमिनीवरून चालणाऱ्या या माणसांना मनातल्या मनात बरे वाटेल.

त्यामुळेच त्या स्त्रीशी माझा कसलाही संबंध नाही, हे सांगून कुणाला पटणारही नाही. स्त्री-पुरुष एकत्र आले की, शरीरसुख अपरिहार्य आहे; किंबहुना, त्यासाठीच ते एकत्र येतात, असे मानायची आपली रीत आहे. पण माणसाला अनेक भुका असतात. सुरत-सुखाइतकीच सुख-संवादाची माणसाला भूक असते.

माणसाचे मन हे एखाद्या भ्रमरासारखे नानाविध सुखास्वादांभोवती रुंजी घालीत असते. फक्त असंस्कृत माणसांनी देहाच्या गरजांचे अवास्तव स्तोम माजवलेले आहे आणि अशा लोकांना जी सुखे माहीतच नाहीत, त्यांना या सुखाची उत्कटता समजावून सांगणार तरी केव्हा?

म्हणूनच या स्त्रीचे नाव, व्यवसाय स्वच्छ शब्दांत सांगता येत नाही. एरवी त्यात न सांगण्यासारखं लज्जास्पद काही नाही आणि खरे पाहता, चांगले स्त्री-पुरुष एकत्र आले– अगदी कोणत्याही कारणासाठी– तरी लज्जास्पद काय असते? कोणत्याही सुखाची किंमत असते. पैशाची, कीर्तीची, प्रतिष्ठेची, विरहभोगाची, जिव्हाळ्याची... ही किंमत आदा केली, तर सारी सुखे पवित्रच होतात. परंतु जो समाज चोरटेपणाने जगतो, निवृत्तीची खोटी भाषा वापरतो, सदाचाराचा नुसताच बकवा करतो आणि पदोपदी माणसांना फसवतो; त्याने सर्वच सुखे घाणीने लडबडून टाकलेली आहेत. माणसे माणसांना का आवडतात; कोणासाठी कोणी विव्हल का होतो; कसलीच अपेक्षा न करता माणसे नुसतं देत का सुटतात– हे सारे समजून घ्यायला कठीण आहे, पण सांगणे सुंदर जरूर आहे.

खरंच ती मुलगी जेव्हा म्हणाली, 'आम्हाला तुम्ही हवे आहात'– ती कोणत्या अर्थाने म्हणाली असेल? तिला माझ्याबद्दल किंवा मला तिच्याबद्दल कसलेच शारीरिक आकर्षण नव्हते, असे नाही. तिच्या रूपाबद्दल, लाघवाबद्दल मला आकर्षण जरूर आहे. माझ्यात तिला आकर्षण काय वाटले, ते सांगता येणार नाही. कारण इतक्या तरुण, देखण्या स्त्रीला आकर्षित करण्याइतके ना माझे आज शरीर आहे, ना माझे रूप! संपत्ती, समृद्धी म्हणाल– तर त्याचा खडखडाट जगजाहीर आहे. तरीपण असे काही तरी असेल की, जे मला कधी सापडलेले नाही, पण तिला सापडलेले आहे. आपल्याजवळ काय आहे, हे नेमके आपल्याला तरी कुठे माहीत असते? आकर्षणाचा मध्यबिंदू काय, हे परिस्थितीने ठरते आणि वय, व्यवसाय, परिस्थिती यांचे भान असणाऱ्यांना हव्यासमुक्त आसक्ती ठेवता येते. कधी मी चुकलो, तर सावरण्याइतकी ती शहाणी आहे आणि कधी ती चुकलीच, तर सावरण्याइतका मला अनुभव आहे. आता दोघं एकाच वेळी चुकलो तर काय होईल, हा विचार करण्यासारखा प्रश्न आहे! तो धोका आम्ही पत्करलेलाच आहे. जळण्याची भीती वाटते म्हणून अग्नीपासून पळण्यात अर्थही नसतो आणि पळून जाताही येत नाही. तशीही, जळण्याशिवाय आयुष्याला शोभा तरी काय? ज्यांच्या आयुष्यात ठिगणीच

नाही, त्यांना हा असला धोकाच नाही! मग ती ठिणगी कधी हौतात्म्याची असते, कधी दधिची ऋषीप्रमाणे समाजासाठी देह झिजवण्याची असते; परंतु आयुष्य जाळून घेण्याची इच्छा असणाऱ्यांना ठिगणी बाळगावीच लागते.

जेव्हा ती फोनवर म्हणाली, 'तुम्ही आमच्यासाठी जगलं पाहिजे'; तेव्हा खरा अर्थ माझ्या लक्षात आला. खरं तर तिला म्हणायचं होतं– तुम्ही तुमच्यासाठी जगलं पाहिजे. प्रत्येकाने आपल्या आयुष्यात जपलेल्या चांगल्या गोष्टींसाठी जगलं पाहिजे. जीवनातून माणसाला एकदाच पळून जाता येते. म्हणजे जगावं हे लागतंच आणि मुख्यत्वेकरून स्वत:साठी जगावं लागतं– आणि जमल्यास दुसऱ्यासाठीसुद्धा!

फोनवर ती खूप-खूप बोलत होती. हे असले सारे संभाषण लक्षात ठेवण्याची शक्ती मी आता गमावून बसलो आहे. पण हे सारे संभाषण सुंदर होते; ते जीवनाला निमंत्रण देणारे होते, जगायला भाग पाडणारे होते, जखमेवर फुंकर घालणारे होते, दमलेल्या गात्रांना चेतना देणारे होते. त्यातील लाघव, आर्जव अजून मला जाणवते आहे. मुंबईत येईन तेव्हा भेटायचं मी कबूल केलं आहे; म्हणजे मी मुंबईला जाणार आहे तर! हे काही मुंबईला येण्याचे निमंत्रण नव्हते– तर ते निमंत्रण चक्क जगण्याचे होते.

-*-०-*-

: ८ :

आज मी या छोट्याशा हिलस्टेशनवर अगदी एकटा आलो आहे. माणसांच्या गर्दीत सदोदित राहण्याची मला हौस असली, तरी मलासुद्धा गर्दीचा कधी कधी उबग येतो. आपल्या व्यवसायावर माझे प्रेम आहे, म्हणून सोडा; परंतु वृत्तपत्राच्या या व्यवसायात प्रतिभेला अन् कल्पकतेला तसा वाव अगदी थोडा आहे. आपल्याला मोठ्या प्रमाणावर लेखक हवे असतात. त्यामुळे मोठ्या प्रमाणावर लेखकांशी संपर्क साधावा लागतो. त्यांचा अनुनय करावा लागतो, त्यांचा अहंकार फुलावावा लागता. पुष्कळ वेळा विषय सुचवावे लागतात, मांडणी करून द्यावी लागते. त्यासाठी त्यांच्याबरोबर जाणारा वेळ अर्थात सुखाचा असतो. आपल्यालाही पुष्कळ काही नवे शिकता येते. पुढे-मागे आपले लेखक होतील, म्हणून काही नव्याच लेखकांच्या शोधात राहावे लागते. राजकीय मतभिन्नता असणाऱ्यांच्या मनातील आपल्याविषयीचा आकस दूर करावा लागतो. वृत्तपत्राचा संपादक म्हातारा झाला, तरी वृत्तपत्र म्हातारे होऊन चालत नाही; म्हणून तर जास्त दक्ष राहावे लागते. चर्चा, चळवळी, वाद यांच्याशी तर राजकीय वृत्तपत्राचे अस्तित्व जखडले गेलेले असते. ग्राहक चळवळीसारख्या एखाद्या चळवळीत प्रत्यक्षही उतरावे लागते. पण याव्यतिरिक्तचा सारा कारभार रुक्ष असतो. एजंटांच्या किंवा जाहिरातदारांच्या वसुली किंवा तक्रारी यासंबंधी पत्रव्यवहार, आपल्या प्रक्षोभक लेखनामुळे ओढवून घेतलेले खटले, प्रूफे,

कामगारांचे प्रश्न, कागदाची टंचाई इत्यादी अत्यंत अत्यावश्यक परंतु कंटाळवाण्या गोष्टी भोवताली असतात. त्याने सूर्य उगवतो केव्हा अन् मावळतो केव्हा, याचेही भान राहत नाही. कित्येक वेळा या साऱ्या कंटाळवाण्या प्रकारात आपले सारे चैतन्य हरवून जाते, तारुण्य ओसरू लागते, आवेशाला लगाम बसतो, स्वच्छ सूर्यप्रकाश पाहण्याची अनिवार इच्छा जागी होते; पण मालक-संपादकाला सुट्टी नसते. त्यातही संपादक हट्टी आणि आग्रही असेल, तर त्याचे प्रश्न अधिकच बिकट असतात. अन्यायाविरुद्ध सतत झगडत राहण्यासाठी त्याच्या अंत:करणात पेटणारा संताप हळूहळू विझू लागतो. आपण निर्माण केलेल्या वाचकांची श्रद्धा भंग पावू नये, म्हणून जागृत राहावे लागते. प्रतिदिनी संपत जाणारी उत्साहाची शिदोरी पुन: पुन्हा भरण्याची व्यवस्था झाली नाही, तर त्याचे सारे छोटे राज्य लयाला जाणार असते. ललित लेखनाला तो हळूहळू पारखा होत जातो. त्याची शैली हळूहळू बिघडते आणि मग एके दिवशी आपल्याच अस्तित्वाची त्याला चिंता पडू लागते.

मी जो या छोट्या हिलस्टेशनवर आलो आहे, तो एका छोट्या आजारामुळेच. एरवी उद्योगधंदा सोडून येथे येणे मला भावले नसते. आपण सदैव लोकांच्यात राहण्यात एक धोका नेहमीच असतो की, आपण स्वत:चे मुळीच राहत नाही. काल सकाळपासून मी अगदी एकटा आहे. असे एकटेपण मला फार दिवसांनी मिळाले आहे. पहिल्यांदा थोडे चमत्कारिक वाटले, पण थोड्या वेळातच त्या शांत परिसरात मी अंधारासारखा मिसळून गेलो. गर्द झाडांच्या आणि नीरव शांततेच्या त्या वातावरणाचा एक गूढ परिणाम माझ्या अंत:करणावर झाला. किती तरी वेळा मी अशा मऊशा कोचात लोळत, अंधारातूनही जाणवणाऱ्या सिगारेटच्या सुगंधात न्हाऊन गेलो होतो. त्या साऱ्या आवाजाच्या दुनियेपासून थेट चंद्र, तारे यांच्यापर्यंतचा प्रवास आता सुकर झाला होता... कारण आता मधे अडवणारे कोणी नव्हते. नातीगोती, कर्तव्ये-जाणिवा, उपभोग-विरक्ती या साऱ्यांच्या पलीकडेही माणसाला अस्तित्व आहे. हे अस्तित्व आपण सदैव नाकारीत असतो, म्हणून कोणत्याच गोष्टीकडे अलिप्त वृत्तीने आपल्याला पाहता येत नाही.

या बंगल्यापाठीमागच्या टेकडीवरून सूर्योदय फार चांगला दिसतो, असे मी बरेच दिवस ऐकले होते. तसा सूर्य मला नवा नाही. त्याची-माझी अधून-मधून गाठ पडते. पण दोघांनाही परस्परांना समजून-उमजून घेण्याची उसंत लाभत नाही– निदान लाभली नाही. म्हणून सूर्य जेव्हा आज टेकड्यांच्या रांगांमधून वर येऊ लागेल, तेव्हाच मी त्याला गाठणार होतो. रस्ता तसा दूर

नव्हता. बॅटरीच्या झोतात रस्ता शोधत-शोधत मी जेव्हा त्या उंच टेकडीवर चढलो, तेव्हा उचंबळून आलेल्या अंत:करणाने रविप्रकाशाचे स्वागत करणारे ते निखळ आकाश एकदम माझ्यासमोर आले. खरे प्रेम तरी अशा उचंबळलेल्या भावनांनी आपण करतो का? प्रकाशाला सामोरा जाणारा वारा माझ्या अंगावरून वाहत होता. दिवा लावावा तसा काही सूर्यप्रकाश अंगावर कोसळत नाही; तो किती चोरपावलांनी येतो आणि आपल्याला कधी बुडवून टाकतो, हेही आपल्या लक्षात येत नाही.

मी शांतपणे कणाकणाने झिरपणाऱ्या प्रकाशाकडे लहान मुलाच्या कुतूहलाने पाहत होतो. हळूहळू गुलाबी रंगाचा शिडकावा पूर्वाकाशात झिरपू लागला. जे वस्तुत: सहजगत्या रोज मिळविणे शक्य आहेत, असे आनंद आपण करंटेपणाने का नाकारतो, ते कळण्यासारखे नाही. पण अशी किती तरी छानदार निरोगी सुखे संस्कृतीच्या नावाखाली आपण कायमची गमावली आहेत. मानवनिर्मित सुखालाच आपण संस्कृती म्हणतो आणि निर्सगनिर्मित सौंदर्याला तुच्छता दाखवितो. संस्कृती आणि निसर्गाचे वाकडे आहे की काय? का असावे? माणूस निर्मितीच्या अहंकारात अस्तित्वात असणाऱ्या अनेक सुखांची नासाडी करतो, हे मात्र खरे.

सूर्य उगवत होता. मी तो निरखून पाहत होतो. ते उधळले जात असणारे रंग मला नीटसे ध्यानात ठेवता येत नव्हते. त्यांतील बदल टिपणे माझ्या नेत्रशक्तीच्या पलीकडचे होते. एखाद्या राजकन्येच्या रंगीबेरंगी पातळाचा पदर ती घेण्यापूर्वीच वाऱ्याने भिरभिरत पुढे आणावा– असेच सूर्याचे आता होत होते.

एक तांबडीभडक पालथी तबकडी दृष्टीच्या टप्प्यात आली. मी अश्रद्ध आहे, पण माझे हात आपोआप जुळले आणि मी सवितानारायणाचा मंत्र उच्चस्वरात म्हणू लागलो.

ओम तत् सवितुर वरेण्यम् भर्गो देवस्य धीमही ।
धियो यो न: प्रचोदयात् ।
श्रीसूर्याय इदम् अर्घ्यम् समर्पयामि...

मी रिकामी अंजुली सवितानारायणापुढे रिकामी केली, तेव्हा तो दीप्तिमान रविराज पुरेसा वर आला होता. मी प्रकाशाने भिजून गेलो. चिंब झालो. मनातील किल्मिषे, दैन्य, कंटाळा, आळस– सारे कसे पळून गेले!

मग मी खूप वेळ तसाच सूर्यप्रकाशात न्हात राहिलो. खालची प्रचंड दरी आता सूर्यप्रकाशाने माखून गेली होती. अधून-मधून खेड्यातून किंवा रस्त्यातून दिनक्रमाला आरंभ झाल्याची चाहूलही लागली. नवागत पेटलेल्या अग्नीची धूम्रवलये

तरंगत-तरंगत आकाशाच्या पायऱ्या चढत होती आणि मध्येच लुप्त होत होती. हे प्रचंड डोंगर, त्यातून कलत-कलत पसरलेली खालची ही दरी... त्यातील वृक्षवल्लरी, खळखळत्या पाण्याचे प्रवाह-प्रपात, असंख्य असे पाखरांचे थवे... या साऱ्यांत मानवी संस्कृती कुठे तरी अवघडून वळचणीला उभी होती. मला क्षणभर वाटले– माणसाला मन नसते आणि नुसता मेंदूच असता, तर या साऱ्या चित्रात माणूस किती विचित्र दिसला असता! किंवा नुसतं मन असतं अन् मेंदू नसता, तर इतस्तत: पसरलेल्या दगड-धोंड्यांत, गुरा-ढोरांत अन् त्याच्यात तसा काय फरक राहिला असता? निसर्ग महाकाय आहे, महारुद्र आहे; तसाच तो महाकोमलसुद्धा आहे. पण या दोहोंतील फरक एरवी त्याला कळला असता काय? प्रचंड झंझावतात तो शिलाखंडाच्या आड दडला असता, सूर्यप्रकाशाचा ताप टाळण्यासाठी तो झाडाखालीच थांबला असता आणि अंधारात अगतिक होऊन सारे शरीरव्यापार बंद ठेवून सुरक्षित जागी उभे राहण्यावाचून त्याला पर्याय उरला नसता. पण त्याने थंडीपासून, उन्हापासून, पावसापासून रक्षण करण्यासाठी वास्तूंची रचना केली– मानवी ध्वनियंत्राच्या आवाक्यापेक्षा विद्युतकणांच्या साह्याने त्यानं आपला आवाज मोठा केला– विस्मरणावर मात करण्यासाठी त्याने आपले विचार लिहून ठेवले– निराकार व निर्विकार दगडांतून त्याने केवढ्या रचना निर्माण केल्या–वाहून जाणारे पाणी अडवून ठेवले– स्वत:ला पेलता येणार नाही असे वजन उचलण्याची किंवा हलविण्याची किमया केली– अंतराला निरर्थक केले– काळाला बंदिस्त केले.

हे सारे यत्नपूर्वक करतानाही पराक्रमाचा क्षणभर साक्षात्कार त्याला झाला; तरी निसर्गासमोर आपण कोणीच नव्हे, याबद्दलची त्याची जाण विसरली गेली नाही. ज्यांनी निसर्गाशी टक्कर दिली, ते शास्त्रज्ञ निसर्गापुढे अधिकच नतमस्तक असतात. आयुष्याचे रहस्य ज्यांना अधिक कळलंय असं वाटतं, ती बिचारी माणसे आपल्या अज्ञानाला अधिकच हसत असतात. चिमूटभर देहाची तमा न बाळगता ज्यांनी अनेक साहसांतून निसर्गाला टक्कर दिली, त्यांचाही आवेश विजयाच्या क्षणिक धुंदीनंतर ताबडतोब ओसरतो. गौरिशंकरावर पाय ठेवणारा एडमन्ड हिलरी हा अखेरी गौरी-शंकरापुढेच नतमस्तक झाला. मानवी प्रयत्नांची पराकाष्ठा करणाऱ्या बंडखोर विचारवंतांचे बंड सुरू केव्हा होते आणि संपते केव्हा, हे त्यांचे त्यांना तरी कुठे कळते? परमेश्वराहूनही चांगली, सुंदर व सुबक माणसे निर्माण करणारे लेखक अन् कलावंत अखेरी शोध घेतात तो स्वत:च निर्माण केलेल्या माणसांच्या अंत:करणातील गूढ संघर्षाचा. माणूस सदैव आपल्या

टाचेखाली जग तुडविण्याची भाषा करतो; पण त्याच्या टाचेखाली असते ते फक्त त्याचे छोटे जीवन– तेवढेच याला तुडविता येते. पृथ्वीच्या या साऱ्या चैतन्याचे गूढ सुटल्यासरखे वाटते– आपण प्रेषित आहोत, असेही काहींना वाटते– आपल्याला अखेरचे सत्य सापडले, असेही पुकारावेसे वाटते; पण अखेरी... अखेरी आपल्या हातात जे सत्य सापडले, तो केवळ सत्याभास होता– हेच सत्य कळून येते आणि तेही काही कमी नसते.

अज्ञाताचा हा शोध लावण्याच्या या नैसर्गिक कुतूहलाच्या जोडीलाच ऐहिकाचा अन्वयार्थ लावण्याचे भान सुटत नाही; कारण आपले नाते आकाशाशी नाही, धरतीशी आहे. पंचेंद्रियांचा समयोचित उपयोग केल्याशिवाय येथे काही फुलत नाही, फळत नाही आणि मनुष्यजातीचे हे चक्र कायम टिकून राहते. कोणत्याही ज्ञात वा अज्ञात शोधापायी आपले मानवी अस्तित्व विसरले जाणे धोक्याचे आहे. कोणाही परमहंस माणसाने आपले माणूस म्हणून जे नाते असेल, ते नाते विसरले की, जगाच्या लेखी त्याचे अस्तित्व मृत्तिकेसमान आहे. हे जग माया आहे, मिथ्या आहे, निरर्थक आहे– हे सारे सांगत असताना जगाच्या मातीत रुतलेले आपले पाय विचलित होत नाहीत याचे भान त्याने सोडता कामा नये आणि सुटतही नाही. अखेरीस सारी काही माती आहे, हे ओळखण्यासाठीसुद्धा माणसाला लागणारी प्रतिभा, ज्ञान हे सारं कोणी तरी माणसानेच माणसापर्यंत आणून पोचविलेले असते– हे विसरणे वेडेपणाचे नाही काय?

म्हणजे, आपल्या भोवतालच्या समाजाशी आपले काही नाते असते– मग ते आजच्याच समाजाशी असेल असे नाही, तर ते कालच्या किंवा उद्याच्या समाजाशीही असेल. आपल्या अंगातील रक्त-मांस हीसुद्धा अन्य कोणा माणसाची देणगी आहे. आपण स्वयंभू आहोत– आपले कोणाशी देणे-घेणे नाही, यालाही फारच मर्यादित अर्थ आहे. याचा अर्थ इतकाच असतो की, सामान्य माणसाइतकी त्यांची एकमेकांत अकारण गुंतागुंत नसते. दुसऱ्याच्या दुःखाने ते विचलित होत नाहीत किंवा सुखाने हर्षभरित होत नाहीत किंवा तसे दाखवीत नाहीत. माणसाने उत्पन्न केलेली वीज, रस्ते, मोटारी, विमाने, वृत्तपत्रे, पुस्तके आदी अनंत गोष्टी– जगाला कस्पटासमान मानणाऱ्या माणसालाही टाळता येत नाहीत. तथाकथित साधू-संत, अवलिये यांपैकी काही अज्ञानाने किंवा अट्टहासाने त्यांचा थोडा-फार त्याग करतात; पण कोणी तरी पिकविलेल्या धान्याची भाकरी त्यांना खावीच लागते. कोणी तरी विणलेल्या कापडाचे वस्त्र ल्यावेच लागते. त्यांना माणसापासून पळवून नेणारी भांग-गांज्यासारखी व्यसनांची साधनेसुद्धा त्याच्यासाठी कोणी तरी

निर्माण करावी लागतात. मानववंशाची एक अखंड माळ आहे. तिचे सूत्र माना किंवा न माना– तिचे अस्तित्व ना-शाबीत होत नाही. भूतकाळ मानत नाही वा भविष्यकाळाची चिंता नाही, असे म्हणतानासुद्धा वर्तमानातील प्रसिद्धीची त्यात अहंता असतेच. काही मोह टाळता येतात, काही वारसे नाकारता येतात, काही सुखाची साधने भिरकावता येतात– पण काहीच; सर्वच नव्हेत.

ऊन आता चांगले कडक झाले होते. प्रसन्न वाटणारे ते हिरवे चढ, उतार, गोट्यांच्या काळ्याकभिन्न राशी, वृक्ष-वल्लरी... हे सारं काही उन्हामुळं थोडं-थोडं निस्तेज झालं होतं. टवटवीतपणा, ताजेपणा, चकचकीतपणा यांच्या मागोमाग निस्तेजपणा, बटबटीतपणा, रखरखीतपणा अपरिहार्य असतो. मी हळूच उठलो आणि झाडाच्या सावल्या शोधत-शोधत परतू लागलो. आज सकाळपासून मी एका नको त्या विषयात गुंतून पडतो आहे, असे वाटत आहे.

माझा व्यवसाय उघड्या-नागड्या वास्तवाशी. बदमाष राजकारणी, दुष्ट समाजनेते, कोडगे झालेले सत्ताधीश यांच्याबद्दल विचार करावयाचा सोडून मी हातात मुळीच न सापडणाऱ्या या विषयात का गुरफटत गेलो होतो?

पण हे तरी खरं आहे का? माझा धंदा सत्यशोधनाचा आहे का? शंभर टक्के सत्यावरच माझी भिस्त असते का? का माझे झुकते माप कधी परिचयामुळे, कधी झुंडशक्तीला भिऊन चुकीच्या बाजूस पडते? कित्येक वेळा असेही होत असणे, शक्य नाही का– की, मला सर्व बाजू कळलेल्याही नसतील. माझ्या लेखनामुळे एखादे वेळेस तरी एखाद्या निरपराध माणसाला अकारण शिक्षा भोगावी लागली असेल. कित्येक वेळा एखाद्याच्या अपराधाच्या मानाने त्याला जास्त कठोर शब्दांचे शासन झाले असेल. खासगी चारित्र्य आणि सामाजिक चारित्र्य यांच्या सीमारेषा पुष्कळदा पुसट असतात. त्यांचे संपूर्ण आकलन मला झाले आहे, असे वाटत नाही. आपला सत्याचा आग्रह वा न्यायाचा आवेश याला आपोआपच काही मर्यादा पडलेल्या आहेत.

आपण बुद्धिवादी आहोत, विज्ञाननिष्ठ आहोत– असा पुष्कळांसारखा मलाही भ्रम झालेला आहे काय? मुळातच ज्याच्या-त्याच्या बुद्धीला काही मर्यादा नसतात का? आणि विज्ञाननिष्ठ म्हणजे तरी नेमके काय? आपण वेळोवेळी आपले विधान वैज्ञानिक सिद्धान्तावर तपासतो काय? विज्ञानातूनही दोन उत्तरे येऊ शकत नाहीत की काय? कित्येक गोष्टींत विज्ञानाच्या नावाखाली संतुष्ट समाजाला आपण असंतुष्ट करीत असतो, मूर्तिभंजन तर सदैव करीत असतो; पण हे करताना आपण ज्याचे मूर्तिभंजन केले, त्याला समजावून घेण्याचा प्रयत्न

केला आहे काय? सर्वसाधारण ढोबळ मानाने जे दिसते, तेवढेच चर्चेचा विषय होते. गांधीजींसारख्यांची टकळी, शेळी, पंचा या बाह्य गोष्टींची महाराष्ट्राने टिंगल केली; परंतु राष्ट्राचा स्वाभिमान स्वयंपूर्णतेवरच असतो आणि स्वयंपूर्णता पुष्कळ वेळा ऐहिकाच्या संयत उपभोगातूनच साध्य होते, हे आपल्याला कधीही सुचले नाही! हाव ही एक अमर्याद गोष्ट आहे. आपल्या देशापुढील अनेक समस्यांना तिने जन्म दिला आहे. दारिद्र्यापेक्षाही हाव भयानक असते. दारिद्र्याने माणूस फक्त लाचार होतो; हाव मात्र माणसाला राक्षस बनविते. इंधनाच्या तुटवड्यामुळे आपले सारे वैज्ञानिक साम्राज्य कोसळण्याची वेळ आली आहे. अशा वेळेस ज्या विज्ञानाच्या दिशेने आपण वेड्यासारखे पळत सुटलो होतो, त्या विज्ञानाचे काय झाले? शिवाय विज्ञानाने आणलेल्या साऱ्याच गोष्टींची समाजाला गरज आहे काय?

माझ्या भोवताली पसरलेल्या अनंत आकाशात अनेक लहान-मोठे प्रश्न माझ्यापुढे येत होते आणि मी माझ्या तर्कवादानुसार माझ्या मनातील गुंतागुंत सोडवीत होतो. आपल्या मनात किती गुंतागुंत असते, याचा नेहमीच्या गर्दीच्या जगात अंदाज घेता येत नाही; कारण मनात भरकटणाऱ्या विचारांना बाहेर येण्यास संधीच मिळत नाही. जगात घडत असणाऱ्या निरनिराळ्या गोष्टींचे मनावर इतके दडपण असते की, मनातील कोलाहल मनातच राहतो. आपले आपल्यालाच नीटसे कळेनासे होते. एरवी जे सरळ आणि साधे वाटते, तेसुद्धा अतर्क्य गुंतागुंतीचे आहे याची दादच लागत नाही. बाहेरची युद्धे बघता-बघता मनातले युद्ध तसेच लढायचे राहून जाते. आपल्या मनात शंकाखोर, भयभीत, गोंधळलेला असा एक अर्जुन सतत उभा असतो आणि त्याच्या मनातील गोंधळ दूर करून त्याला युद्धसन्मुख करण्यासाठी हवा असणारा कृष्ण मात्र आपल्याला कधीच भेटत नाही.

म्हणूनच, माणसाने स्वत:शी बोललं पाहिजे; स्वत:साठी थोडा वेळ ठेवला पाहिजे. जगाच्या कोलाहलातून थोडा काळ दूर राहिलं पाहिजे. जेव्हाचे हिशेब तेव्हाच चुकविले पाहिजेत. जगात एकच सत्य आहे असे जे आपण म्हणतो, ते खरे नसते. आपल्यापुरते सत्य मात्र एकच असते– आपल्या ज्ञानाच्या मर्यादेने आणि प्रामाणिकपणाच्या निकषाने ठरवावयाचे असते. पण ते जर ठरविले नाही, तर आपल्या साऱ्याच कृती निरर्थक ठरतील. लढणे अपरिहार्य आहे; पण कोणाशी, ते ठरायला नको काय? कशाकरता लढायचे, यावर विश्वास पाहिजे! आपल्या शक्तीचा अंदाज माहीत पाहिजे. केवळ लढण्याच्या

विकृत आनंदात हव्या त्या दिशेस बाण मारून भागत नाही; भीष्मासारख्या आदरणीय वृद्धाचाही वध करावा लागतो, द्रोणासारख्या गुरूचे मस्तकही तोडावे लागते. सगे-सोयरे, शाळूसोबती हेही कधी कधी शरसंधानाचे बळी ठरणारच! कारण हे सारे अन्यायाचे साथीदार असतात. माणसाचे फक्त सत्याशीच नाते असते– असावे; पण तेच जर आपल्याला सापडले नाही, तर मग शस्त्रे असोत नाही तर शब्द असोत– मग शौर्यालाही अर्थ उरत नाही अन् विजयालाही अर्थ उरत नाही.

माझ्या मनातील गोंधळ आता पुष्कळ कमी झाला होता. पर्वतराजींवरील नि:शब्द एकान्तात थोड्या-फार प्रमाणात माझा मी मला सापडलो होतो. तसा मी माझ्या जवळच होतो, परंतु माझ्या मला हलायलाही जागा नव्हती. मनात असणाऱ्या अनेक शंका संपूर्ण सुटल्या नव्हत्या. त्याची तेवढी गरजही नव्हती, परंतु झालेली गुंतागुंत पुष्कळ निवळली होती. जवळच्याच गोष्टी आपल्याला नीट पाहता येत नाहीत. आकाशाच्या सुकुमार निळाईप्रमाणेच आपल्या अंत:करणातही एक अनंत निळाई वास करीत असते. रोज प्रतिदिनी पूर्वेला सवितानारायण गुलाबी रंगाचा शिडकावा टाकून अंधार गिळून टाकतो. आपल्या मनातसुद्धा एक खदखदता सूर्य सदैव तेवत असतो; पण डोळे मिटून घेणाऱ्याला आणि अंग चोरून वावरणाऱ्याला ना त्याचा प्रकाश जाणवतो, ना त्याची ऊब. बाहेर जेवढी प्रचंड, रंगबेरंगी, विचित्र दुनिया आहे, तेवढीच आतही विस्मयकारक दुनिया आहे. तिथेच सत्त्वशील धर्मराजही राहतो आणि द्रौपदीची मांडी उघडी करण्याचा प्रयत्न करणारा दु:शासनही राहतो.

आता हळूहळू या डोंगरावरून उतरून माझ्या जीवनक्रमात मी शिरू पाहत आहे. बाह्यत: मी बदललेलो नाही आणि बदलणारही नाही. माझी अस्त्रे आता मी तेजाळून आणली आहेत. मला हे माहीत आहे की, जगाच्या लेखी काहीच घडलेले नाही. पण माझ्यातील उणिवा, मर्यादा व वेधशक्ती यांची नवी जाण आल्यामुळे मी मात्र नवे अवसान घेऊन माणसांत उतरलो आहे. हा इथला सूर्योदय पाहण्यासाठी मला पुन: पुन्हा इथे यावयास पाहिजे. सूर्य तर रोज उगवतो; पण असाही सूर्य एखादे दिवशी उगवतो आणि तोच फक्त प्रकाश आणतो– आपल्यापुरता तरी.

-*-०-*-